राजहंस प्रकाशन प्रा. लि.

माणसं जिव्हाळ्याची

सुधीर रसाळ

राजहंस प्रकाशन

माणसं जिव्हाळ्याची
सुधीर रसाळ

संपादक : डॉ. सदानंद बोरसे

प्रकाशक
दिलीप माजगावकर
राजहंस प्रकाशन प्रा. लि.
१०२५, सदाशिव पेठ
पुणे - ४११ ०३०
फोन - (०२०) २४४७३४५९
E-mail : rajhansprakashan1@gmail.com
Website : www.rajhansprakashan.com

Manasa Jivhalyachee
Sudhir Rasal

१००, श्रेयनगर, नवा उस्मानपुरा
औरंगाबाद ४३१ ००५
दूरध्वनी : (०२४०) २३३८१३४
भ्रमणध्वनी : ९८८१४००३५०

मुखपृष्ठ :
बी. जी. लिमये

अक्षरजुळणी :
मुग्धा दांडेकर
श्रीडी ग्राफिक्स, ९८२२७०७९७१

आवृत्ती पहिली : १० ऑगस्ट २०२१

राजहंस क्र. H-01-2021

ISBN 978-93-91469-04-7

विहंग, सानिका आणि आकाश
या माझ्या नातवंडांना
तुम्ही वाचावं म्हणून
तुमच्यासाठी
– आजोबा

प्रास्ताविक

माझं 'लोभस' हे व्यक्तिचित्रांचं पुस्तक राजहंस प्रकाशनाच्या वतीनं २०१६ साली प्रसिद्ध झालं. आता याच प्रकारचं माझं दुसरं पुस्तक 'माणसं जिव्हाळ्याची' हेही राजहंस प्रकाशनाच्या वतीनं प्रसिद्ध होत आहे. हैदराबाद हे निझामाच्या ताब्यातलं एक संस्थान होतं, त्या काळात मी लहानाचा मोठा झालो. जन्मापासून वयाच्या चौदा वर्षांपर्यंतचा माझ्या आयुष्याचा काळ हा निझामी सत्तेत गेला. या सत्तेनं संस्थानच्या या प्रजेला जाणीवपूर्वक मध्ययुगीन संस्कृतीतच डांबून ठेवलं. या संस्थानातल्या लोकांना आधुनिकतेचा वाराही लागू नये, याची दक्षता येथील सत्तेनं घेतली. त्यासाठी अभिव्यक्तीची आणि समाजात बदलासाठी आवश्यक असणाऱ्या संवादाची साधनं येथे येऊच दिली नाहीत. या प्रांतात ना एकही वर्तमानपत्र, ना एकही प्रकाशनसंस्था. येथे लोक ज्या ज्या कारणांसाठी एकत्र येतील, त्या त्या कारणांवर कडक निर्बंध. या राज्यात सभा घेण्यासाठी,एखाद्या वक्त्याचं भाषण ठेवण्यासाठी अनेक प्रकारच्या परवानग्यांची गरज. वक्ता कोण, कुठला, याची माहिती देणं, तो जे काही बोलणार आहे त्याचा सारांश सादर करणं बंधनकारक असे. शिवाय अशा सभांना आणि भाषणांना शासनाचे गुप्त पोलीस शासनाला अहवाल देण्यासाठी हजर असत. संस्थानात येणाऱ्या पुस्तकांत जर थोडंसंही संस्थानाला बाधक होऊ शकणारं असेल, तर अशा पुस्तकांवर तात्काळ बंदी घातली जाई. शिक्षणाचा प्रसारही निझाम सरकारने होऊ दिला नाही. प्रत्येक जिल्ह्याला एकच सरकारी हायस्कूल असे. प्रत्येक खेड्यात शाळाच नसे, तर काही खेडी मिळून एक प्राथमिक किंवा माध्यमिक शाळा असे. विद्यार्थ्याला प्राथमिक शिक्षण घेण्यासाठी दररोज काही मैलांची पायपीट करावी लागत असे. या सर्वांचा परिणाम असा झाला की, येथलं जीवन मध्ययुगीनच राहिलं. पश्चिम महाराष्ट्र जेव्हा विसाव्या शतकात होता, तेव्हा आमचं जीवन एकोणिसाव्या शतकातलं होतं. माझ्या या पुस्तकात गावांच्या आणि काही व्यक्तींच्या चित्रणातून येथील मध्ययुगीन संस्कृती स्पष्टास्पष्टपणे उमटली आहे.

या संग्रहात काही मान्यवर साहित्यिकांची व्यक्तिचित्रंही रेखाटली गेली

आहेत. या व्यक्तिचित्रांतून त्या व्यक्तींबरोबरच महाराष्ट्राच्या वाङ्मयीन आणि सांस्कृतिक वातावरणाचंही एक दर्शन घडवलं गेलं आहे.

माझ्या आणि माझे मित्र न्या. नरेंद्र चपळगावकर यांच्या होणाऱ्या चर्चांत आणि गप्पांत मी या काळाबद्दल, यात आलेल्या व्यक्तींबद्दल बोलत असे. मी हे सर्व लिहून काढावं, असा चपळगावकरांचा आग्रह असे. मलाही हे सर्व सांगावंसं वाटत होतं. शेवटी माझ्याकडून हे लेखन पूर्ण झालं.

औरंगाबादेत न्या. चपळगावकर, त्यांच्या पत्नी नंदिनी चपळगावकर, माझी पत्नी सुमती, माझी कन्या अर्चना आणि राजहंसचे शाम देशपांडे या सर्वांनी हे लेखन वाचून आपल्या प्रतिक्रिया दिल्या आणि काही सूचनाही केल्या. तसेच हे लेखन जसं जसं पूर्ण होत गेलं तसं तसं ते दिलीप माजगावकर, रेखाताई माजगावकर आणि डॉ. सदानंद बोरसे यांनी आत्मीयतेनं वाचून मला लेखनात साह्यभूत होतील, अशा काही सूचना केल्या. मी या सर्वांचा आभारी आहे.

माझं हे पुस्तक राजहंस प्रकाशनानं देखण्या स्वरूपात प्रकाशित केलं याबद्दल राजहंस प्रकाशनातील सर्वांचे मी आभार मानतो. मुखपृष्ठापासून सजावट करणारे चित्रकार बी. जी. लिमये यांना मन:पूर्वक धन्यवाद.

सुधीर रसाळ

अनुक्रम

१.
माझं गाव गांधेली

औरंगाबादपासून सामान्यपणे सहा मैल अंतरावर गांधेली हे गाव आहे. औरंगाबादच्या दक्षिणेला खंडोबाचं सातारा हे गाव. गावाला लागून साताऱ्याचा डोंगर. या डोंगराची रांग पूर्व दिशेला पसरली आहे. साताऱ्याच्या पूर्वेला दीडएक कोस अंतरावर डोंगराच्या या रांगेच्या पायथ्याशी गांधेली. हे गाव तीन डोंगरांच्या बेचक्यात वसलेलं आहे. थडग्याच्या आकाराचा बाराखुदा डोंगर. त्याचं मूळ उर्दू नाव 'बराय खुदा' असणार. गांधेलीच्या हिंदूंनी ते 'बाराखुदा' केलं. बाराखुदापासून डोंगरांची रांग चंद्राकृती होते; आणि पुन्हा ती सरळ होऊन औरंगाबाद–बीड रस्त्यापर्यंत, म्हणजे आताच्या धुळे–सोलापूर महामार्गापर्यंत जाऊन तेथेच संपते. या डोंगराचा जो एक अती छोटा चंद्राकृती भाग आहे, त्यात हे गाव वसलं आहे. या चंद्राकृती डोंगराच्या पायथ्याशी, ज्यात केवळ पावसाळा संपेपर्यंत पाणी राही असं एक तळं आहे. हे तळं आटलं की, त्यात रब्बीचं पीक निघत असे. तसंच त्यात नागरमोथा हे गवतही विपुल प्रमाणात उगवे. या गवताच्या मुळाला जमिनीत लहानलहान सुगंधी गड्डे आलेले असत. नागरमोथा टाकून शिकेकाई दळली जात असे. या शिकेकाईनं न्हायलं की, केसांना दीर्घकाळ सुगंध येत असे. जमिनीतून नागरमोथा काढून त्याच्या विक्रीचा धंदाही काहीजण करीत. या तळ्यामुळे गावातल्या आडाविहिरींना बारा महिनेही पाणी रहात असे. या तळ्याच्या परिसरात उत्तम दर्जाच्या आंब्यांची आमराई आहे. या आमराईच्या आणि तळ्याच्या परिसराला लागून गांधेली हे गाव वसलं आहे. या गावाच्या लगत पूर्व दिशेला एक सुटी एकुलती एक डोंगरी असून त्या डोंगरीच्या माथ्यावर रिकामी असलेली एक मकबरेवजा मुस्लीम इमारत आहे.

निझामी राजवटीत हे गाव एका मुस्लिम जाहगीरदाराला बहाल केलेली जाहगीर होती. मुस्लिम या गावाचा उल्लेख 'गंधेली' असा करीत. गांधेलीचा हा जाहगीरदार हैदराबादेतच रहात असे. कदाचित त्याने आपल्या जाहगिरीकडे पाहणारा कुणी मुनीम नेमलाही असेल. हैदराबाद संस्थान मुक्त होऊन भारताचा भाग बनल्यावर या सर्व जाहगिरी खालसा केल्या गेल्या. त्यानंतर या जाहगीरदाराचा साधा उल्लेखही या गावात कोणी करत नसे. त्यामुळे मला त्याच्याविषयी फारसं काही माहीत नाही. या गावाची पोलीस पाटीलकी आणि कुळकर्णपण रसाळ घराण्याकडेच होतं. ही दोन्ही वतनं माझ्या चुलत आजोबांकडे होती. त्यांच्या नंतर माझे चुलत चुलते ही वतनं चालवत असत.

माझं हे गाव अतिशय छोटंसं होतं. जेमतेम शंभरसव्वाशे उंबऱ्यांचं असेल. गावात फक्त आमचं एकच ब्राह्मणाचं घर, बाकी वसती प्रमुख्यानं मराठ्यांची, काही घरं वंजाऱ्यांची, तीनचार घरं मुसलमानांची, बारा बलुतेदारांपैकी दोनचारच बलुतेदार गावात होते. महारवाडा होता. मातंगांचीही दोनचार घरं होती. मातंगांकडे मारुतीच्या देवळासमोर रोज संध्याकाळी शहाडा वाजवण्याचं काम असे. या गावाचं वैशिष्ट्य म्हणजे येथे राजपुतांची दहाबारा घरं होती. औरंगाबाद जेव्हा मुगलसत्तेचा दक्षिणेचा सुभा बनलं, तेव्हा उत्तरेतले अनेक लोकसमूह येथे स्थायिक झाले. औरंगाबादपरिसरात अनेक राजपूत सरदारांनी आपापले पुरे वसवले. औरंगाबादमध्ये धावनीमोहल्ला आहे. या मोहल्यात 'धवन' लोकांची वस्ती होती. औरंगाबादनजिक जटवाडा आहे. येथे जाट रहात असत. गांधेली हे गाव औरंगाबादनजिक असल्यानं औरंगजेबकालात येथे काही राजपूत स्थायिक झाले असावेत. हे सर्व मराठीच बोलत. सर्व मराठी सणवार पाळत. मराठ्यांसारखा त्यांचा पोषाख असे. या सर्वांच्या मालकीची शेतीवाडी होती. ते आपली नावं राजपूतपद्धतीची ठेवत. राजपूत स्त्रिया मात्र पारंपरिक पद्धतीची उलट्या पदराची साडी नेसत, घुंगटही घेत. त्यांच्यात राजपूत असण्याची एवढीच खूण उरली होती.

गावाची वेस उत्तराभिमुख होती. ती एकेकाळी चांगली बांधलेली असावी. वेशीच्या लगत उजव्या हाताला एक जुनाट, वापरात नसलेली बारव होती. तिच्यात आसरा असतात आणि त्या पुरुषांना बारवेत ओढून घेतात, असा समज असल्यामुळे या बारवेला भयाचं एक वलय प्राप्त झालं होतं. वेशीच्या आत शिरताना डाव्या हाताला केवळ माळवदाच्या घरासारख्या पडवीचं मारुतीचं देऊळ होतं. देवळापुढे थोडंसं नीटनेटकं राखलेलं पटांगण आणि त्याच्या लगत एक प्रचंड मोठा वड. देवळापासून दीडएक हजार

पावलं चालत गेलं की, रसाळांचा चिरेबंदी भव्य वाडा. वाड्यापुढे नीटनेटकं राखलेलं मोकळं पटांगण. पटांगणाला लागून पार असलेलं पिंपळाचं झाड आणि त्याच्या बुंध्यापाशी शेंदूर लावलेले मुंजाचे गोटे. समोर एका उंच चौथाऱ्यावर दारं नसलेली चौकोनी आकाराची पडवी. पडवीच्या जमिनीखाली ज्वारी ठेवण्याचं मोठं असं बळद. या इमारतीला 'बैठक' असं नाव होतं. येथे पोलीस पाटील-कुळकर्णपणाचं दप्तर असे. या उघड्यावाघड्या बैठकीला येसकराचा चोवीस तास पहारा असे. ही दोन्ही वतनं सांभाळणारे माझे चुलत चुलते भाऊसाहेब यांचा सकाळपासून ते रात्र होईपर्यंतचा मुक्काम या बैठकीतच असे. रात्री काही वेळा आम्ही मुलं बैठकीत झोपत असू.

या बैठकीलगत आमचा भव्य, पण बराचसा पडलेला वाडा. या वाड्याची लांबी पाचशेएक फूट आणि रुंदी दोनशेएक फूट असावी. मुळात तो अनेक चौकी असा वाडा होता. या वाड्याचा उत्तराभिमुख असलेला बराचसा दर्शनी भाग पडलेला होता. त्यामुळे वाड्यातल्या रहिवाशांचा त्याच्या पश्चिमी भागातून वावर असे. पश्चिमेकडे भव्य दरवाजा आणि दरवाजाच्या वर मेघडंबरी होती. या दरवाजाच्या दगडी भिंतीला दरवाजाच्या दोन्ही बाजूंनी अनेक गोल आकारच्या भल्या मोठ्या लोखंडी कड्या बसवलेल्या होत्या. या कड्या घोडे बांधण्यासाठी असत. हा वाडा रसाळघराण्यातल्या कोणत्या पूर्वजानं बांधला, हे नेमकं कोणालाच माहीत नव्हतं. तसंच त्याचा दर्शनी भाग केव्हा आणि कसा पडला, हेही कोणाला माहीत नव्हतं. अंदाजानं हा वाडा तीनशे वर्षांपूर्वी बांधला गेला असावा आणि त्याला पडूनही शंभरदीडशे वर्षं झाली असावीत.

कुठलंही गाव असो - त्या गावाची महती सांगणाऱ्या आख्यायिका, कथा प्रसृत झालेल्या असतात. गांधेलीही त्याला अपवाद नव्हती. येथे गाधीज ऋषीचा आश्रम होता, म्हणून या गावाचं नाव गांधेली पडलं, असं माझ्या चुलत काकांनी मला सांगितलं होतं. वाड्यातल्या मुख्य देवघरात विठ्ठल-रुखमाईच्या तीन तीन फूट उंचीच्या दगडी मूर्ती होत्या. आमच्या कुठल्या तरी पूर्वजाला त्या शेतात नांगरताना सापडल्या. पण या घटनेला अद्भुत रूप देऊन ती सांगितली जात असे. रात्री विठोबा आमच्या अमूक एका पूर्वजाच्या स्वप्नात आले आणि म्हणाले - "किती तरी वर्षांपासून मी तुझ्या शेतातल्या जमिनीत अडकून पडलो आहे; अमूक एका ठिकाणी तू खोद आणि मला बाहेर काढ." मग दुसऱ्या दिवशी आमचे ते पूर्वज शेतात गेले आणि त्या जागेवर खोदल्यावर या दोन मूर्ती बाहेर आल्या. या

आख्यायिकेमुळे विठोबा-रुखमाईच्या मूर्ती काढणारे आमचे पूर्वज एकदम साक्षात्कारी पुरुष बनले! काका म्हणाले, ''आपल्या घराण्यात असे पवित्र पुरुष होऊन गेले! आपण काही वारकरी नाहीत; पण विठोबा आपल्या घरी पाहुणा आला आहे. तेव्हापासून गोकुळ अष्टमीचा सण फार मोठ्या प्रमाणात आपल्या वाड्यात साजरा केला जातो आणि दर आठवड्याला गुरुवारी रात्री भजनाचा कार्यक्रमही केला जातो.''

याच वाड्यात त्याच्या पश्चिम बाजूच्या टोकाला असलेल्या एका लांबलचक माळवदी खोलीत माझे आजोबा आपल्या भल्यामोठ्या कुटुंबासह रहात असत. माझ्या आजोबांचे थोरले सावत्र भाऊ बाळाभाऊ मुख्य वाड्यात आपल्या कुटुंबासह रहात असत. दोन भावांची अशी विभागणी झाली, या मागेही एक इतिहास होता. माझ्या आजोबांना आम्ही सर्वजण 'दादा' म्हणत असू. दादांना त्यांच्या पहिल्या पत्नीपासून गीता ही एक मुलगी होती. त्यांची पहिली पत्नी वारल्यावर त्यांचं नगर येथील देवचके कुटुंबातल्या सीताशी दुसरं लग्न झालं. विवाहानंतर दुसऱ्या पत्नीला पहिल्या मृत पत्नीचंच नाव ठेवण्याची प्रथा आहे. त्याप्रमाणे सीताची 'लक्ष्मी' झाली. हे दुसरं लग्न झाल्यावर काही वर्षांनी म्हणजे माझ्या वडिलांचा जन्म झाल्यावर काही वर्षांनी बाळाभाऊ आणि दादा या सावत्र भावांत भांडण झालं. ''घरातलं सर्व सोनं तू चोरलं असून ते तू तुझ्या सासुरवाडीला-नगरला- नेऊन ठेवलं आहेस. ते आणल्याशिवाय घरात येऊ नकोस.'' असा आरोप बाळाभाऊंनी दादांवर केला. दादांनी हा आरोप अमान्य केला. त्यामुळे दादांना त्याच्या कुटुंबासह घराबाहेर हाकललं गेलं. दादा पुढे आयुष्यभर हा आरोप नाकारत राहिले आणि शेतीवाडीतला हक्काचा हिस्सा मिळाला नाही, म्हणून खंत करीत राहिले. बाळाभाऊंनी त्यांना शेतीतला वाटा दिलाच नाही. फक्त वाड्यातल्या पश्चिमेकडची एक पडवी तेवढी दिली. या पडवीसमोर पत्र्याची आणखी एक पडवी दादांनी वाढवली आणि आयुष्यभर ते याच जागेत राहिले. कोर्टकचेऱ्या करून शेती मिळवण्याइतकी त्यांची आर्थिक परिस्थिती कधीच राहिली नाही.

दादा देखणे होते. साडेपाच फुटांपेक्षा थोडी अधिक उंची, वर्ण गोरा, नाक धरधरीत. चेहरा काहीसा लांबुडका, ओठावर पातळशा मिशा, असं त्यांचं रूप होतं. ते तांबड्या रंगाचा ब्राह्मणी रुमाल डोक्याला बांधत. अंगात पांढरा अंगरखा आणि धोतर, असा त्यांचा पोषाख असे. या उलट आजी! बुटकी, वर्ण गोरा, परंतु नाक वरच्या बाजूला बसलेलं आणि नाकपुड्यांचा फुगवटा, तिच्या डोळ्यांत कारुण्याची छटा असे. तिला लिहिता वाचता

अजिबात येत नसे. तिला काही शब्दांचे उच्चार जमत नसत. औरंगाबादला ती 'औरंगाबाज' म्हणत असे. आणि मकबऱ्याला 'मुकरोबा'. तिचा हा चेहरा अतिशय प्रभावी असावा. तिच्या सगळ्याच अपत्यांना केवळ हाच चेहरा लाभला. एवढेच नव्हे तर आम्ही तिचे सर्व नातू, म्हणजे काकांची, आत्यांची मुलं आणि मुली हाच चेहरा घेऊन जन्माला आल्या. त्यामुळे चारचौघांतून रसाळ घराण्यातला कोणीही चटकन ओळखू येत असे!

दादांना उपजीवीकेसाठी काहीच साधन नव्हतं. शिक्षण फक्त चौथीपर्यंत प्राथमिक शाळेतलं. त्या काळात औरंगाबाद-बीड रस्त्याचं काम सुरू होतं. दादा या कामावर मुकादमीचं काम करू लागले. सायंकाळी मजुरी मिळायची. मग ते ज्वारी वगैरे घेऊन यायचे. माझी आजी - तिला आम्ही सर्वजण 'आई' म्हणत असू - ती ज्वारी दळायची आणि मग सर्वांची रात्रीची जेवणं व्हायची. या वेळी माझ्या वडिलांचं -'भाऊं'चं वय सहा-सात वर्षांचं होतं. त्यांचे देवचके मामा त्यांना शिकायला नगरला घेऊन गेले. भाऊ नगरला मॅट्रिक झाले. त्यांच्या मामांनी त्यांना कॉलेजशिक्षणासाठी पुण्याला ठेवलं. तेथे त्यांना जेवणाचे वार लावून दिले. फर्ग्युसनमधून ते इंटर झाले. 'आता तुला पुढे शिकवण्याची ताकद माझ्यात नाही', असं मामांनी सांगितल्यावर ते गांधेलीला परत आले आणि औरंगाबादमधील सरस्वती भुवन पाठशाळेत मास्तरकी करू लागले.

या काळात मुकादमीकडून दादा सावकारीकडे वळले! त्यांनी गांधेलीत छोटीमोठी सावकारी सुरू केली. पेरणीच्या हंगामावर गरजू शेतकऱ्याला दिढीच्या बोलीवर पेरणीसाठी बी म्हणून धान्य द्यायचं; शेतीसाठी गरज असेल, तेव्हा पाचपंचवीस रुपये कर्जाऊ द्यायचे - असं या सावकारीचं स्वरूप होतं. गांधेलीबरोबरच त्यांची ही सावकारी आजूबाजूच्या खेड्यांमध्येही चालत असे. मग पीक तयार झालं आणि ते विक्रीला शहरातल्या मोंढ्यावर गेल्याची बातमी कळली की, दादा तगाद्याची मोहीम काढीत. आजूबाजूच्या गावांत तगाद्यासाठी घोडीवरून जात. काही ना काही मिळवूनच ते परत येत.

गावात किराणामालाचं दुकान नव्हतं, आपल्या घरातच ते विक्रीसाठी किराणा माल ठेवू लागले. दोनचार गायी आणि एक घोडी असा सरंजामही त्यांनी गोळा केला. घोडीवर बसून ते औरंगाबादी येत. औरंगाबादी राजमल समीरमल सुराणाचं किराणा दुकान होतं. त्यातून ते ठोक भावात उधारीवर किराणा माल घेत असत. पुढे हेच दुकान आमच्या पुढच्या तीन पिढ्यांपर्यंत कायम राहिलं. किराणा, कापड याची मध्यमवर्गीयांची दुकानं ठरलेली असत.

या दुकानात त्यांचं उधारीचं खातं असे. उधारीचं पैसे बुडणार नाहीत, असा दुकानदाराला विश्वास असे. घरात लग्नकार्य निघालं की, या दुकानांची फार मदत होत असे. लग्नासाठीचा माल उधारीवर आणला जात असे आणि हप्त्याहप्त्यानं उधारीचे पैसे फेडले जात असत. आधुनिक मॉलसंस्कृतीत दुकानदारांशी असे व्यक्तिगत संबंध संपुष्टात येऊ लागले आहेत. आता खाजगी दुकानंही कमी कमी होत आहेत. आज मध्यमवर्गीयांमधल्या परंपरेनं चालत आलेल्या काही प्रथा नाहीशा होत आहेत. एकाच दुकानाशी कायमचं बांधून घेणं, शेजारीपाजारी ऐनवेळी लागणाऱ्या वस्तूंच्या उसनवारीचा व्यवहार करणं आणि जुन्या कपड्यांच्या बदल्यात भांडी खरेदी करण्यासाठी बायकांचं बोहारणीशी तासंतास हुज्जत घालणं!

माझ्या आजोबांना - दादांना - एकूण तेरा अपत्यं झाली. यांपैकी तीन अपत्यं तान्हेपणीच गेली. उरलेल्या दहा अपत्यांपैकी सर्वात मोठी मुलगी गीता ही त्यांना पहिल्या पत्नीपासून झालेली. उरलेल्या नऊंमध्ये सहा मुली आणि तीन मुलं. त्यात माझे वडील-भाऊ- सर्वांत मोठे. मी जन्मण्यापूर्वी भाऊंच्या पाच बहिणींचे विवाह झालेले होते. आणि त्यातील चौघींचा विवाहानंतर क्षयानं मृत्यूही झाला होता. मी पाचएक वर्षांचा असताना आणखी एक आत्या क्षयानंच वारली. शेवटी मला केवळ दोनच आत्या राहिल्या. भाऊंनी कर्ज काढून या बहिणींच्या लग्नात मदत केली होती. परंतु यांपैकी एकीनेही वर्षभरापेक्षा अधिक काळ संसार केला नव्हता. हे सर्व मृत्यू क्षयानं झालेले असल्यामुळे भाऊंनाही, आपल्याला क्षयानंच मृत्यू येणार - असं कायम वाटत असे. जेव्हा जेव्हा त्यांना ताप येऊन ते आजारी पडत; तेव्हा तेव्हा आपल्याला आता क्षय झाला असून या आजारात आपण जाणार, असं ते तापाच्या भरात बोलत रहात. त्यांच्या प्रत्येक आजारात आमच्या घरात कमालीचा ताण असे.

माझे दोन्ही काका औरंगाबादीच भाऊंकडे शिकायला असत. आणि माझी सर्वांत लहान आत्या गांधेलीला असे. 'तिला शिकवायला माझ्याकडे घेऊन जातो,' असं अनेक वेळा भाऊंनी सांगूनही मुलींना शिकवायचं नाही, म्हणून दादांनी तिला औरंगाबादेत नेऊ दिलं नाही. मग भाऊंनीच दादांच्या नकळत तिला लिहायला-वाचायला शिकवलं.

बारा अपत्यांना जन्म देणाऱ्या माझ्या आजीचा दिनक्रमही नवल करण्यासारखा होता. ती सकाळी किमान पाचला उठत असे. तिचं पहिलं काम म्हणजे जात्यावर दळणं. हे काम तासभराचं असे. नंतर दुभत्या गायींचं दूध काढणं. गुराखी जनावरं चरायला घेऊन जाईपर्यंत ती गोठ्यातच असे.

तोपर्यंत दादा उठत. ते बहिर्दिशेसाठी पानडोंगरीपरिसरात जाऊन आले की, त्यांना तोंड धुण्यासाठी पाणी देणं. त्यांच्यासाठी चहा करणं. त्यांना दोनएक 'कोप' चहा लागत असे. कपाला ते 'कोप' म्हणत. मी जर तेथे असलो, तर मलाही एक कप चहा द्यायला लावून चहात पोळी बुडवून खायला लावत. हे झालं की, आजी पुन्हा गोठ्यात जात असे. गोठा साफ करणं, सर्व शेण गोळा करून त्याच्या गोवऱ्या थापणं. अशा वेळी माझी कौसाआत्या रस्त्यावर पडलेलं शेणही गोळा करून आणत असे. गोवऱ्या थापून वाळवण्यासाठी भिंतीला लावून झालं की, हे काम संपत असे. घरातली चूल केवळ गोवऱ्यांवरच चालत असे. शेतीवाडी नसल्यानं लाकूडफाटा नसे. तो विकत घेणंही दादांना चालत नसे. स्नान, डेऱ्यात ताक घुसळणं, दुधाशी संबंधित सर्व कामं उरकली की, आजीचा मोर्चा पाणी भरण्याकडे वळे आणि आडावरून शेंदून पाणी भरणं चालत असे. हा आड वाड्यात जरी असला, तरी बराच दूर अंतरावर होता. हे काम चालू असताना दादा तिला कशाकशाला तरी हाका देत असत. ती जर लवकर आली नाही, तर जोरानं ''ये घोडे'' असं ओरडून तिला बोलवत.

पुतळीछाप चहाची पुडी आणि छटाकभर साखर असं –काहीतरी विकत घ्यायला कोणीतरी येई. सामान मोजून–बांधून देणं हे काम तेवढं दादा करत. याच वेळेत दादांना स्नानासाठी गरम पाणी लागत असे. पाणी भरण्याचं काम थांबवून ती दादांच्या स्नानाची तयारी करी. घरासमोरच उघड्यावर मोरी तयार केलेली होती. तिच्यात एक भली मोठी दगडी कौटुंबी असे. घंगाळाच्या आकाराचं हे दगडात कोरून तयार केलेलं दीड–दोन फूट व्यासाचं भांडं होतं. त्याच्या तळाला पाणी वाहून जाण्यासाठी भोक असे आणि त्यात कापडाचा बोळा बसवलेला असे. यातच आंघोळीचं पाणी दिलं जाई आणि नंतर धुणंही धुतलं जात असे. दादांची आंघोळ होईपर्यंत त्यांची पूजेची तयारी करून ठेवावी लागत असे. पाट, पाटावर निऱ्या करून ठेवलेला रेशमी कद, उगाळून ठेवलेलं गंध, पूजेची सर्व भांडी, हळदकुंकू , फुलं आणि नैवेद्यासाठी साखर घातलेलं दूध. हे सर्व करून आजी पुन्हा पाणी शेंदण्याकडे वळे. पूजेच्या तयारीत काही विसरलेलं असलं तर पुन्हा ''घोडे'' अशी हाक!

आजोबांची घरातल्या देवांची पूजा झाली की, ते वाड्याबाहेर असलेल्या पिंपळाखालच्या मुंज्याची आणि वेशीजवळच्या मारुतीची पूजा करायला सोवळ्यातच, अनवाणी निघत. खांद्यावर पाण्यानं भरलेली पितळेची कासंडी असे. या भांड्याचा आकार व्यायलेल्या गाईच्या कासेसारखा असल्यानं

त्याला 'कासंडी' म्हणत. कासंडी हे दूध काढण्याचं भांडं असे. दादा तेच भांडं पूजेसाठी लागणाऱ्या पाण्यासाठी वापरत. या पूजेला जाताना हातात पितळेची परडी असे. या परडीत फुलं, गंधाक्षता, नैवेद्यासाठीचं दूध हे सर्व आजी घालून देत असे.

दादांची ही बाहेरच्या देवांची पूजा संपून दादा घरी परत येत, तेव्हा आजीचा सैपाक चालू असे. आजीची ही सर्व कामं चालू असताना मधून मधून गोठ्यात जाऊन तिलाच गाईच्या कान्होडीला चारापाणी करावं लागत असे. आजीचा सैपाक व्हायला किमान दोन तरी वाजत. त्यानंतर जेवणं, धुणी भांडी करणं. ही सर्व कामं आटोपली की आजी तास अर्धा तास आडवी होत असे की, पुन्हा संध्याकाळच्या कामाचं रहाटगाडगं!

हा झाला आजीच्या दैनंदिन कामाचा लेखाजोखा! पण ती केवळ एवढंच करीत नसे. घरासमोर वाड्यातच भरपूर मोकळी जागा होती. आजीनं या जागेत दोन मांडव टाकले होते. त्यातल्या एकावर ती कारल्याचा आणि दुसऱ्यावर पडवळाचा वेल चढवत असे. ही कारली पांढरीशुभ्र आणि कमी कडू अशी असत. सुतळीला बांधलेला आणि लोंबकाळणारा एक छोटासा दगड ती वेलीला लागलेल्या पडवळाच्या टोकाला बांधत असे. या दगडामुळे पडवळ सरळसोट आणि लांबलचक वाढत असे. त्यातला एक़ चांगला निरोगी पडवळ आणि कारलं ती बियांसाठी राखून ठेवत असे. हे कारलं आणि पडवळ पिकून लाल, नारिंगी झालं की, ती त्यातल्या बिया काढून घेत असे. घराच्या पिछाडीला तिनं बाभळीच्या फांद्या रोवून एक वाडगं तयार केलं होतं. या वाडग्याच्या एका कोपऱ्यात ती वाळलेल्या गोवऱ्या रचून ठेवत असे. उरलेल्या जागेत ती मका, रताळी, राजगिरा, देवडांगराचा वेल असं काही काही लावत असे. अनेकदा या भाज्यांना पाणी द्यावं लागत असे. ती स्वत: आडाचं पाणी शेंदून वाडग्यातल्या झाडांना घालत असे. बाभळीच्या कुपाटीवर तिनं करटुल्याचा वेल चढवलेला असे. करटुल्याची भाजी अतिशय चविष्ट असते. त्यामुळे तिच्या करटुल्यांना मागणी असे. ऋषिपंचमी आली की, बायकांच्या फराळासाठी औरंगाबादेतील सर्व नातेवाइकांना स्वत: काढलेलं पीक ती पुरवत असे. या सर्व कामात तिला कौसाआत्याची सर्व प्रकारची मदत होत असे. पण वयाच्या चौदाव्या वर्षी तिचं लग्न झालं आणि ही कामं केवळ आजीच्या अंगावर पडली आणि आजोबांना तोंड द्यायला फक्त आजीच उरली.

दोनचार दिवसांची सुटी जर लागली की, औरंगाबादेहून आम्ही गांधेलीला

येत असू. फक्त माझी आई येणं टाळीत असे. तिला खेड्यात राहणं अजिबात आवडत नसे. गांधेलीला आले की, भाऊ आईला सर्व प्रकारची मदत करीत. आडाचं पाणी शेंदून ते घरात आणणं हे काम तेच करीत असत. आम्हालाही ते मदतीला घेत. ते हे काम करू लागले की, घरात बसल्या बसल्या आजोबांची कुरकूर चालू होई. ''शिकून बायल्या झाला! लाजही वाटत नाही!'' असं काही काही ते पुटपुटत असत.

भर तारुण्यातच निष्कांचन अवस्थेत घराबाहेर हाकलले गेल्यामुळे आणि नंतर जगण्यासाठी उग्र संघर्ष द्यावा लागल्यामुळे दादा घरखर्चाबद्दल अतिशय काटकसरी, चिक्कू झाले होते. आजीनं एखादी वस्तू जर विकत आणायला सांगितली, तर ते त्याबद्दल हजार चौकशा करीत. 'ही वस्तू परवा तर आणली होती, इतक्या लवकर कशी संपली? आता त्या वस्तूशिवायच घर चालवा!' अशी त्यांची आज्ञा असे. गांधेली लहानसंच गाव, त्यामुळे शेजारच्या चिकलठाण्याहून आठवड्यात एकदा तेली, खाटीक वगैरे विक्रीसाठी येत. तेली आला की, तेल आणायच्या वेळी दादांची खास तक्रार सुरू असे. तेल आणलं की, आजी त्याच्यातलं बरंच तेल काढून लपवून ठेवीत असे. तेलाची रिकामी बाटली पाहिल्यावर दादा संतापत असत. पण तेलाशिवाय सैपाक होऊ शकणार नाही म्हणून नाइलाजानं तेल आणून दिलं जाई. मग आजी पुरेसं तेल वापरून सैपाक करीत असे.

दादांचं हे वागणं आजी कसलीही तक्रार न करता, शांतपणे सहन करीत असे. आयुष्यात तिनं कुठल्याही गोष्टीबद्दल आपली अनुकूल-प्रतिकूल प्रतिक्रिया दिली नाही. तिने कशावरही कधीच आपला राग, निषेध प्रकट केला नाही. नवऱ्याचंच नव्हे तर कुटुंबातल्या सर्वांचंच तिच्याशी जे वर्तन होत असे, ते सर्व ती निमूटपणे आणि अलिप्तपणे स्वीकारीत आणि सहन करीत राहिली. तिनं आपल्या सुनांच्या संसारातही कधी ढवळाढवळ केली नाही. म्हातारपणी ती आमच्या घरी एखाद्या पाहुण्यासारखी राहिली. आपल्या संस्कृतीत 'आदर्श' स्त्री कशी घडवली जात असे, याचं माझी आजी म्हणजे उत्तम उदाहरण होतं.

कुटुंबात मुलांना आणि मुलींना वागवण्यात त्यांच्या लहानपणापासूनच फरक केला जात असे. भाऊ मात्र मुलामुलींना वागवण्यात स्वत: फरक करीत नसत आणि आमच्या आईलाही करू देत नसत. एकदा माझ्याबरोबर गांधेलीला माझ्या पाठची बहीण लीला आली होती. सकाळी आजीनं गायींचं दूध काढलं आणि मला एक भला मोठा पेलाभर आणि लीलाला

मात्र कपभर धारोष्ण दूध प्यायला दिलं. लीलाला असं कधी वागवलं गेलं नव्हतं. लीला आजीशी भांडू लागली, तेव्हा आजी म्हणाली, "तू मुलगी आहेस. जे मुलाला दिलं जाईल, ते तुला मिळणारच नाही. असं वळण जर लहानपणापासून तुला लावलं गेलं नाही, तर संसारात पडल्यावर तुला सासरच्यांची खेटरं खावी लागतील!" आजी तिच्यावर होणारा अन्याय निमूटपणे का सहन करीत होती, याचं उत्तर मला मिळालं होतं.

दादा सावकारी करत असल्यामुळे गावातले बहुतेक सर्व शेतकरी त्यांना मानानं वागवीत. पुन्हा ते पोलीसपाटील घराण्यातले. हे वतन पुढे मागे त्यांच्याही वाट्याला येऊ शकतं, हे लक्षात घेऊन गावकऱ्यांचं त्यांच्याशी वर्तन असे. शेतातल्या पिकाचा वानोळा त्यांना पाठवला जाई. लागणारा भाजीपाला आणायला मी अनेकांच्या शेतात गेलो आहे. अमूक एक भाजी पाहिजे, म्हटलं की, ती तात्काळ दिली जात असे. चिंच तयार झाली की, कुठला तरी शेतकरी त्या आणून टाकीत असे. मग ती फोडण्याचं काम आम्हा मुलांवर येऊन पडे. हुरड्याच्या मोसमात कोणीतरी आपल्या शेतातली कणसं आणून देत असे. मग रात्री दादा गवऱ्यांची आगटी पेटवीत. स्वत: हुरडा भाजीत. भाजलेली कणसं स्वत:च चोळीत आणि आम्हा सर्वांना गरम गरम हुरडा खाऊ घालीत. यावेळी आजीबद्दलचं त्यांचं प्रेम उफाळून येत असे. आजीला शेजारी बसवून स्वत: हुरडा फुंकून तिला देत असत.

घरातल्या कर्त्या पुरुषानं घरातल्याशी कसं वागायचं, याची काही प्रमाणकं ठरलेली असत. मुख्यत: घरात सर्वांना कर्त्या पुरुषाचा धाक असलाच पाहिजे. तो घरात शिरला की, घरात चिडीचूप झालंच पाहिजे. केवळ घरातले अंतिम निर्णय तर तो घेतच असे, पण घरातल्या सर्वच व्यक्तींच्या खाजगी गोष्टींबद्दलही तोच निर्णय घेत असे. आजोबा याचं स्वत: काटेकोरपणे पालन करीत. आम्ही औरंगाबादेत जेथे रहात होतो, त्या नजिक एक अतिशय स्वस्तात विकावू घर होतं. घरमालक ओळखीचा होता.घर विकत घेण्यासाठी तो भाऊंना आग्रह करीत होता. भाऊंनी इसार म्हणून काही रक्कमही त्याला दिली. ही बातमी दादांना कळली. ते तात्काळ त्यांच्या घोडीवरून औरंगाबादेत आले आणि "तू आता तुझी स्वतंत्र इस्टेट करू लागला आहेस का? आता तू स्वार्थी झाला आहेस!" वगैरे गोष्टी त्यांना ऐकवून इसाराचे पैसे त्यांनी परत घ्यायला लावले.

आमचे काका वयात आले होते. त्यांना चांगलीच दाढी फुटली होती. दुपारी दादांनी पाहिलं, तर सकाळी असलेली दाढी आता नव्हतीच. काकाचा

चेहरा अगदी गुळगुळीत! "काय रे, वारीक कधी येऊन गेला? मला कसं नाही कळलं?" काका गप्पच. "तू स्वतःच हातानं हजामत केलीस वाटतं? लाज वाटत नाही? येथून पुढे हा प्रकार दिसला, तर याद राख!" दादांनी काकाला दम दिला.

असं केवळ दादाच वागत असत असं नाही. वाड्यातल्या माझ्या चुलत काकांचंही वागणं असंच असे. त्यांच्याही अशाच काही कल्पना असत आणि त्या ते इतरांवर लादत. औरंगाबादेत शिकणारी त्यांची मुलं, पुतणे वगैरे किंवा आम्ही गांधेलीला सुटीच्या निमित्तानं आलो की ते आमची डोकी पहात. वाढलेल्या केसांकडे पाहून म्हणत, "छप्पर फार वाढलं आहे. जा रे, वारकाला घेऊन ये." वारीक आला की, मुलाला धरायचं आणि वारकापुढे बसवायचं. मग वारीकही त्याची गुळगुळीत डोई करायचा. डोक्याच्या मागच्या बाजूला चांगला गोल संजाब आणि संजाबाच्या मध्यभागी लांब शेंडीही ठेवायचा. हे झालं की, त्यांना समाधान वाटत असे. संजाबशेंडी ठेवलेल्या मुलाला आता आपण शाळेत कसं जायचं याची चिंता ग्रासत असे. जी छोटी मुलं असत, त्यांची डोई करून समोर, कपाळाच्या वरच्या डोक्याच्या भागात ते केसांचा 'कावळा' ठेवायला लावत. "वारकाला बोलाव", असे भाऊसाहेबांचे शब्द कानी पडले की, मुलं इकडं तिकडं लपून बसत.

कुटुंबाचे काही संकेत असत आणि ते काटेकोरपणे पाळले जात. घरातला कर्ता पुरुष वयात आलेल्या आपल्या मुलाशी 'अहो- जाहो'त बोलू लागे. प्रत्येक मुलाला एक आदरार्थी नाव दिलेलं असे. दादा, नाना, अप्पा, तात्या - असं काही तरी. घरातल्या मोठ्या माणसानं त्याला त्याच्या नावानं जरी संबोधलं, तरी ते चालत असे. परंतु लहानांनी मात्र मोठ्यांना त्यांना कुटुंबानं दिलेल्या नावानंच संबोधलं पाहिजे आणि ही वडील मुलं वयात आल्यावर धाकट्यांनी त्यांना दादासाहेब, तात्यासाहेब असं आदरार्थी बोलायचं असे. मुलींनाही अक्का, ताई, बाई अशी नावं असत. बापाला जर वयात आलेल्या मुलाला काही सांगायचं असेल, तर ते त्याच्या आईमार्फत सांगितलं जात असे. "तुमच्या चिरंजीवांना म्हणावं..." बाप बोलायला सुरवात करीत असे. लग्न झालेल्या मुलाला आपल्या पत्नीशी वडीलधाऱ्यांसमोर बोलता येत नसे. तसेच स्वतःच्या मुलाला घरातल्या वडीलधाऱ्यांसमोर जवळही घेता येत नसे. जेव्हा नुकताच जन्मलेल्या बाळाबद्दल वडीलधारी मंडळी बोलत; तेव्हा आपल्याला मूल झालं, याची जणू आपल्याला लाज वाटते, अशा अर्थाचा चेहरा नुकताच बाप झालेला मुलगा करीत असे! याशिवाय

आणखी एक प्रथा म्हणजे बायकोला आपल्या नवऱ्याच्या उष्ट्या ताटातच जेवावं लागत असे.

मारुतीच्या देवळासमोर दादा कोणाशी तरी बोलत असताना मागून एका बैलानं त्यांना धडक दिली आणि त्यांचा एक पाय मोडला. त्या काळात यावर काहीच उपाय नव्हता. औरंगाबादेत याचं ऑपरेशन करणारा एकही डॉक्टर नव्हता. दादा स्वत:च यातून सावरले. ते कुबड्यांच्या साह्यानं चालायला शिकले. अशाही अवस्थेत ते कर्जवसुलीच्या तगाद्याला जात असत. फक्त किराणा मालाचं दुकान त्यांनी बंद केलं होतं.

एकनाथ षष्ठीच्या दिवशी दादा गेले आणि गांधेलीत माझी आजी एकटीच राहिली. दादांनी वाढवलेला सावकारीचा पसारा आवरेपर्यंत आजीनं तेथेच रहावं, महिन्यातून दोनदा भाऊंनी येऊन हा पसारा आवरण्यात मदत करावी - असं ठरवलं. आजीच्या सोबतीला अक्षरओळख असलेला रामसिंग नावाचा गडी सालकरी तत्त्वावर नेमला. आजी सावकारीचा जो व्यवहार करील, त्याच्या नोंदी करून ठेवायचं काम त्याला सोपावण्यात आलं. रामसिंग रात्री अकराच्या सुमारास येत असे आणि सकाळी दूधदुभतं करून नऊच्या सुमारास परत जात असे. पुन्हा दुपारी येत असे आणि संध्याकाळी गुरं परतल्यावर पुन्हा गायींना दोहून घरी जात असे. रामसिंग हा अतिशय प्रामाणिक असा गडी होता. आजी त्याच्यावर विसंबून असे. आता महिन्यातून किमान दोन वेळा मी भाऊंबरोबर गांधेलीला जाऊ लागलो. निझामाच्या काळात असलेली आठवड्याची शुक्रवारची सुटी आता रविवारी दिली जात होती. शनिवारी शाळा सुटली की, सायंकाळी साडेचार-पाचच्या सुमारास भाऊ आणि मी गांधेलीला पायी जायला निघत असू. सहा मैलांचं अंतर सामान्यपणे दोन तासांत पार करून सातच्या सुमारास गांधेलीत असू. रविवारी भाऊंचं सावकारी निपटण्याचं काम सुरू होई. मी मात्र गांधेलीपरिसरात मुक्तपणे हिंडत असे. वाड्यातल्या मोठ्या घरात माझ्याच वयाचे माझे चुलतचुलत भाऊ वसंत किंवा प्रभाकर दादा असत. मी त्यांच्याबरोबर त्यांच्या पिंपळ मळ्यात जाई. प्रभाकर दादाला नांगरण्यापासून शेतीची सर्वच कामं येत असत. तो शेतात गड्याबरोबर राबतही असे. मी दिवसभर त्याच्याबरोबर शेतातच असे. सोमवारी आम्ही सकाळी सहाच्या सुमारास औरंगाबादला परतण्यासाठी निघत असू आणि वेळेवर शाळेत जात असू.

याच काळात मला गांधेलीची विलक्षण ओढ वाटू लागली.एक तर आजीचं माझ्यावरचं प्रेम. मी तिच्या सर्वात मोठ्या मुलाचा मुलगा आणि

तिचा पहिला नातू होतो. त्यामुळे ती माझे खूप लाड करीत असे.त्यातही मी 'मुलगा' असल्यामुळे माझी खास बडदास्त ठेवण्यात येत असे.औरंगाबादेतल्या मोठ्या कुटुंबात माझे एकट्याचे लाड होणं शक्य नव्हतं. गांधेलीत लाड करून घेणारा फक्त मी आणि लाड करणारी आजी! आठवड्याचे पाच दिवस घरात ती एकटीच असे. त्यामुळे आठवड्याच्या शेवटी मी येण्याची ती वाट पहात असे. तिच्या हाताला विलक्षण चव होती. मी जेवण्यासाठी जे जे करायला सांगत असे, ते ते ती प्रेमानं करीत असे. घरात दुधातुपाची चंगळ असे. पाणी न वापरता केवळ दुधात केलेला शिरा, वेगवेगळ्या खिरी, कधीतरी बासुंदी-श्रीखंड. असं काही ना काही ती माझ्यासाठी करीत असे. गांधेलीत एकटीच राहणाऱ्या आपल्या आईला निदात आठवड्यात एक दिवस आपल्या मुलाची सोबत मिळते, म्हणून भाऊही गांधेलीला माझ्या जाण्याला विरोध करीत नसत.

गांधेलीला माझा चुलतचुलत भाऊ वसंत याच्याशी माझी खास गट्टी असे. माझ्यासारखंच त्याला गांधेलीच्या रानात हिंडणं आवडायचं. दोघांनाही रानमेवा खाण्याचा शौक असे. पिंपळ मळ्यात दुपारी पाण्यासाठी आपली मेंढरं घेऊन धनगर येत असत. वसंत त्यांना दूध मागत असे. ते मेंढीचं घट्टसर दूध काढून देत असत. उग्र वासाचं ते दूध पिण्यात आम्हाला मजा वाटत असे. त्या दुधात मेंढीचे खूप केस पडलेले असत. दूध पिताना ते तोंडात येत. हुरड्याच्या दिवसात मी शक्य तो गांधेलीतच असे. पिंपळ मळ्यातले गडी ताकद कमावण्यासाठी महिनाभर केवळ हुरड्यावर रहात. जेवणाऐवजी ते फक्त हुरडा खात, पाणीही पीत नसत. त्याऐवजी ते ज्वारीची ताटं उसासारखी सोलून चघळत. ज्वारीच्या ताटात उसासारखा बराच रस असे. यामुळे ताकद वाढते की नाही कोणास ठाऊक. पण केवळ हुरडा आणि ताटं यावर राहण्याची कल्पना मात्र अफलातून वाटत असे! हुरड्याच्या मोसमात बऱ्याच झाडांवर मधानं गच्च भरलेली पोळी लागलेली असत. गडी त्यातलं एखादं पोळं काढून देत असत. पोळं तसंच चोखून त्यातला मध आम्ही खात असू, आंब्याच्या दिवसांत सकाळीच बहिर्दिशेच्या नावानं मी आणि वसंता तळ्यातल्या आमराईत जात असू. सकाळीच आंब्यांच्या झाडाखाली अनेक अर्धवट पिकलेल्या शाखा पडलेल्या असत. त्या आंबटगोड शाखा मनसोक्त खाऊन आम्ही बऱ्याच उशिरा घरी परतत असू. बाराखुदा डोंगराच्या परिसरात करवंदाच्या विपुल जाळ्या असत. तसंच सीताफळांची मुबलक झाडंही असत. हिवाळ्यात सीताफळं काढून आणून ती बैठकीतल्या बळदातल्या ज्वारीत

पिकायला ठेवीत असू. गुपचूप बळदात उतरून भरपूर सीताफळं खात असू. एकदा ज्वारी काढण्यासाठी गडी बळदात उतरले. त्यांना ज्वारीत पडलेल्या सीताफळाच्या बिया आणि पुरलेली सीताफळं दिसल्यामुळे आमचं हे बिंग फुटलं आणि ज्वारीची नासाडी केल्याबद्दल आम्हाला सज्जड दम दिला गेला.

दादांच्या निधनानंतर मी गांधेलीत असं एक मुक्त जीवन जगलो. त्याची मला गरजच वाटत होती. घरात जेव्हा दहाबारा माणसं असतात आणि त्यांच्यासमवेत तुम्ही मुलं असता, तेव्हा तुमच्या प्रत्येक हालचालींवर घरातल्या अनेकांचे डोळे रोखलेले असतात. आपली मुलं बिघडतील, त्यांना वाईट सवयी लागतील, याची काळजी वडीलधाऱ्यांना असते. त्यामुळे मुलांना "हे कर, हे करू नकोस, हे का केलंस? देऊ का तुझ्या मुस्काडीत?" असं दिवसभर ऐकावं लागतं. बिचारे अशा वातावरणात गुदमरून गेलेले असतात. त्यांना जर अचानक मोकळं वातावरण मिळालं की, मन मानेल तसं हुंदडतात. या वयात मलाही गांधेलीची गरज होती. माझ्या गांधेली-आकर्षणामुळे मी फारसा अभ्यास करू शकलो नाही. मॅट्रिकच्या परीक्षेत तिसऱ्या श्रेणीत पास झालो! घरातल्यांना त्याची हळहळ वाटत राहिली. कॉलेजात गेल्यावर मात्र माझं गांधेलीला जाणं कमी होत गेलं.

आता आजी फार थकली होती. आजीनं हट्टानं चालू ठेवलेली गांधेलीची सावकारी भाऊंनी अखेरची बंद करण्याचा निर्णय घेतला. जेवढी वसुली शक्य होती तेवढी करून घेतली, बाकीच्यावर पाणी सोडलं. हे सर्व होताना भाऊंबरोबर मीही गांधेलीतच होतो. सर्व निरवानिरव झाली. दोन पडव्यांचं घर रिकामं केलं. त्याला कुलूप न लावता ते चुलतचुलत्यांच्या हवाली केलं आणि आम्ही आजीला बरोबर घेऊन गांधेली सोडली.

औरंगाबाद शहर झपाट्यानं वाढत गेलं. गांधेली या विस्तारात हरवून गेली. आज या भूभागाला जरी गांधेलीच म्हणत असले, तरी ती आता माझं गाव असलेली 'गांधेली' राहिली नाही. आता ते औरंगाबादचं एक उपनगर बनलं आहे. लोक सांगतात - गांधेलीला अमूक एक कारखाना आला आहे, अशा अशा इमारती झाल्या आहेत. पण माझ्या मनातली गांधेलीची प्रतिमा विरून जाईल, म्हणून मला ते ऐकावंसं वाटत नाही. गांधेली सोडल्यापासून गेल्या पन्नास एक वर्षांत मी गांधेलीत पायही ठेवला नाही, मला माझ्या आठवणीतली डोंगराच्या बेचक्यात वसलेली छोटीशी गांधेली तशीच जिवंत ठेवायची आहे.

◈

२.

माझं आजोळ

प्रत्येकाला एकच आजोळ असतं, पण मला मात्र एक कायमचं आजोळ आणि दुसरं माझ्या आजोबांबरोबरचं फिरतं आजोळ – अशी दोन आजोळं होती. त्यांपैकी बोधेगाव हे माझं कायमचं आजोळ. कारण ते माझ्या आजोबांचं घरदार, शेतीवाडी असलेलं मूळचं गाव होतं. नोकरीनिमित्त ज्या ज्या गावात आजोबांना रहावं लागत असे, ते ते गाव माझं दुसरं आजोळ असे!

माझे आजोबा करोडगिरीत वरिष्ठ नाकेदार होते. करोडगिरी म्हणजे परदेशातून येणाऱ्या मालावरची घेतली जाणारी जकात. निझामाच्या दृष्टीनं भारत हा 'परदेश'च होता! ब्रिटिश भारत आणि निझामस्टेटच्या सीमांवरच्या ज्या गावांतून व्यापारी वाहतूक होत असे, त्या गावी व्यापारी रस्त्यावर करोडगिरीच्या चौक्या आणि नाकी असत. ज्या मार्गावरून मोठ्या प्रमाणात व्यापार होत असे, त्या गावी 'चौकी' असे. चौकीवर एक वरिष्ठ नाकेदार आणि त्याच्या हाताखाली काही नोकर असत. आणि जेथून कमी प्रमाणात व्यापार होई तेथे 'नाकी' असत. नाक्यावर एक नाकेदार आणि एक हाताखालचा हमाली काम करणारा नोकर असे दोघेच असत. वरिष्ठ नाकेदाराला 'अव्वल साहेब' म्हणण्याची करोडगिरी खात्यात प्रथा होती. माझे आजोबा प्रथम नाकेदार आणि नंतर बढती मिळून अव्वल साहेब बनले. करोडगिरीच्या नोकरीत असताना आपल्याला लोकांनी 'अव्वल साहेब' असं संबोधून बोलावं, याबद्दल ते फार दक्ष असत. कोणी जर त्यांना नाकेदार म्हटलं, तर त्यांना राग येत असे. आपण अव्वल साहेब असून आपल्याशी याच नावानं बोलायचं, असं नम्रपणा धारण करून समोरच्याला ऐकवत असत. एका चौकीहून दुसऱ्या चौकीवर अशा त्यांच्या सतत बदल्या होत

असत. मग त्यांचं नोकरीचं गाव हेच त्या त्या वेळचं आमचं आजोळ असे.आजोबा नोकरीतून सेवानिवृत्त झाल्यावर आजोबांनी त्यांचं मूळचं गाव बोधेगाव सोडलं आणि त्यांनी रंगाऱ्याच्या देवगावी कायमचं राह्यचं ठरवलं. तेथे त्यांनी शेती घेतली. एक वाडाही घेतला आणि ते कायमचे देवगावी राहिले. देवगावी स्थायिक होताना त्यांनी बोधेगावची आपल्या वाट्याची शेती आपल्या धाकट्या भावाच्या नावे करून दिली. आजोबा देवगावी स्थायिक झाल्यावर मला देवगाव आणि बोधेगाव अशी दोन आजोळची गावं झाली!

आजोबांनी आपलं कायमचं ठिकाण जरी बदललं असलं, तरी माझं मूळचं बोधेगाव हे आजोळ मात्र कायमच राहिलं. माझी आई-तिला आम्ही 'बाई' म्हणत असू - ही तिच्या काकांची अतिशय लाडकी होती. बाईचे हे काका रंगानं गोरे, गोल चेहऱ्याचे, किंचित घाऱ्या डोळ्यांचे आणि अंगानं काहीसे स्थूल असे होते. माझे आजोबाही दिसायला असेच होते. फक्त त्यांच्या चेहऱ्यावर देवीचे पुसटसे व्रण होते. ते इतके पुसट होते की, पहाणाऱ्याच्या ते लक्षातही येत नसत. बाईचे काका हे बोधेगावीच शेतीवाडी करून रहात असत. ते आपल्या लाडक्या पुतणीला-बाईला- माहेरपणासाठी तेथे वारंवार घेऊन जात असत. तेव्हा बाईला बोधेगाव आणि देवगाव अशी दोन माहेरगावं होती. बाई अकराबारा वर्षांची असताना तिचा एक फोटो काढला गेला होता आणि काकाआजोबांनी स्वत:पाशी तो जपून ठेवला होता. मी मामाच्या लग्नासाठी बोधेगावी गेलो असताना त्यांनी मला तो कौतुकानं दाखवला. या फोटोतली परकरपोलक्यातली आणि दोन वेण्या घातलेली माझी आई पाहून मला गंमत वाटली. मला तो गमतीदार फोटो हवासा वाटला. मी त्यांना तो फोटो मागितल्यावर त्यांनी तो न बोलताच गुपचूप ठेवून दिला. पुढे काही वर्षांनी माझी बहीण सातआठ वर्षांची झाल्यानंतर त्यांनी बाईचा बालपणीचा चूलबोळक्यांचा पितळी खेळ माझ्या बहिणीला खेळण्यासाठी औरंगाबादी आणून दिला. त्यांनी तो कितीतरी वर्षं जपून ठेवला होता. खरं म्हणजे काकाआजोबांनाही दोन मुली होत्या. पण त्यांनी हा खेळ आपल्या मुलींच्या हाती कधीच लागू दिला नाही. असं जगाविरहित प्रेम काकाआजोबा बाईवर करायचे. म्हणून माझे आजोबा कायम वस्तीसाठी जरी देवगावी आले, तरी बाईचं मूळचं माहेरगाव तुटलं नव्हतं. त्यामुळे देवगाव हे आईचं अधिकृत माहेर झाल्यावरही तिचं आणि तिच्याबरोबर आमचं बोधेगावी अधूनमधून जाणं होई.

बऱ्याच वर्षांनी, कॉलेजात असताना मी माझ्या मामांबरोबर बोधेगावी गेलो होतो. भर दुपारी तेथे पोचलो. आम्हाला पाहून काकाआजोबांना अतिशय आनंद झाला. ते आमच्याकडे पाहून प्रसन्नपणे हसले. त्यांचे किंचित घारे डोळे आनंदानं लुकलुकले. मोठ्या उत्साहानं त्यांनी आमचं स्वागत केलं. आम्ही दोघं जेवायला बसलो. काकीआजींनी आम्हाला पोळ्या वाढल्या. कालवण वाढायला त्या आल्यावर काकाआजोबांनी त्यांना ते वाढू दिलं नाही. ते घरात गेले आणि तुपाची भली मोठी बरणी घेऊन आले. आमच्या वाट्या त्यांनी तुपानं गच्च भरल्या आणि म्हणाले, 'घरी म्हैस व्यालेली आहे आणि दुधातुपाला काही कमी नाही.म्हणून आता पोळ्या तुपातच कुस्करून खा!' त्या दुपारचं आमचं पूर्ण जेवण केवळ तुपाबरोबर झालं! तुपाबरोबरचं हे जेवण आम्हाला पचवणं अवघड गेलं, हा भाग निराळा. आलेल्याचं आपल्या मनाप्रमाणे आतिथ्य करून त्याचा आनंद घेण्याची काकाआजोबांची ही मुलखावेगळी पद्धत!

औरंगाबाद –अजिंठा रस्त्यावर पंचवीसएक मैलांवर फुलंब्री हे गाव आहे. या गावाच्या पश्चिम दिशेला आठएक मैलांवर माझं आजोळ असलेलं बोधेगाव (बुद्रुक) आहे. या बोधेगावाशेजारी असलेला एक नाला ओलांडला की, तेथे बोधेगाव (खुर्द) आहे. निझाम सरकारचं 'निझाम स्टेट रेल्वे अँड रोड ट्रॅन्सपोर्ट डिपार्टमेंट' (एन्.एस्. आर. आर. टी. डी) होतं, या खात्याच्या बसेस संस्थानात चालत. माझ्या लहानपणी औरंगाबाद–अजिंठा रस्त्यावर सकाळी एक आणि सायंकाळी एक अशी दोन वेळा निझाम सरकारची बस धावत असे. खरं म्हणजे सगळ्याच मार्गावर सकाळी आणि संध्याकाळी अशा दोन वेळेसच बस असे. प्रवास करताना जर बरोबर बाईमाणूस असेल, तर बसमध्ये जागा मिळे. बस स्टँडला लागली की, कंडक्टर ओरडे, 'पहिले जनाना (स्त्रिया) आयेगा, उसके बाद साथमे जो मर्दाना (पुरुष) है ओ आएगा.' त्यामुळे बसमध्ये सहज बसायला मिळत असे. बसमधल्या सिटांच्या प्रारंभीच्या दोन ओळी 'जनान्या'साठी राखीव असत. या दोन ओळींभोवती पडदा असे. बस सुरू झाली की, कंडक्टर हा पडदा सिटांभोवती ओढून घेई. मग आतल्या बुरखाधारी स्त्रिया बुरखा सरकवून खिडकीबाहेरची दृश्यं पाहू शकत असत. जनाना बसमध्ये गेल्यावर सोबतचे पुरुष बसमध्ये शिरत आणि रिकाम्या सिटांवर बसत. आसन आरक्षित करण्याची पद्धती तेव्हा नव्हती. पण बरोबर 'जनाना' असूनही अनेकदा फुलंब्रीसारख्या नजिकच्या गावाला जाण्यासाठी बसमध्ये जागा मिळेलच याची खात्री नसे. बसमध्ये जर जागा

मिळाली नाही, तर प्रवास दुसऱ्या दिवसावर ढकलावा लागत असे. या त्रासामुळे बसऐवजी बैलगाडीनं बोधेगावी जाणं अधिक शहाणपणाचं असे. म्हणून काकाआजोबा आमच्यासाठी बैलगाडी पाठवत.

बोधेगावात सुमारे दहा घरं ब्राह्मणांची. पैकी आठ घरं माझ्या आजोबांच्या भाऊबंदांची. माझ्या आजोबांचं घराणं हे गणपतिभक्त. या घराण्याच्या मूळच्या वाड्यातच गणपतीची भलीमोठी मूर्ती असलेलं मंदिर. गणपतिमंदिर असलेल्या मूळ घराच्या परिसरात बाकीच्या भाऊबंदांचे वाडे. काहींचे वाडे मात्र तेथून दूर अंतरावर. याच परिसरात एक बालाजीचं मंदिर आणि या मंदिराच्या पुजाऱ्यांची दोन घरं. अशी बोधेगावच्या ब्राह्मणांची वस्ती होती.

माझ्या धाकट्या मामाचं लग्न ठरलं होतं आणि हे लग्न बोधेगावी म्हणजे वराच्या गावी होणार होतं. कारण स्वत:च्या प्रतिष्ठेबद्दलच्या माझ्या आजोबांच्या कल्पनेत वधूच्या गावी उचलून जाणं बसत नव्हतं. म्हणून वधुपक्षच बोधेगावी येणार होता. लग्नाची सारी जबाबदारी आजोबांनी जरी स्वीकारली असली, तरी त्यांनी लग्नखर्चापोटी काही रक्कम वधुपक्षाकडून घेतली होती आणि शिवाय वरदक्षिणा म्हणून काही हुंडाही. लग्नकार्यात माझ्या आजोबांना बाईचा सल्ला महत्त्वाचा वाटत असल्यामुळे त्यांनी बाईला आधीच बोलावून घेतलं. म्हणून लग्नाच्या बरेच दिवस आधी बाईसह आम्ही बोधेगावी पोचलो.

बोधेगावी जायचं म्हटलं की, मी खूष होऊन जात असे. मला बोधेगावच्या वानरांचं आकर्षण असे. बोधेगावात प्रचंड प्रमाणात वानरं होती. ही वानरं अतिशय धीट होती. ती माणसांना भीत नसत. उलट ती माणसांना भिववीत. एखाद्या माणसाच्या हातात जर खाद्यपदार्थ असला, तर एखादं वानर तो त्याच्या हातातून हिसकावून घेत असे. वानराची एखादी टोळी एखाद्या घराच्या माळवदावर उतरे आणि तेथे तासंतास धुमाकूळ घालत असे.या वानरांना जरी हुसकावलं, तरी ते जात नसत.त्यामुळे बायकांना वाळवणासाठी माळवद वापरता येत नसे. आम्हा मुलांची मात्र या वानरांच्या 'माकडचाळ्यां'मुळे खूप करमणूक होत असे. वानरांमुळे आम्हा मुलांना करमणुकीच्या आनंदाबरोबर भीतीचा थरारही अनुभवता येई. वानरांभोवती जमलेल्या मुलांपैकी जर एखाद्यानं वानराची खोडी काढली, तर ते फिस्कारून त्याच्या अंगावर येई. मग सर्व मुलांची घाबरगुंडी उडे. ती पळून दूर उभी रहात. मग पुन्हा भीत भीत वानरांच्या नजिक येऊ लागत. वानरांचे चाळे पहात, त्यांना खिजवण्यात आम्हा मुलांचे तासंतास निघून जात. त्यामुळे मी

बाहेर जास्त आणि लग्नघरात कमी वेळ असे.

गावात कोणाकडेही लग्न असो, त्यात गावाचा कमीअधिक सहभाग असे. लग्नाची तयारी सुरू झाली आणि हळूहळू गाव लग्नाच्या तयारीत सहभागी होऊ लागलं. लग्नाचं पहिलं काम म्हणजे पत्रावळी-द्रोण तयार करणं. लग्नाचा समारंभ त्या काळाच्या रीतीप्रमाणे चार दिवस चालणार होता. चार दिवस पंगती उठणार होत्या. गावातल्या ब्राह्मणांसह इतर अनेकांना भोजनाचं आमंत्रण दिलं जाणार होतं. शेवटच्या दिवशी रीतीप्रमाणे वधुपक्ष वरपक्षाला जेवण देणार होता. त्यासाठी असंख्य पत्रावळी लागणार होत्या. म्हणून हे काम आधी सुरू केलं गेलं. दिवसभरात गावातल्या कोणीतरी पळसाच्या डहाळ्या आणून टाकलेल्या असायच्या. रात्री गावातली ब्राह्मणमंडळी आजोबांच्या वाड्यात जमायची. डहाळ्यांची पानं तोडून ती नीट जोडून ठेवण्याचं काम मुलं उत्साहानं करायची. आलेल्यांपैकी काहीजण पळसपानं जोडण्यासाठी चुया तयार करण्याच्या कामाला लागायची. चुयांसाठी बाजरीची वाळलेली ताटं, सरमाड वापरलं जायचं. चाकूनं सरमाडापासून सुईच्या जाडीच्या लांब लांब काड्या तयार केल्या जात. ही तयारी झाली की, पत्रावळी लावण्याचं काम चालू होई. यात काही द्रोणतज्ज्ञ असत. ते असा द्रोण तयार करीत की, त्यात वाढलेल्या पातळ कालवणामुळे तो कलंडणार नाही. द्रोणात कालवण ओतलं की, तो हमखास कलंडायचाच. मग जेवणारा त्याला नको असणाऱ्या फळभाजीत किंवा भातात तो द्रोण दाबून गच्च बसवायचा. असं केलं जाऊ नये, म्हणून न कलंडणारे द्रोण करण्याला महत्त्व असे. गप्पाटप्पा, हास्यविनोद यांसह हे काम रात्री बारापर्यंत चालत असे. मध्ये झोप उडवणारा कडक चहाही होई. या पद्धतीप्रमाणे मामाच्या लग्नाच्या पत्रावळी तयार झाल्या.

लग्नाआधीच्या या पंधरवाड्यात लग्नात लागणारे धान्य निवडण्यासाठी, फराळाचे पदार्थ करण्यासाठी दुपारच्या वेळेस बायका जमत. दिवसा बायकांचा आणि रात्री पुरुषांचा गोंधळ चालू असे.

लग्न दोन दिवसांवर आलेलं. काकाआजोबांनी गावातल्या कोणा एकाला बोलावलं आणि म्हणाले, "गड्या! लग्न दोन दिवसांवर आलेलं; अजून मांडव उभा राह्यला नाही. मांडवाकडे तेवढं पहा ना गडया -" "काका, काही काळजी करू नका. मांडव उभा करायला काय लागतं? आत्ता उभा करून देतो!" मग गावातल्या काही जणांनी वाड्यासमोर मेढी उभारून आणि आंब्यांच्या-जांभळाच्या पानांनी छत शाकारून थंडगार मांडव उभा

करून दिला. गावातलं कुठलंही लग्न असो, ते साजरं करणं ही केवळ कुटुंबाची जबाबदारी नसे; तर पर्यायानं ती सर्व गावाची जबाबदारी असे. लग्नाची कोणती कामं कोणी करायची, हे गावात ठरलेलं असे. गाव एखाद्या कुटुंबासारखं वागत असे. तोरणवेळेला आणि मरणवेळेला कोणी जर असहकार पुकारला, तर गाव त्याला क्षमा करत नसे. त्यात काकाआजोबांचा स्वभाव अतिशय गोड, बोलण्यात एक मिठास. गावात सर्वांशी त्यांचे चांगले संबंध. एरव्ही दहा वेळा सांगितल्याशिवाय न होणारं काम काकाआजोबांमुळे बिनबोभाट होऊन जाई. नोकरीनिमित्त माझे आजोबा बोधेगावपासून दूर रहात असल्यामुळे त्यांचा गावकऱ्यांशी संबंधच येत नसे. त्यामुळे ही सर्व कामं काकाआजोबांनाच करावी लागत. त्या काळात एक कुटुंब म्हणून जगणारं गाव आता मात्र बदललं आहे. आता गावातल्या प्रत्येकानं आपापली जबाबदारी उचलावी, त्यासाठी जर इतरांची मदत लागली तर त्यासाठी पैसे मोजायची तयारीही ठेवावी, अशी पद्धत रूढ होत आहे.

या लग्नाला आम्ही बरीच मुलं जमलेलो होतो. सकाळ झाली की, सर्वजण खायला मागत. मग काकीआजी भल्या मोठ्या टोपल्यात भुईमुगाच्या वाळलेल्या शेंगा आणि भुगा केलेला खूपसा गूळ आणून ठेवी. सर्वजण त्यावर तुटून पडत. लग्नकाळात भुईमूग शेंगांची जागा परातभर चिवडा आणि डझनानं लाडू यांनी घेतली. केवळ मुलांसमोरच नव्हे तर लग्नासाठी जमलेल्या पाहुण्यांसमोरही अशाच फराळाच्या पराती ठेवल्या जात. लग्नासाठी आलेला पाहुणा आपापली सोय करून घेत असे. पाहुणा कितीही तालेवार असो, लग्नकार्यात त्याची खास बडदास्त ठेवली जात नसे. आलेले पाहुणे जे अंथरूणपांघरूण उपलब्ध असेल ते घेऊन रात्री जागा मिळेल तेथे आडवे होत. स्नानादिकांची व्यवस्था शेजारपाजारच्या वाड्यांतही करावी लागत असे. शेजारी स्नानासाठी जाऊन आणि चहावगैरेचा पाहुणचार घेऊन पाहुणे लग्नघरी परतत. लग्नात होणाऱ्या गैरव्यवस्थेबद्दल कोणाचीही तक्रार नसे. कारण आलेल्या पाहुण्यांकडेही कधी ना कधी लग्नकार्य होणार असे आणि त्यावेळीही येणाऱ्या पाहुण्यांची अशीच गैरसोय होईल, याची प्रत्येक पाहुण्याला जाणीव असे.

शेवंतीच्या दिवशी (सीमांतपूजनाला 'शेवंती' म्हटलं जाई) मामाच्या लग्नाचं, वधूपक्षाचं वऱ्हाड बैलगाड्यांतून सायंकाळपर्यंत येऊन पोचलं आणि जानोसाघरी, बालाजी मंदिरात उतरलं. त्या दिवशी दुपारीच गावातली काही ब्राह्मणमंडळी लग्नघरी आली आणि त्यांनी स्वैपाकाचा ताबा घेतला.

वाड्याच्या परसात मोठमोठे चुल्हाणे तयार करून ठेवले होते. आलेले सर्वजण पाककुशल सैपाकी होते. गावातल्या अनेक लग्नांत सैपाक करून ते अनुभवी झाले होते. आता चाऱ्ही दिवस दोन्ही वेळा चुल्हाण्याच्या उष्णतेमुळे घामाने निथळणाऱ्या उघड्याबंब ब्राह्मणांच्या हातचं जेवण जेवावं लागणार होतं. पण त्यांनी केलेला सैपाक मात्र चवदार असे. मुख्य सैपाक जरी ब्राह्मण मंडळी करीत असली, तरी पोळ्या लाटण्याचं काम बायकांकडेच असे. पाचसहाजणी पोळ्या लाटायला बसत. चुल्हाण्यावर एक लांब पत्रा तापत ठेवलेला असे. त्या पत्र्यावर एकाच वेळी चारपाच पोळ्या भाजायला टाकल्या जात. एकदोघी केवळ पोळ्या भाजून घेण्याचं काम करीत असत. या पद्धतीनं पंगतीचा सैपाक तयार होत असे. वऱ्हाड पोचलं, त्या दिवशी रात्री मारुतीच्या देवळासमोर सीमांतपूजन झालं. दुसऱ्या दिवशी उष्ट्या हळदीचा कार्यक्रमही झाला. आणि तिसऱ्या दिवशी लग्न.

लग्नमुहूर्त सकाळचा होता. वराला देवदर्शनाला पाठवायच्या वेळी मामा घोड्यावर बसले. त्याच वेळी एकजण आपला घोडा घेऊन वरातीत आला. या घोड्याला नाचायला शिकवलेलं होतं. वराच्या घोड्यासमोर या घोड्याच्या नाचासाठी मोकळी जागा केली गेली. घोड्याचा नाच सुरू होण्याआधी वरातीतील वाजंत्रीवाल्यांना त्यांच्या ठरावीक चाली वाजवायला सांगितल्या गेल्या आणि मग घोडा त्या चालींवर नाचू लागला. घोड्याचा हा नाच पहाण्यासारखा होता. वरात पुढे सरकली की, ती मध्येच थांबवली जाई आणि या घोड्याचा नाच सुरू होई. वरात देवळापर्यंत जाऊन मंडपात येईपर्यंत हा नाच निदान सहा वेळा तरी झाला असेल. तरीही मुहूर्त टळण्याच्या आधीच वरात मांडवात परत आली आणि मुहुर्तावर हे लग्न लागलं. भर दुपारी जेवण. गावातली ब्राह्मणमंडळी आपापलं सोवळंभांडं घेऊन जेवायला आली. हातपाय धुवायचे, सोवळं नेसायचं आणि जेथे रांगोळ्या काढून पत्रावळी मांडलेल्या असत तेथे जमिनीवरच जेवायला बसायचं. अशा पंगतीत वधुपक्षाच्या वऱ्हाडाकडे फारसं लक्ष दिलं जात नसे. या उलट जर वरपक्ष वधूच्या गावी वऱ्हाड घेऊन गेला, तर मात्र वधुपक्षाला आलेल्या वऱ्हाडाची खास बडदास्त ठेवावी लागत असे. पहिली पंगत केवळ वरपक्षाचीच होत असे. या पंगतीत वराच्या रुसून बसण्याचा खास कार्यक्रम असे. वधुपित्याकडून सोन्याची अंगठी, साखळी किंवा घड्याळ दिलं जाण्याचं आश्वासन मिळाल्यावरच स्वत: वर आणि वराबरोबर इतर वऱ्हाडी जेवायला सुरवात करीत. पंगतीत जेवायला बसणाऱ्या सर्वांची जेवणं

संपेपर्यंत पंगतीतला कोणीही हात धुवायला उठू शकत नसे. पंगतीतल्या सर्वांची जेवणं संपून पंगत 'एकचित्त' होईपर्यंत पंगतीतल्यापैकी कोणी कोणी श्लोक म्हणत असत. श्लोक म्हणून संपला की, सर्वजण मोठ्यानं 'पांडुरंग वरदा हारी विठ्ठल!' असा गजर करीत. मुख्य पंगत झाल्यानंतर इतरांची जेवणं होत. वराचा एखादा नातेवाईक जर चुकून पहिल्या पंगतीत जेवायचा राहून गेला, तर वरपक्ष भांडायला उभा राही आणि वधुपित्याला वरपक्षाच्या नाकदुऱ्या काढाव्या लागत असत. आता या लग्नात पाहुणा म्हणून आलेल्या वधुपक्षाकडे असं लक्ष देण्याची गरजच नव्हती. लग्नातली पंगत बसली की, वाजंत्रीवादन सुरू होत असे. त्याकाळातली लोकप्रिय गाणी वाजंत्रीतील सनईवर वाजवली जात. त्या काळात 'ब्रह्मचारी' या सिनेमातलं 'यमुनाजळी खेळू खेळ कन्हैय्या का लाजता.' हे गाणं सनईवर हमखास वाजवलं जाई.

दुसरं महायुद्ध सुरू असल्यामुळे साखर दुर्मीळ होती. लग्नात सकाळी होणारा चहाही नाइलाजानं गुळाचाच असे. त्यामुळे लग्नातल्या रोजच्या जेवणात एकच मिष्टान्न असे. ते म्हणजे गुळाचा शिरा! रोजच हा शिरा खाण्याचा काहींना कंटाळा येई. मग अशांच्या पानात हा शिरा तसाच पडून राही. त्या काळात डालडा जरी आला असला, तरी खेड्यात मात्र अस्सल तूपच वापरलं जाई. लग्नाच्या जेवणातही ठरावीक पदार्थच केले जात. वांग्याच्या फोडीची घट्ट भाजी, जोडीला मेथीची पातळ भाजी, बोंडं, साधं वरण, मठ्ठा, पोळ्या आणि तांबड्या गावरान तांदळाचा भात!

चौथ्या दिवशी वधुवरांचं एकत्र स्नान. दोघांनाही चौरंगावर बसवलं गेलं. वधू पूर्ण कपड्यांनिशी आणि वर फक्त धोतरात - असे स्नानाला बसले. जमलेल्या स्त्रियांनी दोघांच्या अंगावर पाणी टाकायला सुरवात केली. मग वधुवरांना खोबऱ्याचे तुकडे द्यायला प्रारंभ झाला. दोघांनी खोबरं चावायचं, मग तोंडांत पाणी घेऊन खोबऱ्याच्या चोथ्यासह वरानं वधूच्या आणि वधूनं वराच्या अंगावर गुळण्यांचा फवारा उडवायचा, हा खेळ सुरू झाला. माझ्या मावशीनं मला एक खोबऱ्याचा तुकडा देऊन हळूच सांगितलं की, 'नव्या मामींच्या अंगावर तूही एक फवारा उडव.' माझा फवारा नेमका मामींच्या तोंडावरच उडाला! सारेजण हसू लागले. मामी एकदम संतापल्या. नववधूने लग्नप्रसंगी चढवायचा असतो तो शालीनतेचा मुखवटा गळून पडला आणि मामींनी मला अस्सल शिव्या दिल्या! या नंतरही कुंकवाच्या पाण्यात बुडवलेली आंगठी बाहेर काढणं, 'एकी की बेकी', वधूची मूठ उघडून मुठीत लपवलेली अंगठी वरानं काढणं, असे वधुवरांचे काही खेळ झाले. या

खेळातल्या हारजितीवरून पुढे संसारात दोघांपैकी कोणाचं वर्चस्व राहणार, याचे अंदाज बांधले गेले. दुपारी तेच गुळाच्या शिऱ्याचं जेवण वधुपक्षानं दिलं आणि सायंकाळ होण्यापूर्वी वऱ्हाड परतीच्या वाटेला लागलं.

माझ्या बालपणी मी माझ्या ग्रामीण भागातील नातेवाइकांकडे आणि परिचितांकडे झालेली बरीच लग्नं पाहिली. यात काही लग्नं गरीब कुटुंबातली होती, तर काही तालेवार धनिक कुटुंबातली होती. गावातल्या धनिक, प्रतिष्ठित व्यक्तींकडच्या लग्नात आज अशिष्ट मानल्या जाणाऱ्या अनेक प्रथा रूढ होत्या. वरातीत कलावंतिणी नाचवणं, लग्नातल्या जेवणात गांजा घातलेली भजी सोयऱ्यांना खाऊ घालणं, लग्नसमारंभ आटोपल्यावर श्रमपरिहारार्थ आपल्या वाड्यातच कलावंतिणीचा नाच ठेवणं, असे काही प्रकार तालेवारांकडच्या लग्नसमारंभात आवर्जून होत असत. एका तालेवाराकडे आठ वर्षांच्या मुलाची मौंज झाली. त्यानंतर त्यांच्या वाड्यात कलावंतिणीचं नाचगाणं ठेवलं गेलं. तो धनिक आपल्या मुंजामुलाला मांडीवर घेऊन नाच पहायला बसला. त्यानं मुंजामुलाच्या डोक्यावर एक नोट ठेवली आणि कलावंतणीला ती नोट ओठांनी उचलायला सांगितली! अशा प्रकारांना गावात कोणाचाही आक्षेप नसे. या उलट त्याचं कौतुकच होत असे. या काळात आणखी एक चाल होती. बहुतेक लग्नात वधूचं मंगळसूत्र शरीरविक्रीचा व्यवसाय करणाऱ्या आणि 'अखंडसौभाग्यवती' समजल्या जाणाऱ्या स्त्रीकडून ओवून घेतलं जात असे. यामुळे वधूच्या नशिबी वैधव्य न येता तिला अहेव मरण येतं, अशी श्रद्धा यामागे असे.

आज मी जेव्हा बालपणी पाहिलेल्या लग्नांचा विचार करतो, तेव्हा मला लग्नातल्या अनेक विधींची आणि अनेक प्रथांची अर्थपूर्णता लक्षात यायला लागते. माझ्या मामाच्या लग्नातला चाऱ्ही दिवसांचा सैंपाक गावातल्या काही ब्राह्मणांनीच केला. याचं कारण संपूर्ण गाव एक सैलसर कुटुंब म्हणून जगत असे. गावकऱ्यांपैकी कोणाचं लग्नकार्य, कोणाचं आजारपण-मृत्यू यासारख्या काही गोष्टी कुटुंबासंबंधीच्या असूनही त्या संपूर्ण गावाच्या मानल्या जात. अशा सुखाच्या आणि दुःखाच्या प्रसंगी सारा गाव मदतीला धावून जात असे. गावातल्या एखाद्या धनिकाकडे लग्नासारख्या मोठ्या कार्यक्रमासाठी आवश्यक असणारी सैपाकासाठी लागणारी मोठमोठी भांडी, बिछायतीसाठीच्या लागणाऱ्या सतरंज्या, गाद्या, लोड अशी सर्व सामग्री असे आणि ती अशा प्रसंगी वापरायला देणं हे आपलं कर्तव्यच समजलं जात असे.

आपल्याकडच्या लग्नविधीची काही जातवार वैशिष्ट्यं होती. आता

मात्र ती राहिली नाहीत. ब्राह्मणांचे विवाह सामान्यपणे गोपाळ मुहुर्तावर-प्रभातकाली-होत. वधुवरांना लग्नातले सर्व विधी सोवळ्यातच करावे लागत असत. एवढेच नव्हे तर मंगलाष्टक प्रसंगीही वधुवर सोवळ्यात असत. नित्यनैमित्तिक धार्मिक विधींसाठी पत्नीची आवश्यकता असते, म्हणून हे विधी पार पाडण्यासाठी ब्राह्मणानं लग्न करावं; असा प्राचीन संकेत होता. यात संततीची प्राप्ती हा गौण उद्देश असे. त्यामुळे ब्राह्मण वधुवर लग्नानंतर तात्काळ एकत्र येत नसत. लग्न आटोपल्यावर एखादा इष्ट मुहूर्त पाहून त्या दिवशी फलशोभनविधी केला जाई.

मंगलाष्टकप्रसंगी आजही भटजी माईकवरून 'मुलीचे मामा मुलीला लवकर घेऊन या,' असे ओरडतात. मामाच्या मुलीशी विवाह करण्याच्या प्रथेचा हा अवशेष आहे. महाराष्ट्रात काही मोजक्या जातीत आणि ब्राह्मणांच्या काही शाखांत मातुलकन्येशी विवाह करण्याची प्रथा नाही. परंतु प्राचीनकाळी ती सर्वत्र असणार. पूर्वी आपल्या कन्येचा विवाह आपल्या भाच्याशी लावून देण्यासाठी वराचा मामा आपल्या कन्येला घेऊन विवाहमंडपात दाखल होत असे. आता आपल्या कन्येला नव्हे तर आपल्या भाचीला तो लग्नमंडपांत घेऊन जातो. ब्राह्मणांत मौंजीबंधनानंतर सोडमुंजीचा विधी असतो. या विधीत सोडमुंज्याने मामावर रुसून काशीला जाण्याचं नाटक करायचं असतं. मामानं आपली मुलगी भाच्याला द्यावी, यासाठी भाच्याने मामावर रुसून काठीच्या 'घोड्या'वर बसून काशीला जायला निघायचं असतं. मग मामाने भाच्याचा घोडा अडवून आपण आपली मुलगी भाच्यास देण्यास तयार असल्याचं आश्वासन भाच्यास द्यायचं असतं. सोडमुंजीतली ही प्रथाही मातुलकन्येशी विवाह करण्याच्या रुढीचा अवशेष आहे.

लग्नप्रसंगी वरमातेने मंगलाष्टकप्रसंगी मंडपात हजर राहू नये, असा एक संकेत आजही पाळला जातो. मग विवाहविधी झाल्यावर सुनमुख पहाण्याचा स्वतंत्र विधी केला जातो. उत्तर भारतात चालत असलेल्या एका प्रथेचा हा एक भाग महाराष्ट्राने टिकवून ठेवला आहे. उत्तर भारतात वरपक्षाच्या स्त्रिया वऱ्हाडाबरोबर लग्नगावी जात नाहीत. मुलाने आपली पत्नी जिंकून आणावी आणि मग घरच्या स्त्रियांनी तिचं मुखावलोकन करावं, या प्राचीन पद्धतीतून उत्तर भारतात ही प्रथा सुरू झाली असावी. उत्तर भारतातली ही प्रथा प्रतीकरूपाने महाराष्ट्रात आजही पाळली जाते.

लग्नात स्त्रियांनी मंगलाष्टकं म्हणण्याची आज प्रथा आहे. ही मंगलाष्टकं एखादा हौशी कवी लिहून देतो. त्यात बहुतेक वधुवराच्या आणि त्यांच्या

घराण्याच्या गुणांचं कौतुक केलेलं असतं. खरं म्हणजे मंगलाष्टकं ही सर्व देवता, नद्या, पर्वत या सर्वांकडून वधुवरांना आशीर्वाद मागण्यासाठी म्हटली जातात. परंतु स्त्रिया म्हणत असलेल्या मंगलाष्टकांमध्ये हा हेतू विसरला गेला आहे.

माझे वडील इंटरपर्यंत शिकलेले होते. शिवाय ते एका प्रचंड शेतीपोती असलेल्या कुटुंबातले होते. त्यांना त्यांच्या हक्काची शेती आज जरी दिली गेली नसली; तरी ती कधी ना कधी ते मिळवणारच, या कल्पनेनं माझ्या आईच्या वडिलांनी आपली लाडकी मुलगी माझ्या वडिलांना दिली असावी. आपल्या मुलीला भेटण्यासाठी ते आपल्या नोकरीच्या गावाहून वारंवार औरंगाबादी येत. बापानं आपल्या विवाहित मुलीच्या घरी अन्नग्रहण करू नये, अशी रीत होती. म्हणून आजोबा मुलीच्या घरी जेवताना सव्वा रुपया ताटाखाली ठेवत. माझी मुंज झाल्यावर मात्र ते ताटाखाली पैसे न ठेवताच जेवू लागले. सेवानिवृत्तीनंतर औरंगाबादनजिकच्या देवगावी ते स्थायिक झाल्यामुळे बाईला भेटणं अधिक सोपं झालं.

देवगाव रंगारी हे गाव औरंगाबाद-वैजापूर रस्त्यावर औरंगाबादपासून अंदाजे पस्तीस किलोमीटर अंतरावर असून मुख्य रस्त्यापासून दोनएक किलोमीटर आतल्या बाजूस आहे. देवगाव हे तुकारामशिष्या बहिणाबाईंचं माहेर. आजही बहिणाबाईच्या माहेरचे वंशज या गावात आहेत. बहिणाबाईंचं सासर असलेलं शिऊर हे येथून बारापंधरा किलोमीटर अंतरावर आहे. देवगावपासून औरंगाबाद शहर नजिक असल्यामुळे आजोबांनी हे गाव स्थायिक होण्यासाठी निवडलं असावं. या गावात स्थायिक होण्यापूर्वी त्यांनी येथे थोडीशी शेती घेतली. नंतर एक वाडाही खरेदी केला. आपण कुठेही असलो, तरी प्रतिष्ठेनं रहावं, असं त्यांना वाटत असे. याही गावात आपली गणना प्रतिष्ठितांत झाली पाहिजे, गावातले चार लोक सल्लामसलतीसाठी आपल्याकडे आले पाहिजेत, असं त्यांना वाटत असे. त्यांच्या प्रतिष्ठितपणाच्या या कल्पनेमुळे त्यांनी आपल्या वागण्याबोलण्यात एक रुबाब ठेवला होता.

नोकरीत असतानाच त्यांनी मोठ्या समारंभासाठी लागणाऱ्या अनेक वस्तू जमवल्या होत्या. बिछायतीसाठी मोठमोठे सुताडे, जाजम, सैपाकाची मोठमोठी भांडी, घडीच्या आरामखुर्च्या – असं सर्व अवजड सामान घेऊन ते बदलीच्या गावी जात. त्यांनी एक पेट्रोमॅक्सही खरेदी केला होता. तो खास करून सणासुदीला पेटवला जाई. सणाच्या दिवशी सायंकाळच्या वेळेला हा पेट्रोमॅक्स पेटवण्याचा अर्धाएक तासाचा कार्यक्रमच असे. स्पिरीट

टाकून पेट्रोमॅक्सचं मेंटल तापवलं जाई. मग पेट्रोमॅक्सचा पंप मारून त्याच्या टाकीत हवा भरली जाई. या हवेमुळे टाकीतल्या घासलेटचा फवारा मेंटलवर पडे आणि तापलेलं मेंटल पांढराशुभ्र प्रकाश बाहेर फेकू लागे. देवगावी वीज आलेली नसल्याने रात्री गाव अंधारातच असे. अशा कुट्ट अंधारात आजोबांच्या वाड्याच्या दाराखिडक्यांतून झगझगीत प्रकाश बाहेर पडे आणि गावातल्या लोकांचं लक्ष खेचून घेत असे. हा प्रकाश पाह्यला काही चौकस लोक आणि मुलं वाड्यासमोर येत. असे लोक आले की, आजोबांचा चेहरा अभिमानानं फुलून येई. लोकांना खेचणारी एक वस्तू आपल्याकडे असल्याचं समाधान त्यांच्या चेहऱ्यावर दाटून येई.

परंतु हा पेट्रोमॅक्सही काही वेळेला दगा देई. एक तर त्याच्या निपलमध्ये कचरा अडकलेला असे. निपल साफ करण्यासाठीची पिन सापडत नसे. मग आजोबांच्या रागाचा पारा चढे. कधी कधी मेंटलच जळालेलं असे आणि ते पेटवू लागताच त्याची राख गळून पडे. आजोबा घरात एकदोन अधिकचे मेंटल आणून ठेवत असत. आपला पेट्रोमॅक्स जर पेटला नाही, तर आजोबांना तो स्वत:चा अपमान वाटे आणि ते चिडचीड करू लागत. त्यामुळे सणाच्या दिवशी पेट्रोमॅक्स बाहेर आला की, घरातले लोक तो चटकन पेटू दे, अशी देवाकडे प्रार्थना करीत! पेट्रोमॅक्स पेटवण्याच्या विधीत माझ्या धाकट्या मामांचा सहभाग असे.

ज्यांच्या शेतीवाडीसह अनेक पिढ्या गावात नांदलेल्या असत, त्यांना गावाचे वतनदार मानण्याची प्रथा होती. जो कोणी गावात नव्याने स्थायिक होऊन तेथेच शेतीवाडी करू लागे, त्याला गाव वतनदार मानत नसे. आपल्याला देवगावचे प्रतिष्ठित, घरंदाज वतनदार मानले जावे - अशी आजोबांची मनोमन इच्छा असे. परंतु हे शक्य नाही, हे त्यांनाही उमगे. निदान या गावात राहणारा एक प्रतिष्ठित माणूस एवढा तरी मान या गावात आपल्याला मिळावा, असंही त्यांना वाटत असे. गावात माड्या असलेली घरं कमी असत. तेव्हा आपण आपल्या वाड्यावर दुसरा मजला चढवावा आणि संख्येने अल्प असलेल्या माडीवाल्यांपैकी एक व्हावं, असा विचार माझ्या आजोबांनी केला. आणि ते उत्साहानं माडी बांधण्याच्या कामाला लागले.

निझामाचं राज्य असताना १९४६साली ते देवगावी आले. परंतु त्यानंतर दोनएक वर्षांनी १९४८मध्ये पोलीस ॲक्शन झालं आणि गावाचं स्वरूप बदलू लागलं. निझामी राज्यात राजकीय पक्ष स्थापायला परवानगी नसे. हैदराबाद मुक्तिलढा जरी स्टेट काँग्रेसतर्फे लढला गेला असला, तरी

संस्थानच्या सरकारदरबारी हा पक्ष बेकायदेशीर मानला जात होता. संस्थान नष्ट झाल्यावर वेगवेगळ्या पक्षांचे झेंडे गावात फडकू लागले. गावाचं नेतृत्व पक्षांतल्या लोकांकडे गेलं. हे परिवर्तन घडण्याआधी गावातल्या काही जणांना अतिशय मान दिला जात असे, त्यांचा सल्ला विचारला जात असे. अशा लोकांपैकी आपणही एक असावं, ही आजोबांची इच्छा गावाच्या या परिवर्तनामुळे कायमची लयाला गेली! आणि आजोबाही चारचौघांसारखे एक सामान्य गावकरी बनले.

गणपती हा आजोबांच्या घराण्याचं दैवत होतं. आजोबांनी गणेशचतुर्थीला मोठा गणपति-उत्सव साजरा करायला प्रारंभ केला. भाद्रपदातल्या गणेश चतुर्थीला ते गणेशाची महापूजा बांधत. त्या निमित्तानं ते निमंत्रितांसाठी एक मोठा जेवणावळीचा कार्यक्रमही ठेवत. एक मोठी जेवणावळ घडवून आणत. या उत्सवासाठी त्यांचे अनेक नातेवाईक देवगावी जमत. औरंगाबादहून आचारी बोलावला जाई. गणपतिमूर्तीची निदान तीनएक तास पूजा चाले. त्यात गणपतीच्या मूर्तीला दुर्वांची लाखोली वहायचा एक मोठा दीर्घकाळ चालणारा विधी असे. माझे दोन मामा, काकाआजोबा आणि त्यांचा मुलगा बापूमामा हे सर्व एका सुरात गणपति-अथर्वशीर्षाची एकवीस आवर्तनं करीत. सायंकाळच्या सुमारास आमंत्रितांच्या पंगती उठत. जेवणावळ सायंकाळी असल्याने अर्थातच त्यांच्या पेट्रोमॅक्सला विशेष महत्त्व असे! खरं म्हणजे हा गणपतिउत्सव ही त्यांच्या घराण्यात चालत आलेली पारंपरिक प्रथा नव्हती. हा उत्सव केवळ माझ्याच आजोबांनी सुरू केला होता. तो सुरू करण्यामागेही कदाचित आजोबांनी उराशी बाळगलेला प्रतिष्ठितपणाचा सुप्त हेतू असावा. माझ्या आजोबांच्या निधनानंतर माझ्या मामांनी हा उत्सव बंद करून टाकला.

प्रत्येक महिन्यात येणारी चतुर्थी हीसुद्धा आजोळी एक सण म्हणूनच पाळली जात असे. आजोबा आणि दोन्ही मामांची कुटुंबं दिवसभर उपास करीत आणि चंद्रोदय झाल्यावर गणपतिपूजन करून जेवण करीत. प्रत्येक चतुर्थीला रात्रीच्या पंगतीला जवळचे नातेवाईकही असत. नोकरीच्या निमित्तानं धाकटे मामा जोपर्यंत औरंगाबादी होते, तोपर्यंत ही मासिक चतुर्थी कटाक्षानं औरंगाबादी साजरी होत असे. याचं कारण बाई असे. बाई आजोबांचीच नव्हे तर आजोळी सर्वांचीच अतिशय लाडकी असल्यामुळे चतुर्थीला तिची उपस्थिती सर्वांनाच प्रिय असे. देवगावी होणाऱ्या प्रत्येक चतुर्थीला तिला हजर राहता येत नसे. मग ती जर चतुर्थीला येणार नसेल, तर 'चतुर्थी'नेच तिच्याकडे गेले

पाहिजे! त्यामुळे तीनएक वर्षं आजोबांच्या चतुर्थ्या औरंगाबादीच साजऱ्या झाल्या. औरंगाबादी होणाऱ्या चतुर्थीला बाईसह आम्ही सर्वजण रात्रीच्या जेवणाला हजर रहात असू. चंद्रोदय होण्याच्या सुमारास आजोबांची पूजा सुरू होई. या पूजेत गणपतिअर्थवशीर्षांची एकवीस आवर्तनं केली जात. आजोबा आणि दोघे मामा अथर्वशीर्ष म्हणू लागत. एक आवर्तन झालं की, रांगोळीची एक रेघ ओढली जात असे. अशा सात रेघा ओढल्या जाईपर्यंत ही आवर्तनं चालत. तिघांनी एका सुरात गणपतिअथर्वशीर्ष म्हणायला प्रारंभ केला की, त्याच्या लयीमध्ये मला झोप अनावर होत असे.पुरणपोळीचा नैवेद्य दाखवून केल्या जाणाऱ्या आरतीच्या वेळेस मला झोपेतून उठवलं जाई. या आरत्याही मला कंटाळवाण्या वाटत. कारण किमान पाच देवतांच्या आरत्या म्हटल्या जात. कधी कधी चंद्रोदय खूप उशिरा म्हणजे अकराच्या जवळपास होई. अशा वेळी चतुर्थीचं आजोळचं जेवण मला नकोसं वाटत असे.

म्हातारपण येऊनही आजोबांचा नव्या नव्या गोष्टी करण्यातला उत्साह कमी होत नव्हता. त्यांना शेतीतही रस असे. आपल्या शेतातली पिकं उत्तम असावीत, गावातल्या चारचौघांनी ती नावाजावीत, यासाठीही त्यांची धडपड असे. रासायनिक खतांबद्दल माहिती काढून त्यांनी ती वापरायला सुरुवात केली. रसाला आणलेल्या एका आंब्याची गोडी आणि स्वाद त्यांना आवडल्यामुळे त्यांनी स्वत: शेतात आळं खोदून तो आंबा लावला. 'या वयात कशाला हे करता?' असं कोणी म्हटलं की, 'वा! वा! असं कसं? झाडाला आंबे येऊ लागल्यावर माझी नातवंडं-पतवंडं माझं नाव घेत घेत तो खातील!' हे त्यांचं उत्तर असे. हुरड्याच्या दिवसात चार लोकांना आपण नावाजलेला अस्सल हुरडा खाऊ घालावा, म्हणून त्यांनी हुरड्यापुरती गूळभेंडी या जातीची ज्वारी पेरली. गूळभेंडीचा पांढऱ्या दाण्याचा हुरडा अतिशय गोड आणि चविष्ट लागत असे. परंतु या ज्वारीची भाकरी चांगली लागत नसल्यामुळे सहसा ही जात कोणी पेरीत नसे. हुरड्याच्या दिवसात आम्हा सर्वांना निदान तीनएक वेळा तरी हुरड्यासाठी देवगावी जावं लागत असे. हुरड्याचा जंगी कार्यक्रम ते करीत, वेगवेगळ्या चटण्या, दही हा सर्व सरंजाम तर असेच, पण नंतर शेतावरच्या जेवणाचाही कार्यक्रम असे. अशा कार्यक्रमात त्यांच्या उत्साहाला सीमा नसे. यातही त्यांचं वेगळेपण असे. हुरड्यापेक्षा गव्हाच्या ओंब्यांचा हुरडा सर्वांना खाऊ घालण्याबद्दल ते दक्ष असत. ओंब्या भाजणं, त्या घोंगडीत टाकून आणि दोघांनी ती घोंगडी वर उचलून काठीनं घोंगडीतल्या ओंब्या बडवणं, बडवले गेल्यामुळे गव्हाच्या

दाण्याभोवतीची निघालेली टरफलं दूर करून गव्हाचा हुरडा खाण्यायोग्य करणं आणि सर्वांना आग्रह करून गुळाबरोबर तो खायला लावणं - हे सर्व ते उत्साहानं करीत.

त्या काळातल्या कुटुंबप्रमुखात असलेली हुकुमशाहीची प्रवृत्ती माझ्या आजोबामध्येही होती. त्यांची वागण्याची सारी प्रमाणकं मध्ययुगीन होती. मोठ्या मामांची मुलगी लग्नाला आली होती. आजोबांनी घरात कोणालाही न विचारता परस्पर तिचं लग्न ठरवून टाकलं. त्या वेळच्या रीतीप्रमाणे मुलीच्या पसंती-नापसंतीचा प्रश्नच नव्हता. परंतु मुलीचे वडील असलेल्या माझ्या मामांनाही त्यांनी विचारलं नाही! एरव्ही ते लहानमोठ्या बाबतीत बाईचा सल्ला घेत. पण या वेळी त्यांनी बाईलाही विचारलं नाही. मुलाची आर्थिक परिस्थिती खूपच चांगली होती. पण मुलीच्या तुलनेनं वराचं वय बरंच अधिक असल्यामुळे या लग्नाला घरातल्यांचा विरोध होता. शेवटी आजोबांनी स्वत:च्या मर्जीप्रमाणे आपल्या नातीचं लग्न लावून दिलं!

करोडगिरीत नोकरीला असताना खेड्यापाड्यांतच त्यांच्या बदल्या होत असल्यामुळे त्यांनी माझ्या दोन्ही मामांना शिक्षणासाठी औरंगाबादी ठेवलं होतं. दोघांच्या वयात तीनएक वर्षांचं अंतर होतं. दोघेही मॅट्रिकपर्यंत जाऊ शकले. मग त्यांच्या मॅट्रिकच्या वाऱ्या सुरू झाल्या. त्यात मोठ्या मामांचा विवाह केला गेला होता. मॅट्रिकच्या एकदोन वाऱ्या करून माझे धाकटे मामा मॅट्रिक पास झाले आणि त्यांना मास्तरकीची सरकारी नोकरी लागली. मोठे मामा मात्र ही परीक्षा पास होऊ शकले नाहीत. मग आजोबांनी त्यांना करोडगिरीत नाकेदाराची नोकरी लावून दिली. ही नोकरीही सहजपणे मिळत नसे. पहिल्यांदा करोडगिरी नाक्यावर बिनपगारी 'उम्मीदवारी' करावी लागत असे. मग करोडगिरीतल्या मोठ्या साहेबांना -दारोगासाहेबांना- जर त्याचं काम पसंत पडलं, तर नोकरी पक्की होऊन पगार चालू होई. आजोबांची या खात्यात चांगली वट असल्यामुळे मोठ्या मामांना नाममात्र उमेदवारी करावी लागली. पाचएक वर्षं मामा करोडगिरीत होते. हैदराबाद संस्थान विलीन झाल्यावर करोडगिरीचं प्रयोजनच उरलं नव्हतं. तरीही हैदराबाद राज्यानं चांगलं उत्पन्न देणारं हे खातं तसंच चालू ठेवलं. नंतर दोन एक वर्षांनी ते बंद केलं गेलं. मग मामांना खुलताबादच्या म्युनिसिपॅलिटीत नोकरी दिली गेली.

मोठे मामा शाळेत शिकत असतानाच वयाच्या सोळाव्या वर्षीच त्यांचं लग्न झालं. लग्नात मोठ्या मामी बारा वर्षांच्या होत्या. या मामी दिसायला सुंदर होत्या. त्यांचा आवाज अतिशय मधुर होता. त्यांना अनेक पारंपरिक

स्त्रीगीतं पाठ होती; विशेषतः पाळणे, विहिणी, डोहाळेजेवणाच्या वेळेची गीतं. त्या त्या प्रसंगी त्या म्हणत असत. वेगवेगळे पदार्थ करण्यातही त्या प्रवीण होत्या. परंतु दुर्दैवानं त्या अकालीच निघून गेल्या. नंतर मोठ्या मामांचं दुसरं लग्न झालं.

प्रेमळपणा आणि आतिथ्यशीलता हे या घराण्याचे गुण मोठ्या मामानं उचलले. आपल्या मुलाबाळांऐवजी ते आमचे आणि धाकट्या मामांच्या मुलांचे लाड करीत. स्वतःच्या मुलांना त्यांनी कधी प्रेमानं जवळ घेतल्याचं मला आठवत नाही. त्यांचं हे वर्तन बोधेगावच्या काकाआजोबांसारखं असे. सणासुदीला आम्हाला ते कपडलत्ते करीत. चांगल्या चांगल्या गोष्टी ते आमच्यासाठी राखून ठेवीत. त्यांच्या मुलांच्या वाट्याला मात्र साधंसुधं, हलकंसलकं येत असे.

देवगावला माझे आजोबा एकटेच असल्यामुळे त्यांच्या खाण्याची सोय व्हावी म्हणून मामांनी मामींना आपल्याजवळ कधी ठेवलंच नाही; त्या देवगावीच असत. मामाच सुटीत दोनचार दिवसांसाठी खुलताबादहून देवगावी जात. या पतिपत्नीचा नीट संसार झालाच नाही. मामी किंवा मामांची मुलं उघडपणे बोलत जरी नसली, तरी त्यांच्या मनात मामांच्या या वर्तनाबद्दल एक अढी मात्र निश्चितच असणार.

मामा खुलताबादमध्ये नोकरीला असताना माझा आणि माझ्या बायकोचा आठआठ दिवस त्यांच्याकडे मुक्काम असे. खुलताबाद डाकबंगल्यापासूनच्या पायवाटेने वेरूळच्या लेण्या खूपच जवळ होत्या. ही पायवाट कैलास लेण्यापाशी पोचत असे. या वाटेने आम्ही रोज लेण्यात जाऊन तेथे तासंतास काढीत असू. मामांचं खुलताबादमध्ये असणं ही आम्हाला पर्वणी वाटत असे. आम्ही येणार म्हटल्यावर मामा देवगावहून मामींना आणि आजोबांनाही खुलताबादेत घेऊन येत. मामींना खुलताबादला यायला मिळत असल्यामुळे त्यांनाही आमचं तेथे येणं रुचत असे. आमच्या आतिथ्यासाठी मामा अफाट खर्च करीत.

खुलताबादला फार चांगली सीताफळं होत. सीताफळाच्या मोसमात त्यांच्याकडून निदान तीनचार वेळा तरी सीताफळाच्या डाल्या येत असत. मामांना अतिशय क्षुल्लक पगार होता. त्यात ते हे सर्व साजरं करू शकत, याचं आश्चर्य वाटतं. मी जेव्हा याबद्दल विचार करतो, तेव्हा मला फार अपराध्यासारखं वाटू लागतं, आपण मामांकडे असं वारंवार जायला नको होतं. आपल्या आनंदासाठी आपण त्यांना अकारण त्रास दिला, अशी भावना होते.

मामा सेवानिवृत्त झाले आणि देवगावी रहायला गेले.काही दिवसांनी आजारी झाले. त्यांच्या या शेवटच्या आजारपणात ते आपल्या आयुष्याबद्दल आपल्याशीच बडबडत असत. आपण केवळ दुसऱ्यासाठी जगलो; इतरजण मात्र आपापल्यापुरतं करीत राहिले, त्यांनी आपल्या मुलाबाळांसाठी कधीही काहीच केलं नाही; आपणही स्वत:साठी आणि आपल्या कुटुंबासाठी काहीच केलं नाही, आपण आपल्या कुटुंबापासून दुरावलो – अशी बडबड ते करीत. त्यात त्यांचा पश्चात्ताप प्रकट होत असे. एका परीनं त्यांचं स्वत:च्या कुटुंबाबाबतचं वर्तन अनैसर्गिकच होतं. संयुक्त कुटुंबपद्धतीत व्यक्तीच्या वागण्याबाबतची काही प्रमाणकं आहेत. स्वत:ऐवजी कुटुबांतील इतरांसाठी जगण्याला या पद्धतीत एक मूल्य आहे. माझ्या मोठ्या मामांनी मात्र या प्रमाणकाची सीमा ओलांडली, असं म्हटलं पाहिजे.

माझे धाकटे मामा माझ्या आजोबांसारखे अती उत्साही असत. प्रत्येक गोष्ट ते समरसून करीत. मामींवर आणि स्वत:च्या मुलांवर त्यांचं अतोनात प्रेम होतं. तसंच प्रेम ते आम्हां सर्वांवर करीत असत. ते जेव्हा जेव्हा औरंगाबादी येत, तेव्हा आमचं घर चैतन्यानं भरून जात असे. त्यांचे सतत हास्यविनोद चालत असत. माझ्या दोन्ही काकांशी त्यांचं विशेष सूत जुळे. लहानांपासून म्हाताऱ्यांपर्यंत कुठल्याही वयाच्या माणसाशी त्यांची तात्काळ मैत्री जुळे.त्या काळात मलेरियाचा खूप फैलाव झालेला होता, आमच्या घरी मलेरियानं बाई वारंवार आजारी होई. अशा वेळी जर धाकटे मामा आले, तर घरातलं वातावरणच बदलून जाई. ते बाईच्या शुश्रुषेची जबाबदारी आनंदानं घेत. आपल्या धाकट्या भावाकडून सेवा करून घेण्यात बाईलाही संकोच वाटत नसे, तिचा आजारही लवकरच संपून जाई.

मी जेव्हा कॉलेजात जाऊ लागलो, तेव्हा माझे मामा माझेही मित्र झाले होते. दोन समवयस्कांमध्ये जसा संवाद आणि हास्यविनोद चालतो, तसा आम्हा दोघांमध्येही चालत असे. मी जेव्हा देवगावला जाई; तेव्हा जर धाकटे मामा तेथे असतील, तर माझा तेथला मुक्काम आनंददायक होऊन जात असे. संध्याकाळी आम्ही दोघे शिऊरच्या दिशेनं फिरायला जात असू. दहा पावलं पळायचं आणि दहा पावलं चालायचं अशा पद्धतीनं आमचं फिरणं सुरू होई. काही मैल अंतरावर असलेल्या एका नदीच्या पुलापाशी चहाच्या टपऱ्या असत. आम्ही तेथे चहा पिऊन घरी परत येत असू.

दुसऱ्यांमध्ये आनंद फुलवणाऱ्या या हसतमुख, आनंदी मामांचे शेवटचे दिवस मात्र अतिशय कारुण्यपूर्ण गेले. बँकेत मोठ्या पदावर असलेला त्यांचा

मोठा जावई कुटुंबासह राजस्थानला ट्रिपला गेला असताना त्याच्या कारला अपघात होऊन तो आणि त्याची आई त्या अपघातात गेली. अहमदाबादमध्ये टेक्स्टाईल टेक्निशियन असलेल्या त्यांच्या मुलाच्या दुचाकीला ट्रकने ठोकर दिली आणि तोही गेला. त्यांची सून आणि नातवंडं औरंगाबादला आली. पण ती स्वतंत्र राहू लागली. मामांना जेव्हा आपल्या नातवाला पहावंसं वाटत असे, तेव्हा ते नातवाची शाळा सुटेपर्यंत शाळेसमोर त्याची वाट पहात उभे रहात. शेवटी मामाही गेले.

दोन्ही मामांची मुलं, नातवंडं ही माझ्या आजोळची माणसं आज सर्वार्थानं चांगल्या स्थितीत आहेत. आता त्यांचे संसार फुलले-बहरलेले आहेत. त्यांनाही त्यांची त्यांची 'आजोळं' आहेत. आपापल्या नातेवाइकांत तेही रमत असतात. एक पिढी आणि त्याबरोबरच तिची नातेसंबंधाची प्रस्थापित व्यवस्था जाते. तिची जागा दुसरी पिढी आणि तिच्या नातेसंबंधांची व्यवस्था घेते. निसर्गनियमांप्रमाणे हे घडलं असलं, तरी आपल्याला आता 'आजोळ' नसल्याचा सल मात्र आपण असेपर्यंत कायमच राहतो.

◈

३.

हैदराबादेतले दिवस

हैदराबाद संस्थानातल्या कुठल्याही मध्यमवर्गीय तरुणाला, आपल्याला हैदराबादेत सरकारी नोकरी मिळावी आणि आपण कायमचं तेथे रहावं - असं वाटत असे. सरकारी नोकरीसाठी तो उर्दू भाषेवर जास्त लक्ष देत असे. आपल्याला फारसीप्रचुर उर्दू बोलता आलं पाहिजे, यासाठी तो धडपडे. आम्हा राष्ट्रीय शाळेतल्या विद्यार्थ्यांना उर्दू भाषेचं फारसं प्रेम नसे. आपणां सर्वांवर उर्दू भाषा लादली असल्याची जाणीव अशा शाळांत करून दिली जात असे. त्यामुळे हे विद्यार्थी उर्दूच्या प्रेमात पडत नसत. १९४८मध्ये हैदराबाद संस्थान मुक्त झालं आणि संस्थानात लोकशाही प्रस्थापित झाली. संस्थानात बोलल्या जाणाऱ्या तेलगू, मराठी आणि कन्नड या सर्व भाषांना त्यांच्या त्यांच्या विभागात प्रतिष्ठा प्राप्त झाली. हैदराबाद संस्थानचा शासकीय कारभार उर्दूऐवजी इंग्रजी भाषेत सुरू झाला. भाषावार प्रांतरचनेच्या उंबरठ्यावर हैदराबाद राज्य येऊन पोचलं. अशा अवस्थेतही हैदराबादचं आकर्षण कमी झालं नव्हतं. हैदराबाद शहराचं सौंदर्य हेच याचं मुख्य कारण होतं. त्यावेळी हैदराबाद आजच्यासारखं महानगर बनलं नव्हतं.त्यावेळी शहराची लोकसंख्या अकराएक लाख असावी. दिवसभर शहरात माणसांची फारशी वर्दळ नसे, रस्त्यावर फारशी वाहतूक नसे. शहरभर एक सुखद शांतता नांदत असे. एकाच वेळी मोठ्या आणि छोट्या शहराचं सुख अनुभवायला मिळत असे. अनेक हैदराबादवासीयांच्या तोंडून मी हैदराबादची अशी तारीफ ऐकलेली आहे. तेथे एम्.ए.ला जाईपर्यंत हे शहर जरी पाह्यलं नसलं, तरी या शहराबद्दल मलाही आकर्षण वाटत होतं.

मी दुसऱ्या श्रेणीत बी.ए. उत्तीर्ण झालो. आमच्या कॉलेजातून बी.

ए.च्या परीक्षेला चाळीस एक विद्यार्थी बसले होते. या सर्वांत मी पहिला आलो होतो आणि मराठी वाङ्मय या विषयात मी विद्यापीठात दुसरा आलो होतो. मी प्राचार्य चिटणिसांना भेटायला गेलो. त्यांनी मला मराठीत एम्.ए. करण्याचा नुसता सल्लाच दिला नाही, तर माझ्या वडिलांना त्यांनी तसं पत्रही दिलं. माझे वडील-भाऊ-मला एम्.ए.साठी हैदराबादला पाठवायला तयार नव्हते. तशी आमची आर्थिक परिस्थितीही नव्हती. शेवटी ते एका अटीवर मला हैदराबादला पाठवायला तयार झाले. मी प्रथम बी.एड्.साठी प्रवेश मिळवण्याचा प्रयत्न करावा, तेथे नंबर जर लागला नाही; तर मग एम्.ए.ला जावं. प्रा. भगवंत देशमुख विद्यार्थी असताना आमच्या घरासमोर माडीवर रहात असत. भाऊंचा आणि त्यांचा चांगला परिचय होता. आपल्या मुलाला हैदराबादेत लागेल ती मदत करावी, या आशयाचं एक पत्र भाऊंनी भगवंतराव देशमुखांसाठी दिलं.

मी हैदराबादला उत्साहानं जायला निघालो. माझ्याबरोबर माझा आतेभाऊ होता. तोही वैद्यकीय शाखेत एम्. बी. बी. एस्.ला प्रवेश घेण्यासाठी निघाला होता. त्या काळात अडीचशे मैलांहून जास्त प्रवास करणाऱ्या प्रवाशांसाठी रेल्वे गाडीला दोन स्वतंत्र डबे असत आणि टी. सी. प्रवाशांची तिकिटं पाहून या डब्यांत प्रवेश देत असे. मेडिकलला आणि इंजिनियरिंगला जाणाऱ्या विद्यार्थ्यांचीच या डब्यात गर्दी होती. सर्वजण एकमेकांची चौकशी करीत होते. जेव्हा माझी चौकशी केली गेली आणि मी मराठी विषयात एम्.ए. करायला निघालो आहे, हे जेव्हा मी त्यांना सांगितलं; तेव्हा ते टवाळीच्या स्वरात हसू लागले! मराठी हा जणू गंभीरपणे अभ्यासायचा विषयच नाही, असं सर्वांचं मत असावं आणि इतक्या 'फालतू' विषयासाठी स्वतःचे पैसे खर्च करून हा हैदराबादला चालला! काय हा मूर्खपणा! अशा स्वरांत सर्वांचं हसणं होतं.

मी आणि माझा आतेभाऊ असे आम्ही दोघे त्याच्या काकांकडे सीताफलमंडी या उपनगरात उतरलो. तेथून उस्मानिया विद्यापीठाचा परिसर पायी चालत जर गेलो तर पंधरा मिनिटांत पोचू शकू, इतका जवळ होता. दुपारी विद्यापीठ पहायला गेलो. उस्मानिया विद्यापीठाची मुख्य इमारत अतिशय भव्य आणि देखणी आहे. संपूर्ण इमारत तांबड्या दगडात बांधलेली आहे. इमारतीचं प्रवेशद्वार इस्लामी द्वारपरंपरेतलं, फत्तेपूर शिक्रीच्या बुलंद दरवाजाच्या पद्धतीचं अतिशय भव्य, टोलेजंग आहे. याच इमारतीत पहिल्या मजल्यावर मराठी विभाग होता.

दुसऱ्या दिवशी प्रा. भगवंत देशमुखांना भेटण्यासाठी हैदराबाद शहरात गेलो. विचारपूस करीत करीत भगवंतरावांच्या घरी पोचलो. भाऊंनी त्यांच्यासाठी दिलेलं पत्र त्यांना दिलं. आता हैदराबादला मराठी एम्.ए.ला विद्यार्थी येत नसल्यामुळे मी एम्.ए. करण्यासाठी आलो, हे पाहून त्यांना बरंच वाटलं. मी विद्यापीठाच्या वसतिगृहातच राहणार असल्याचं त्यांना सांगितल्यामुळे मला तेथे खोली वगैरे मिळवून देण्यात मदत करण्याचा प्रश्नच निर्माण झाला नाही. तरीही लागणार असलेली सर्व प्रकारची मदत करण्याचं आश्वासन त्यांनी दिलं आणि त्यांची औरंगाबादच्या कॉलेजला बदली होईपर्यंत त्यांनी माझ्याकडे स्थानिक पालकासारखं लक्षही दिलं. मी जेव्हा त्यांचा निरोप घेऊन त्यांच्या घरून निघालो, तेव्हा ते म्हणाले, 'आता मराठवाडा साहित्यपरिषदेत येत चला; उद्या सायंकाळी जर आला, तर तेथे सर्वांच्या ओळखी होतील.' मी दुसऱ्या दिवशी परिषदेत जायचं ठरवलं.

दुसऱ्या दिवशी सायंकाळी मी इसामिया बाजार या भागात असलेल्या मराठवाडा साहित्यपरिषदेच्या कार्यालयात गेलो. या इमारतीत एक़ मराठी ग्रंथालय आणि साहित्यपरिषदेचं कार्यालय या दोन संस्था नांदत होत्या. प्रा. भगवंतरावांनी एकेकांशी माझी ओळख करून दिली. येथेच तु.शं. कुळकर्ण्यांची ओळख झाली. 'मराठवाडा साप्ताहिक' हे वाचनात असल्यामुळे त्याचे संपादक म्हणून अनंत भालेरावांचं नाव माहीत होतं. साहित्यपरिषदेत त्यांना प्रथमच पाहिलं. भगवंतरावांनी त्यांची ओळख करून दिल्यावर त्यांनी माझी बारकाईनं चौकशी सुरू केली. औरंगाबादचेच असलेल्या अनंतरावांना माझं 'रसाळ' हे आडनाव अनोखं वाटलं असणार. "तू रसाळ? म्हणजे कोणाचा मुलगा?" माझे वडील न.मा. कुळकर्णी असून ते सरस्वती भुवन हायस्कूलमध्ये शिक्षक आहेत, हे कळल्यावर ते म्हणाले – 'म्हणजे तू नरहररावांचा मुलगा!' ते माझ्या सर्वच कुटुंबाला ओळखत होते. वैजापूरला त्यांचं आणि माझ्या आईच्या वडिलांचं कुटुंब एकाच वाड्यात रहात होतं. माझा जन्मही याच वाड्यात झाला होता. त्यांनी माझ्या आईची, माझ्या आजोबांची, मामांची वास्तपुस्त केली. एवढा मोठा माणूस माझ्या सर्व कुटुंबाला ओळखतो! याचं मला त्या वेळी फार अप्रूप वाटलं.

त्यानंतर मी मराठी विषयात एम्.ए.साठी आणि त्याबरोबरच विद्यापीठ विद्यार्थी वसतिगृहातही प्रवेश घेतला. आर्ट्सच्या विद्यार्थ्यांसाठी 'होस्टेल ए' आणि सायन्सच्या विद्यार्थ्यांसाठी 'होस्टेल बी' अशी दोन स्वतंत्र होस्टेलं होती. या दोन्ही होस्टेलच्या इमारती अतिशय देखण्या होत्या. वसतिगृहात

तीन विद्यार्थ्यांसाठी आणि एका विद्यार्थ्यासाठी अशा दोन प्रकारच्या खोल्या होत्या. प्रत्येक विद्यार्थ्यासाठी एक टेबल, दोन खुर्च्या, एक पलंग आणि एक भिंतीतलं कपाट अशी सोय होती. हे सर्व फर्निचर उत्तम दर्जाचं होतं. मी आर्ट्सचा विद्यार्थी असल्यानं मला होस्टेल ए मध्ये प्रवेश दिला आणि मला तीन विद्यार्थ्यांसाठी असलेली खोली दिली गेली. माझ्या या खोलीत आणखी दोन विद्यार्थी होते. एम्. ए. चा विद्यार्थी दुसऱ्या वर्षाला गेला की, त्याला स्वतंत्र खोली दिली जात असे. हैदराबादला वसतिगृहात जुने विद्यार्थी नव्याने आलेल्या विद्यार्थ्यांचे रॅगिंगमध्ये काय काय हाल करतात, याची भीषण वर्णनं मी हैदराबादला जाण्यापूर्वीच ऐकली होती. त्यामुळे मी चिंतेतच होतो. याच वसतिगृहात मराठी एम्.ए. च्या दुसऱ्या वर्षाला असलेले शिवाजीराव पाटील हे विद्यार्थी होते. आपल्या गोड, लाघवी स्वभावामुळे ते वसतिगृहात अतिशय लोकप्रिय होते. 'तुम्ही काही काळजी करू नका, आता रॅगिंग बंद झालं आहे. पण जर काहीही अडचण आली, तर सरळ माझ्याकडे या.' या त्यांच्या बोलण्यामुळे मी निवांत झालो.

होस्टेल ए पासून थोड्याशा अंतरावर विद्यापीठ-परिसराची हद्द संपत होती आणि तिला लागूनच सिकंदराबाद-हैदराबाद या शहरांना जोडणारा एक दुपदरी रस्ता होता. याच रस्त्यावरून रोक्के बसेस जातयेत असत. या बसेसना रस्त्यात कुठेही विद्यार्थीप्रवासी थांबवत. म्हणून त्यांना 'रोक के'-म्हणजे 'जरा थांबवून' - असं नाव पडलं होतं. या रोक्के बसेसमुळे दोन्ही होस्टेलच्या विद्यार्थ्यांना सहजपणे हैदराबाद किंवा सिकंदराबाद या शहरात जाता येई. विद्यापीठहद्द जेथे संपते, तेथे पानसिगारेटची, इस्तरीवाल्याची, अशा काही टपऱ्या असत. एका छोट्या कौलारू घरात चहा-नाश्ता देणारं हॉटेलही होतं. ते रात्री अकरा वाजेपर्यंत उघडं असे. त्यामुळे परीक्षेच्या काळात जागून अभ्यास करणाऱ्यांची सोय होत असे. सामान्यपणे आंध्रप्रदेशात कॉफी हेच रोज घेण्याचं पेय होतं. परंतु हैदराबाद शहर याला अपवाद होतं. येथे चहाची चलती असे. हे बहुधा मुस्लिम संस्कृतीच्या प्रभावातून आलेलं असावं. या विद्यापीठात तेलगूभाषक विद्यार्थी बहुसंख्येने असूनही ते आपसातही तेलगूमधून बोलण्याऐवजी उर्दू-हिंदीतूनच बोलत. येथे सर्वच भाषकांची संवादाची भाषा हिंदी उर्दूच असे. येथलं आणखी एक वैशिष्ट्य म्हणजे येथे 'पेस्ट्री' अतिशय विद्यार्थिप्रिय होती. 'चल! आज तू मुझे पेस्ट्री खिला!' हे वाक्य सतत कानावर पडत असे. शर्करायुक्त क्रीम ज्यावर पसरवेले आहे, असे केकचे काप म्हणजे पेस्ट्री.

या वसतिगृहाचं मासिक शुल्क फक्त चाळीस रुपये होतं. त्यात खोलीचं भाडं, सकाळचा नाश्ता, दोन वेळचं जेवण आणि चारचा चहा या सर्वांचा समावेश होता. ए आणि बी होस्टेलसाठी एकच मेस होती. त्यात मांसाहारी आणि शाकाहारी जेवणाचे दोन विभाग असत. शाकाहारी जेवणात दोन पोळ्या, दोन भाज्या, चटणी, सांबार आणि भरपूर भात - असं जेवण असे. तेलगू विद्यार्थी शक्यतो पोळी खात नसत. जे विद्यार्थी खात, ते पोळीचे काठ काढून फक्त मधला भाग खात. रविवारी दुपारी जेवणात एक गोड पदार्थ असे, यात बहुतेक 'डबल का मिठा' हा पदार्थ हमखास असे. तो मुस्लिमांकडून आलेला पदार्थ होता. बासुंदीवजा घट्ट दुधात पावाचे तुकडे टाकून तो पदार्थ केलेला असे. रविवारी रात्री जेवणाला सुटी असे.

उस्मानिया विद्यापीठात एकूण शिक्षणच नाममात्र पैशात होत असे. १९१६ साली स्थापन झालेलं हे विद्यापीठ निझाम सरकार आपलं एक खातं म्हणून चालवत असे. निझामाच्या काळात विद्यापीठातल्या सर्वच शिक्षणाचं माध्यम उर्दू होतं. पदव्युत्तर अभ्यासक्रमांपर्यंत लागणाऱ्या आणि इंग्रजी भाषेत उपलब्ध असणाऱ्या सर्व पाठ्यपुस्तकांची आणि शिफारस करण्यात येणाऱ्या सर्व अधिकृत संदर्भग्रंथांची उर्दूत भाषांतरं करणारा एक भला मोठा भाषांतर विभाग या विद्यापीठात होता. 'बाबा-ई-उर्दू'(उर्दूचे पितामह) या नावाने ओळखले जाणारे अब्दुल हक्क हे या भाषांतरविभागाचे प्रमुख होते. उर्दूत भाषांतरित झालेली पुस्तकं छापण्यासाठी एक छापखानाही होता. या योजनेसाठी लागणारा प्रचंड खर्च निझाम सरकार आनंदानं सोसत असे. इंग्रजीतून उर्दूत भाषांतर करण्यासाठी उत्तम इंग्रजी येणाऱ्या भाषांतरकारांची गरज असते. ती भागावी म्हणून आणि वरिष्ठ पदांसाठी हवे असणारे इंग्रजी जाणणारे अधिकारी उपलब्ध व्हावेत म्हणून हैदराबादच्या निझाम कॉलेजातलं शिक्षण इंग्रजी माध्यमातून दिलं जाई. या कॉलेजात बुद्धिमान विद्यार्थ्यांनाच प्रवेश मिळत असे. हे निझाम कॉलेज मद्रास विद्यापीठाला संलग्न केलेलं होतं. निझामी सत्तेपासून हे संस्थान मुक्त झाल्यावर हा भाषांतर विभाग बंद करण्यात आला आणि उस्मानिया विद्यापीठातलं शिक्षणाचं माध्यम इंग्रजी करण्यात आलं. दुसरं म्हणजे हैदराबाद संस्थानातली सर्वच कॉलेजं उस्मानिया विद्यापीठाचे घटक होते. त्यामुळे विद्यापीठापासून ते संस्थानातल्या कुठल्याही कॉलेजात प्राध्यापकाची बदली होत असे. मी जेव्हा या विद्यापीठात प्रवेश घेतला, तेव्हा नुकतेच प्रा. भगवंत देशमुख गुलबर्गा कॉलेजातून उस्मानिया विद्यापीठात बदलून आले होते आणि वर्षभरानं त्यांची बदली औरंगाबादच्या

कॉलेजात करण्यात आली.

आमचे एम्.ए.चे वर्ग सुरू झाले आणि मला विद्यापीठाच्या अकाउंट्स सेक्शनकडून एक पत्र आलं. मी बी.ए.च्या परीक्षेत विद्यापीठात मराठी विषयात दुसरा आलो आणि मी मराठी विषयात एम्.ए.ला प्रवेश घेतला, म्हणून मला दरमहा पंचवीस रुपयाची शिष्यवृत्ती देण्यात येत आहे; दर महिन्याला दहा तारखेपर्यंत ती अकाउंट्स सेक्शनमधून घेऊन जावी! आता माझी चंगळच होती. घरून दरमहा साठ रुपये येत असत. त्यातले चाळीस वसतिगृहशुल्कापोटी जात असत. वरच्या वीस रुपयांत महिन्याचा वरकड खर्च भागत असे; शिल्लक उरत शिष्यवृत्तीचे पंचवीस रुपये! त्यातून मी मला हवी ती पुस्तकं घेऊ लागलो. मराठी एम्. ए.ला लागणारी सर्व पाठ्यपुस्तकं मी यातूनच घेतली.

औरंगाबादेत आमच्या घरात माणसांची सतत वर्दळ असे. घरातली माणसं आणि येणारे पाहुणे यांनी घर भरलेलं असे. घरात वीज नव्हती. चिमणी-कंदिलाच्या उजेडात आणि माणसांच्या गर्दीत अभ्यास करावा लागत असे. मला एक देवदार लाकडाची पेटी देण्यात आली होती. त्यात मी माझी सर्व पुस्तकं आणि वह्या ठेवीत असे. बसायला एक पोतं असे. या पोत्यावर बसून आणि पेटीवर पुस्तकं-वह्या ठेवून मी अभ्यास करीत असे. भवताली सतत गडबड, गोंधळ चालू असे, वेगवेगळे आवाज कानावर येत असत. अशा वातावरणात मला - माझ्या भावंडांना - अभ्यास करावा लागत असे.आमचे सर्वच व्यवहार सामूहिक पातळीवर! आता हैदराबादला वसतिगृहात माझं स्वतःचं स्वतंत्र जगणं प्रथमच सुरू झालं. विद्युतप्रकाशानं उजळलेली खोली, स्वतःचं एक कपाट, टेबल, खुर्ची आणि कॉट अशा सर्व सोयी येथे मिळाल्या. त्याबरोबर 'अमूक एक करू नको; तमूक एकच केलं पाहिजे!' अशा वडीलधाऱ्यांच्या आज्ञा कानावर येईनाशा झाल्या. त्यामुळे मी एकदम मुक्तपणे वागू लागलो. हवा तेव्हा चहा घेऊ लागलो. हॉटेलात विविध पदार्थ चाखू लागलो. विशेष म्हणजे सिगारेटही ओढू लागलो! मुख्य म्हणजे मी पहिल्यांदाच उत्तम दर्जाचे दाक्षिणात्य पदार्थ हैदराबादेत चाखले. औरंगाबादेतल्या हॉटेलातही ते मिळत असत, पण कसे? इडली-सांबाराची ऑर्डर दिली की दगडासारखी टणक इडली आणि त्यावर ओतलेलं आंबट वरण समोर येई. हैदराबादेत आल्यावर अगदी कंटाळा येईपर्यंत मी दाक्षिणात्य पदार्थ खाल्ले!

दुपारी दोनएक वाजेपर्यंत एम्.ए.चे वर्ग असत. दुपारनंतर सर्व वेळ

मोकळाच असे.अभ्यासाचंही दडपण नव्हतं. कारण माझं मराठी वाङ्मयाचं भरपूर वाचन बी.ए.ला असतानाच झालं होतं. ज्या आधुनिक लेखकांची पुस्तकं नेमलेली होती, त्या लेखकांचं समग्र वाङ्मय मी आधीच वाचलं होतं. मग मी वसतिगृहातून हैदराबाद शहरात रोज बसमधून हिंडायला जात असे.औरंगाबादला आम्हाला क्वचितच सिनेमे पहायला मिळत. माझे मित्र नट-नट्यांबद्दल गप्पा मारत. मला मात्र एकाही नटाचं किंवा नटीचं नाव माहीत नव्हतं. आता मात्र मी दुपारी हिंदी सिनेमे पाह्यचा सपाटाच लावला. लवकरच मी नटनट्यांच्या भानगडीबाबत तज्ज्ञ होऊन गेलो!

एम्.ए.च्या प्रथम वर्षात मला हैदराबादमध्ये चंद्रकांत भालेराव हा एक मित्र मिळाला. तो मिलिंद कॉलेजचाच, परंतु एक वर्ष माझ्यापुढे होता. त्यामुळे त्याची औरंगाबादेतच जुजबी ओळख झाली होती. मराठी वाङ्मयाचं त्याचं उत्तम वाचन होतं. विशेषत: त्याला चांगलीच विनोदबुद्धी होती. तो कथाही लिहीत असे. एवढंच नव्हे तर त्याला शास्त्रीय संगीताची उत्तम समज होती. तो थोडंबहुत गातही असे. बी.ए. झाल्यावर लॉ करण्यासाठी तो हैदराबादला आला होता. परंतु कायद्याच्या अभ्यासात त्याचं अजिबात लक्ष नव्हतं. तो चुकूनही लॉ कॉलेजात जात नसे. बी.ए.ला शिकत असतानाच त्यानं प्रेमविवाह केला होता. तो असा की त्याच्या लग्नाला त्याच्या घरचे कोणीच आले नव्हते! त्या काळात मला तो एखाद्या हिरोसारखा वाटला! त्यामुळे त्याची झालेली मैत्री मला मौलिक वाटत होती. हैदराबादमध्ये तो आणि आणखी दोघेजण असे तिघे मिळून एक खोली घेऊन एकत्र रहात असत. आम्ही दोघे हैदराबादेत मुक्तपणे भटकत असू. इसामिया बाजारमध्ये असलेल्या मराठवाडा साहित्यपरिषदेत जर काही कार्यक्रम असला, तर आम्ही दोघेही त्याला जात असू. नाही तर आम्ही हैदराबादच्या रस्त्यांवर भटकताना वाङ्मयावर आणि शास्त्रीय संगीतावर बोलत असू. 'सत्यकथे'चा ताजा अंक हा आमच्या बोलण्याचा विषय असे. तो विविध राग गाऊन त्यांची मला ओळख करून देत असे. रात्र झाल्यावर वसतिगृहाकडे जायला बस नसे. मला सोबत म्हणून तो माझ्याबरोबर पायी चालत विद्यापीठवसतिगृहात येई. हे अंतर काही कमी नसे, ते अंदाजे सात-आठ किलोमिटरइतकं असे! आम्ही दोघेही थकून गेलेले असू.मग तो माझ्या खोलीतच झोपत असे. सकाळी माझ्याबरोबरच मेसमध्ये नाश्ता घेत असे. त्यासाठी मी त्याच्या नाश्त्याचे चौदा आणे भरत असे. बहुधा त्याला घरून कुठलीही आर्थिक मदत मिळत नसावी. तो तेथे मित्रांच्याच आश्रयाने रहात असावा.

हैदराबादमध्ये मला त्याच्याशिवाय कोणीच मित्र नव्हते. एम्.ए. च्या वर्गात फक्त दोनच विद्यार्थी! एक मी आणि दुसऱ्या उषा भोसेकर. त्यामुळे वर्गमित्र असण्याचा प्रश्नच नव्हता. हैदराबादची साहित्यपरिषद आणि 'पंचधारा' मासिक चालवणाऱ्या द.पं. जोशींशी उषा भोसेकरांचा विवाह होऊन पुढे त्या 'उषा जोशी' झाल्या. असे असले, तरी चंद्रकांतच्या मैत्रीनं माझं पहिलं वर्ष अतिशय आनंदाचे गेलं. विशेष म्हणजे मला त्याच्यामुळे शास्त्रीय संगीताची गोडी लागली. वर्ष संपताच तो हैदराबाद सोडून गेला. त्यानं सेलूला मास्तरकीची नोकरी पत्करली.

एम्.ए.चं पहिलं वर्ष संपलं. मला जर किमान पंचावन्न टक्के मार्क मिळाले, तर माझी शिष्यवृत्ती दुसऱ्याही वर्षी चालू रहाणार होती. मी पासष्ट टक्के मार्क घेऊन प्रथम वर्षाची परीक्षा पास झालो. आता चालू राहणाऱ्या स्कॉलरशिपमुळे वर्षभर पैशाची चिंता नव्हती!

हैदराबादच्या मराठी वाङ्मयाच्या शैक्षणिक जगतात आधुनिक साहित्यापेक्षा मध्ययुगीन साहित्याचाच वरचष्मा होता. या विद्यापीठाच्या मराठी विभागाचे पहिले प्राध्यापक चिं.नी. जोशी, नंतरचे र.म. भुसारी आणि ना.गो. नांदापूरकर हे सर्व प्राध्यापक मध्ययुगीन वाङ्मयाचे अभ्यासक होते. पुढेही हीच परंपरा श्रीधरराव कुळकर्णी यांनी चालवली. या विद्यापीठात आधुनिक वाङ्मयावर कोणीही पीएच्. डी. साठी संशोधन केल्याचं ऐकिवात नाही. मी शिकत असताना प्रा. भगवंत देशमुख आणि भालचंद्रमहाराज कहाळेकर हे दोघेच तेवढे अधिकारवाणीने आधुनिक वाङ्मय शिकवू शकायचे. त्यातही प्रा. भगवंत देशमुखांची बदली औरंगाबादच्या कॉलेजात झाल्यावर एकटे कहाळेकरच फक्त आधुनिक वाङ्मयाचे प्राध्यापक उरले.

मी जेव्हा हैदराबादला एम्.ए.साठी गेलो तेव्हा डॉ. ना.गो. नांदापूरकर हे हैदराबादच्या वाङ्मयजगताच्या केंद्रस्थानी होते. त्या वेळचे मराठीचे बहुतेक प्राध्यापक त्यांचे विद्यार्थी होते आणि हे सर्वजण त्यांच्याविषयी अतिशय आदरानं बोलत. हैदराबादमध्ये गुरू–शिष्यपरंपरेला अतिशय महत्त्व होतं. येथले विद्यार्थी आणि प्राध्यापक आपण डॉ. ना.गो. नांदापूरकरांचे 'शिष्य' असल्याचं अभिमानानं सांगत. डॉ. नांदापूरकरांचा 'मुक्तमयुराची भारते' हा प्रबंध कसा तयार झाला, याची अनेक विद्यार्थ्यांच्या तोंडून मी वर्णनं ऐकली आहेत. हा प्रबंध लिहून झाल्यावर त्याचं मराठीत टंकलेखन करणारा हैदराबादेत कोणीच नव्हता; मग नांदापूरकर स्वतःच टाईपरायटरवर मराठीत टाईप करायला शिकले आणि केवळ एकच बोट वापरून त्यांनी

संपूर्ण प्रबंध टाईप केला! या पद्धतीनं हा प्रबंध टाईप व्हायला किती काळ लागला; मग नागपूर विद्यापीठाकडून त्यांना पीएच्.डी.ची पदवी मिळाल्यावर हैदराबादमध्ये त्यांचा भला मोठा सत्कार समारंभ कसा झाला; या सर्वांचं वर्णन त्यांचे 'शिष्य' मोठ्या श्रद्धेनं आणि अभिमानानं करीत.

संशोधन हे फक्त जुन्याच वाङ्मयाचं होत असतं, अशीही येथे एक समजूत होती. एखाद्याने जर आधुनिक वाङ्मयावर एखादा शोधनिबंध लिहिला, तर तो अशांच्या लेखी फक्त 'लेख' असे; संशोधन नव्हे.संशोधन केवळ जुन्या, मध्ययुगीन वाङ्मयावरच होऊ शकतं, असं त्यांना वाटत असे. हैदराबादच्या शैक्षणिक वातावरणात आधुनिक वाङ्मयाला अजिबात महत्त्व नसल्यामुळे एम्. ए. च्या अभ्यासक्रमात आधुनिक वाङ्मयाच्या अभ्यासपत्रिका जरी असल्या; तरी त्या शिकवताना येथील प्राध्यापकांची भूमिका हे सर्व नाइलाजानं शिकवावं लागतं, अशीच असे. ते शिकवताना या वाङ्मयाची-विशेषत: नवकविता-नवकथेची टिंगलही होत असे. मध्ययुगीन वाङ्मय शिकवताना डॉ. नांदापूरकरही विषयांतर करून नवसाहित्याचा उपहास करीत असत.

मी जेव्हा एम्.ए.ला प्रवेश घेतला, तेव्हा डॉ. नांदापूरकर नुकतेच सेवानिवृत्त झाले होते. परंतु विद्यापीठाने त्यांना शिकवण्याचं काही तासांचं काम दिलेलं होतं. ते साधारणपणे अकराच्या सुमारास विद्यापीठात येत. ते चांगलेच गोरेपान आणि उंच होते.त्यांच्या गोऱ्या चेहऱ्यावर एक तांबूस छटा असे. ते खूप देखणे दिसत. पर्शियन धर्तीचा लाँग कोट, पायजामा आणि डोक्यावर काळी टोपी - असा त्यांचा पोषाख असे. मराठी विभाग दुसऱ्या मजल्यावर होता. परंतु त्यांना अंजायना हा हृदयविकार असल्यामुळे ते दुसऱ्या मजल्यावर येत नसत. त्यांना खालच्या मजल्यावरच एक खोली देण्यात आली होती. तेथे ते वर्ग घेत असत. विद्यापीठात आले की, ते अतिशय सावकाश पावलं टाकीत आपल्या खोलीत जात. त्यांच्याबरोबर एक डबा असे. त्यात सफरचंदाच्या फोडी असत. शिकवताना ते अधूनमधून या फोडी खात आणि त्यावर घोटभर पाणी पीत. डॉक्टरांनी हृदयविकारावर सफरचंद खाण्याचा सल्ला दिल्याचं ते सांगत. त्यांनी आम्हाला ज्ञानेश्वरीचा बारावा अध्याय आणि नरेंद्राचं 'रुक्मिणीस्वयंवर' ही दोन पुस्तकं शिकवली. ज्ञानेश्वरीतील (आणि रुक्मिणीस्वयंवरातील) ओव्यांचे अर्थ सांगणं यालाच त्यांच्या शिकवण्यात महत्त्व असे. ज्ञानेश्वरीत कोणकोणते रस आले आहेत आणि शेवटी ज्ञानेश्वरी शांतरसाचा प्रत्यय कसा देते, हे सांगण्यावर त्यांचा

भर असे. मध्ययुगातील मराठी भाषेच्या सर्व रूपांवर त्यांची हुकमत होती. विशेषत: यादवकालीन मराठीची त्यांच्या इतकी जाणकारी मी इतरत्र पाहिली नाही. वर्गात शिकवताना ते शं.गो. तुळपुळ्यांच्या 'यादवकालीन मराठी भाषा' या प्रबंधातल्या चुका दाखवत. तसेच ज्ञानेश्वरकालीन मराठी शब्द आजही मराठवाड्याच्या भाषेत कसे जिवंत राहिले आहेत, हेही ते सोदाहरण सांगत. मराठवाड्यातल्या मराठीचा अभिमान त्यांच्या या सांगण्यातून प्रकट होत असे. नरेंद्राचं रुक्मिणीस्वयंवर त्यांनी याच पद्धतीनं शिकवलं. ज्ञानेश्वरी शिकवताना 'भाष्यकाव्य' आणि नरेंद्राचं रुक्मिणीस्वयंवर शिकवताना 'आख्यानक काव्य' या काव्यरूपांची वैशिष्ट्यं मात्र त्यांनी सांगितली नाहीत. त्यांना वाङ्मयाभ्यासात हे मुद्दे महत्त्वाचे वाटत नसावेत. शिकवताना ते उपहासाचा चांगलाच उपयोग करत. कधी कधी ते आपल्या वैयक्तिक जीवनाबद्दलही बोलत. आपलं लग्न कसं ठरलं, हेही त्यांनी वर्गात सांगितलं होतं. त्यांना जेव्हा त्यांचे सासरे 'पाह्यला' आले, तेव्हा पंधरासोळा वर्षांचे नांदापूरकर घरी नव्हते. म्हणून त्यांचे वडील आणि भावी सासरे त्यांना शोधत निघाले. तेव्हा ते मित्रांबरोबर सूरपारंब्या खेळत होते आणि ते वडाच्या झाडावर बसलेले होते. त्यांच्या वडिलांनी खालूनच त्यांना 'दाखवले' आणि त्यांच्या सासऱ्यांनी त्यांना पसंत करून टाकले! हे सर्व त्यांनी मिस्किल स्वरात वर्गात सांगितलं होतं! मध्ययुगीन मराठी वाङ्मयातल्या काही संप्रदायांबद्दल त्यांचं अतिशय वाईट मत होतं. या संप्रदायांबद्दल ते उपहासानं बोलत असत. नांदापूरकरांचं आणखी एक वैशिष्ट्य असं की, ते घरात परभणीची मराठी बोली बोलत. परंतु सार्वजनिक ठिकाणी मात्र ते मध्यवर्ती मराठीत बोलत. मराठीच्या बोली टिकल्या पाहिजेत, हेही ते वर्गात आवर्जून सांगत.केवळ नांदापूरकरांपुरतेच नव्हे तर सामान्यपणे सर्वत्रच मराठी वाङ्मयाचं अध्यापन वाङ्मयीन अंगाने केलं जाण्याऐवजी ते ऐतिहासिक, सामाजिक आणि भाषिक अंगाने केलं जात असे.

पहिल्या वर्षी आम्हाला प्रा. भगवंतरावांनी केशवसुतांची कविता आणि पु.भा. भाव्यांचा 'सतरावे वर्ष' हा कथासंग्रह शिकवला. भगवंतराव हे फर्डे वक्ते होते. वक्त्याला हवा असणारा भरदार आवाज त्यांना लाभला होता. तो असा होता की, त्यांना माइकची गरजच पडत नसे. ते अतिशय रसिकतेनं शिकवीत. विशेषत: कविता शिकवताना त्यांच्या रसिकतेला बहर येई. त्यांचा तास कधीही कंटाळवाणा होत नसे. त्यांनी शिकवलेला केशवसुत मी विसरू शकत नाही. ते जेव्हा 'सतरावे वर्ष' हा कथासंग्रह शिकवू लागले, तेव्हा

मात्र मी विचारू लागलेले प्रश्न त्यांना अडचणीचे ठरू लागले. याचं कारण त्या काळात लिहिल्या जाणाऱ्या नवकथेचं आणि नवकवितेचं स्वरूप असं होतं की, सर्वच कवींना आणि सर्वच कथाकारांना लागू होतील, अशी कोणतीही समान लक्षणं दाखवताच येत नव्हती. कथेमध्ये कोणकोणती लक्षणं असली म्हणजे तिला नवकथा म्हणता येईल, असं मी वर्गात त्यांना विचारलं. ते म्हणाले की, "जी कथा मनोविश्लेषण तंत्राने लिहिली जाते, ती नवकथा." मग मी विचारलं की, "मग व्यंकटेश माडगूळकरांना नवकथाकार म्हणता येणार नाही; पण नवकथाकारांची जी यादी दिली जाते त्यात गाडगीळ, गोखले, भावे आणि माडगूळकर अशी चार नावं घेतली जातात." यावर भगवंतराव म्हणाले की, "याबरोबरच जी कथा मोकळेपणाने स्त्रीपुरुषसंबंधावरही लिहिली जाते, ती नवकथा." त्यावेळी नुकताच 'हंस' मासिकात आलेल्या महादेवशास्त्री जोशींच्या 'भोगशिळेवरचा बळी' या कथेचा निर्देश करून मी विचारलं की, "यातल्या नायिकेचा विवाह एका विधुर गृहस्थाशी झालेला आहे. त्याने नसबंदीचं ऑपरेशन करून घेतलं आहे. हे त्याच्या या पत्नीला माहीतच नाही. ते जेव्हा तिला कळतं, तेव्हा तिच्या मनाची होणारी उलाघाल लेखकानं रंगविली आहे. या कथेत मनोविश्लेषणही आहे आणि स्त्रीपुरुषसंबंध हा विषयही आलेला आहे. तेव्हा हिला नवकथा म्हणता येईल का? महादेवशास्त्री जोशींना नवकथाकार म्हणता येईल का?' यावर भगवंतराव रागावून म्हणाले, "तुम्हाला काय म्हणायचे असेल, ते म्हणा!" त्यांच्या रागावण्यामुळे मी अस्वस्थ झालो. खरं म्हणजे भगवंतरावांना 'अडवणे' हा माझा उद्देश नव्हता. कदाचित 'नवकथेची लक्षणे सांगा' असा एखादा प्रश्न जर परीक्षेत विचारला गेला; तर त्याचे उत्तर आपल्याला माहीत असावं, म्हणून मी हा प्रश्न विचारला होता. त्या वेळी नवकथा-नवकविता या संज्ञा वापरल्या जात होत्या, पण कोणीही समीक्षक त्या स्पष्ट करीत नव्हता. मी भगवंतरावांकडे जाऊन मी हे का विचारलं, याचा खुलासा केला. भगवंतरावही त्यांचा राग विसरून गेले.

बी.ए.ला असताना कॉलेजमासिकात मी एक कथा लिहिली होती. आता येथेही मी दोनएक कथा लिहिल्या. तेव्हा 'प्रतिष्ठान'च्या संपादकमंडळावर भगवंत देशमुख होते. मी प्रतिष्ठानसाठी माझी एक कथा त्यांना दिली. तिच्यावर कुठलंही भाष्य न करता त्यांनी ती 'प्रतिष्ठान'मध्ये प्रसिद्ध केली. ती छापून आल्यावर मी ती पुन्हा वाचली आणि अशी कथा लिहिल्याबद्दल माझीच मला लाज वाटू लागली. आपण कथा लिहू शकत नाही, याची

त्यावेळी मला तीव्र जाणीव झाली आणि यापुढे कथा कधीही लिहायची नाही, असा निर्णय मी घेऊन टाकला. माझी ती कथा नकली, कृत्रिमच होती. भगवंतरावांच्याही हे लक्षात आलं असावं, पण त्यांनी ती उदारपणे छापली आणि नंतर मला 'प्रतिष्ठान'साठी कधीही कथा मागितली नाही.

चंद्रकांत हैदराबाद सोडून गेल्यावर मला तेथे कोणीच मित्र राहिला नव्हता. पण पहिलं वर्ष संपता संपता मला अचानक एक मित्र मिळाला. त्याच्या सहवासात माझं हे दुसरं वर्ष अतिशय आनंदात गेलं. मला शैक्षणिक वर्षाच्या शेवटच्या महिन्याची मासिक शिष्यवृत्ती मिळाल्यावर मी हैदराबादेत सुलतान बाजार सर्कलच्या कोपऱ्यात असलेल्या पुरोहितांच्या मराठी पुस्तकांच्या दुकानात गेलो. वर्षभरात मी या दुकानातून बरीच पुस्तकं घेतली होती.जे पाठ्यपुस्तक शिकवण्याला प्रारंभ होई, ते पुस्तक मी या दुकानातून विकत घेत असे. आता मी पाठ्यपुस्तकासाठी नव्हे तर दुसरं, नवं काही मिळते का हे पाहण्यासाठी मी या दुकानात गेलो. विंदा करंदीकरांचं 'मृद्‌गंध' नुकतंच प्रसिद्ध झालं होतं. ते मी चाळत असताना विशीतला एक मुलगा तेथे आला आणि कुतुहलाने माझ्याकडे आणि माझ्या हातातल्या 'मृद्‌गंध' या कवितासंग्रहाकडे पाहू लागला. मी ते पुस्तक विकत घेतल्यावर त्याने मला आपला परिचय करून दिला आणि त्याने माझाही परिचय करून घेतला. हा मित्र म्हणजे प्रभाकर दत्तात्रेय जोशी. उस्मानाबाद जिल्ह्यातलं कळंब हे त्याचं गाव. तो चादरघाट कॉलेजात बी. ए. प्रथम वर्षाला होता आणि सायंकाळी तीनएक तास मराठवाडा साहित्यपरिषदेत कारकुनाची नोकरी करीत होता.या दुकानाच्या शेजारीच 'आयडियल' नावाचं एक उडुपी हॉटेल होतं. ओळख झाल्यावर आम्ही चहासाठी तेथे गेलो. स्वतःच्या पैशातून मी कवितासंग्रह विकत घेतला, याचं त्याला आश्चर्य आणि कौतुक वाटत होतं आणि ते तो वारंवार बोलून दाखवत होता. दोघांनीही विंदा करंदीकरांची कविता 'सत्यकथे'तून वाचली होती. प्रभाकरलाही हा कवितासंग्रह वाचायचा होता. माझा वाचून झाल्यावर तो त्याला देण्याचं मी कबूल केलं. पुढे याच पुरोहितांच्या दुकानातून मी मर्ढेकरांचं 'सौंदर्य आणि साहित्य', माडगूळकरांची 'बनगरवाडी', गाडगिळांचं 'तलावातले चांदणे'अशी बरीच पुस्तकं घेतली.

परिषदेत नोकरी करत असल्यामुळे प्रभाकर हैदराबादलाच रहाणार होता. आपण आता जूनमध्ये भेटू, असं त्याला सांगून मी औरंगाबादी आलो. मी जूनमध्ये हैदराबादी गेल्यावर आमच्या मैत्रीला प्रारंभ झाला. आता मी त्याला भेटण्यासाठी मराठवाडा साहित्यपरिषदेत जाऊ लागलो. अधूनमधून रात्री

त्याच्याकडेच राहू लागलो. तो रात्री साहित्यपरिषदेच्या कार्यालयातच झोपत असे. मीही टेबलावर वर्तमानपत्रं पसरवून तेथेच त्यावर झोपायचो. भल्या सकाळी 'आयडियल' हॉटेलमध्ये गरमागरम इडली, त्यावर तेलंगणातली पूड चटणी आणि वर लोणी असा नाश्ता करून मी रोक्केने वसतिगृहात परत येत असे.

प्रभाकरचा मराठी काव्याचा अभ्यास अतिशय चांगला होता. तो स्वत:ही कविता करीत असे. बोरकर त्याचे आवडते कवी! त्यांच्या अनेक कविता तो पाठ म्हणून दाखवत असे. 'आलो चालुन वाट युगाची । आणि गाठला तुझा किनारा । शिणल्या शरीरावरी तरारे । तंव लाटांपरि दाट शहारा ।' ही त्याची आवडती कविता तो नेहमी म्हणत असे. वाङ्मयासंबंधी त्याची मतं ठाम असत आणि तो आक्रमकपणे ती मांडत असे. त्यामुळे त्याच्याशी वाङ्मयावर चर्चा करताना मजा येई. पुढे तो बी. एड. होऊन शिक्षक झाला. गोवा मुक्त झाल्यावर त्यानं गोव्यातली नोकरी स्वीकारली. गोव्यात तो 'जोशी'ऐवजी 'कळंबकर' आडनाव लावू लागला. शेवटी तो पक्का गोवेकर झाला.

हैदराबादमध्ये तेलगूंनंतर मराठी समाजाचीच लोकसंख्या अधिक होती. हा मराठी समाज नल्लाकुंटा, नारायणगुडा, काचीगुडा, सुलतान बाजार, गौलीगुडा, इसामिया बाजार, चप्पल बाजार अशा विभागात रहात असे. सुलतान बाजारातल्या हरी मस्जिदीसमोरच्या एका गल्लीला न.शे. पोहनेरकरांनी 'मराठवाडी' असं नाव दिलं होतं. या गल्लीत बहुतेक मराठी लोक रहात असत. या शिवाय शहाअली बंडा (याला मराठी लोक 'शालीबंडा' म्हणत) हा दूरवरचा भाग केवळ मराठी होता. सिकंदराबाद शहराच्या सिताफलमंडी या उपनगरात फार मोठी मराठी वस्ती होती. या भागात हिंडलं की, आपण एका मराठी शहरातच आलो आहोत, असं वाटत असे. सुलतानबाजार भागातले कापडदुकानदार मराठी स्त्री-गिऱ्हाइकांशी मराठीतच बोलत असत.

दर शनिवार-रविवार सुलतानबाजारातल्या दिलशाद टॉकीजमध्ये सकाळी अकरा वाजता मराठी चित्रपट दाखवला जाई. या चित्रपटाला मराठी लोकांची प्रचंड गर्दी होत असे. गंमत अशी की, सिनेमाला आलेल्या गोऱ्यागोमट्या मराठी मुली पाहण्यासाठी तेलगू मुलंही गर्दी करीत असत. या चित्रपटगृहात मी आणि प्रभाकरनं राजा गोसावी नायक असलेले अनेक मराठी चित्रपट पाहिले. याच काळात भाषावार प्रांतरचना झाली आणि हैदराबादेत मराठी समाज अल्पसंख्य बनून गेला.

एम्.ए.च्या दुसऱ्या वर्षाला आम्हाला भालचंद्रमहाराज कहाळेकर शिकवायला आले.त्यांनी बोरकरांचा 'आनंदभैरवी' हा आणि मर्ढेकरांचा 'आणखी काही कविता' असे दोन कवितासंग्रह शिकवले. वर्गात ते कवितेच्या संहितेवर विद्यार्थ्याला प्रश्न विचारून त्या संहितेची आंतररचना उकलायला लावायचे. त्यांच्या या पद्धतीमुळे कुठलीही कविता कशी 'वाचावी', हे मला कळलं. माझ्यावर कहाळेकरांच्या शिकवण्याच्या पद्धतीचा एक संस्कार झाला. डॉ. ना.गो. नांदापूरकरांचे भाचे, सुप्रसिद्ध विचारवंत नरहर कुरुंदकर हे स्वत:ला कहाळेकरांचे शिष्य म्हणवत. ते तसे कहाळेकरांचे विद्यार्थी नव्हते. परंतु अनेक विषयांवर ते कहाळेकरांशी वाद घालत. कुठल्याही विषयाची तर्कशुद्ध मांडणी कशी करावी, हे कुरुंदकर कहाळेकरांपासूनच शिकले.

माझ्या एम्.ए.च्या दोन वर्षांच्या काळात मला हैदराबादमध्ये निदान तीनचारदा म.भि. चिटणिसांच्या सहवासाचा आणि त्यांच्याबरोबर चर्चेचा लाभ झाला. हैदराबादेत ते विद्यापीठाच्या विविध समित्यांवर सदस्य होते. या समित्यांच्या बैठकीसाठी ते हैदराबादी येत. ॲबिट्स या भागात ते 'ओरिएंटल' नावाच्या हॉटेलमध्ये उतरत. मी नुकत्याच वाचलेल्या मर्ढेकरांच्या सौंदर्यशास्त्रावर त्यांना प्रश्न विचारून त्रास देई, तसंच अभ्यासक्रमातील पुस्तकांविषयीही शंका विचारीत असे. हैदराबादमध्येही मला त्यांचं मार्गदर्शन लाभलं.

मराठवाडा साहित्यपरिषदेत सतत कार्यक्रम होत असत. केशवसुत, बालकवी, गोविंदाग्रज, हरि नारायण आपटे अशा लेखकांच्या जयंत्यांच्या निमित्ताने स्थानिक प्राध्यापकांची, अभ्यासकांची व्याख्यानं होत असत. खरं म्हणजे तेच तेच वक्ते बोलत. यात प्रामुख्याने भगवंत देशमुख, यशवंत कानिटकर, कहाळेकर, श्रीधरराव कुळकर्णी हीच मंडळी असत. या तोच-तो-पणावर तोडगा म्हणून बी. रघुनाथांच्या साहित्यावर एक परिसंवाद ठेवला गेला. भगवंतराव मला म्हणाले, 'तुम्हाला बी. रघुनाथांच्या कथेवर बोलायचं आहे.' मी यापूर्वी कधीच भाषण केलं नव्हतं. त्यामुळे मला भीती वाटत होती. मी वेगवेगळी कारणं देऊन ते टाळायचा प्रयत्न केला. पण भगवंतरावांनी हे ठरवूनच टाकलं होतं. मग मी त्यांना बी. रघुनाथांच्या कथेवर निबंध वाचण्याचा पर्याय सुचवला. शेवटी त्यांनी तो मान्य केला. मी जो निबंध लिहिला, तो बी. रघुनाथांच्या कथेवर बरीच टीका करणारा होता. त्यामुळे तो बहुतेकांना आवडला नसावा. त्यामुळे कोणीच त्यावर प्रतिक्रिया दिली नाही. माझा पहिला प्रसिद्ध झालेला समीक्षालेखही मी एम्.ए.च्या

दुसऱ्या वर्षात असतानाच लिहिला. कहाळेकरांनी शिकवलेल्या मर्ढेकरांच्या कवितेवर तो होता. परंतु त्यात कहाळेकरांची मतं मात्र मी मांडली नाहीत. मला मर्ढेकरांविषयी जे जाणवलं, तेच मी त्यात मांडलं होतं. माझा हा लेख विद्यापीठाच्या वार्षिकात प्रसिद्ध झाला.

माझ्या एम्.ए.च्या दुसऱ्या वर्षी मी हैदराबादेत दोन महत्त्वाची व्याख्यानं ऐकली. त्या वर्षी सुप्रसिद्ध समीक्षक प्रा. वा.ल. कुळकर्णी मराठी विभागाच्या वार्षिक स्नेहसंमेलनासाठी प्रमुख पाहुणे म्हणून आले होते. 'ललित वाङ्मयाचे स्वरूप' या विषयावर त्यांचं छान व्याख्यान झालं. चादरघाट कॉलेजच्या स्नेहसंमेलनासाठी मराठीतले नामवंत नवकथाकार पु.भा. भावे प्रमुख पाहुणे होते. आम्हाला त्यांचा 'सतरावे वर्ष' हा कथासंग्रह असल्यामुळे मी मुद्दाम त्यांचं व्याख्यान ऐकायला गेलो. आपल्या व्याख्यानात ते हिटलर हा कसा महामानव होता, यावर तावातावानं बोलले. त्यांनी मांडलेली मतं ऐकून मी तर हादरूनच गेलो. एकूण माझं एम्.ए.चं दुसरं वर्ष आनंदातच गेलं.

जूनमध्ये एम्.ए.चा रिझल्ट लागला आणि मी प्रथमश्रेणीत उत्तीर्ण झालो. पण या श्रेणीचा मला मात्र लाभ घेता आला नाही. उस्मानिया विद्यापीठात मराठीची एक जागा असूनही माझा इंटरव्ह्यू वाईट झाल्यामुळे ती मला मिळू शकली नाही.

त्यामुळे नाइलाजानं मी हैदराबादेतील कॉलेजात तासिकातत्त्वावर शिकवण्याचं काम करू लागलो आणि त्या काळात प्रा. वसंतराव चिंचोलीकरांशी माझी मैत्री झाली. वसंतराव हे औरंगाबाद जिल्ह्यातील चिंचोली या गावचे कुळकर्णी होते. वयाच्या सतराव्या-अठराव्या वर्षी त्यांचं लग्न झालं होतं आणि काही दिवसांनंतर त्यांच्या पत्नीचं निधन झालं होतं. त्यानंतर त्यांनी स्वतःचं एम्.ए.पर्यंतचं शिक्षण पूर्ण केलं होतं. माझ्या दोन वर्षं आधी ते एम्.ए. झाले होते आणि कायमच्या नोकरीची वाट पहात तासिका पद्धतीवरच कॉलेजात शिकवत होते. आम्ही दोघांनी एकत्र राह्यचा निर्णय घेतला. प्रा. भालचंद्रमहाराजांच्या घराशेजारी दोन खोल्या घेऊन आम्ही तेथे राहू लागलो. ते स्वयंपाक अतिशय उत्तम करीत. विशेषतः त्यांची भाकरी अतिशय पातळ आणि मुलायम असे. गेली काही वर्षं ते हैदराबादमध्ये एकटेच रहात असत आणि स्वतःच जेवण बनवत असत. खरं म्हणजे मीही चांगला स्वयंपाक करीत असे. परंतु वसंतरावांनी मला तो कधीही करू दिला नाही. या काळात मी समीक्षेची इंग्रजी पुस्तकं आणून ती वाचत असे आणि त्याच्या नोट्स काढीत असे. चिंचोलीकरांनाही असाच अभ्यास करण्याची स्फूर्ती

होई. ते समीक्षा आणि सौंदर्यशास्त्र या विषयांचा अभ्यास करण्याचा प्रयत्न करीत असत. सौंदर्यशास्त्र जर कळायचं असेल; तर आधी तत्त्वज्ञानाचा अभ्यास केला पाहिजे, असं त्यांना कोणीतरी सांगितलं. बाजारात जाऊन त्यांनी तात्काळ बर्ट्रांड रसेलची काही पुस्तकं आणली. परंतु हे विषय त्यांना कधीच आपलेसे करता आले नाहीत. स्वभावाने ते अतिशय साधे होते, तरी पण त्यांना आपल्या विद्वत्तेचं प्रदर्शन करायची हौस होती. भेटायला आलेल्यांना ते आपण या या विषयांचा अभ्यास करतो, असं दर्शवीत असत. त्यांचा हा प्रयत्न हास्यास्पद असे; परंतु त्यामागे एक निर्मळ मन दडलेलं आहे, हे मला जाणवे. याबद्दल मी कधीही त्यांची थट्टा केली नाही. त्याऐवजी मी त्यांच्याशी या विषयांवर गंभीरपणे चर्चा करीत असे आणि त्यांना काही शंकाही विचारीत असे. ते उत्साहानं माझ्या शंकांचं 'निवारण' करीत असत. यामुळे त्यांचा वाढलेला आत्मविश्वास त्यांच्या चेहऱ्यावर उमटत असे. त्यांना माझं हे वागणं समाधान देतं ना, मग मलाही बरंच वाटत असे. वसंतरावांना भगवंत देशमुख ही एक आदर्श म्हणून अनुकरणीय व्यक्ती वाटत असे. भगवंतरावांच्या गळ्याभोवती सदैव मफलर असे. वसंतरावांनीही तसाच एक मफलर आणला आणि तेही तो आपल्या गळ्याभोवती गुंडाळू लागले!

आम्ही दोघांनी एकदा हिंमत करून बिअर पिण्याचं ठरवलं. हैदराबादमध्ये हॉटेल मंजू नावाचं एका प्रसिद्ध हॉटेल होतं. त्यामध्ये भर दुपारी आम्ही दोघे बिअर प्यायला गेलो. बिअर मागवली. वेटरनं एक बाटली आणि ग्लास आणून ठेवले. वसंतराव त्याला म्हणाले, "इसके साथ सोडा ले के आना." तो मिस्किलपणे हसला आणि म्हणाला, "साब, इसके साथ सोडा लेते नही, ये तो वैसीही पिते है." आम्ही दोघांनी ती बाटली कशीबशी संपवली आणि बाहेर पडलो. वसंतराव रस्त्यावर झोकांड्या खात चालू लागले! मला जड आवाजात म्हणाले, "मला दारू फार चढली आहे! आता मला चालवतही नाही. आपण रिक्षा करून जाऊ." खरं म्हणजे एकेक ग्लास बिअरने दोघांनाही काहीच झालं नव्हतं. आपण 'दारू' प्यायलो आहोत, या कल्पनेनंच वसंतरावांना आपल्याला ती चढली असल्यासारखं वाटत होतं. असे साधे, निरागस स्वभावाचे वसंतराव.

शिकवण्यासाठी मला निझाम कॉलेजात रोज एक तास याप्रमाणे तास मिळाले होते. मला व्याख्यान देण्याची भीती वाटत असताना मी हिंमत करून बी.ए.च्या वर्गांना शिकवू लागलो आणि विद्यार्थ्यांना माझं शिकवणं पसंत पडलं. विद्यार्थ्यांच्या अशा प्रतिक्रियेमुळे माझं व्यासपीठभय नाहीसं झालं.

त्यामुळे मला औरंगाबादच्या गव्हर्न्मेंट कॉलेजमध्ये शिकवण्याचा त्रास झाला नाही.

तीन महिने हैदराबादमध्ये तासिकातत्त्वावर प्राध्यापकी केल्यावर मी सप्टेंबरच्या षण्मासिक सुट्यात औरंगाबादला आलो. भगवंतराव देशमुखांना भेटलो. ''गव्हर्न्मेंट कॉलेजात मराठीची एक जागा रिकामी असून ती तात्पुरती भरायचा अधिकार प्राचार्यांना आहे, तूर्त ती घ्या; नंतर तेथे रीतसर नेमणूक होऊ शकते.'' असा सल्ला त्यांनी दिला. भगवंतरावांच्या शिफारशीमुळे मला औरंगाबादच्या गव्हर्न्मेंट कॉलेजात तात्काळ नोकरी लागली. मी १९५७च्या ऑक्टोबरपासून या कॉलेजात मराठी वाङ्मय शिकवू लागलो.

मी पुन्हा हैदराबादला गेलोच नाही.अशा प्रकारे माझं हैदराबादपर्व जरी संपलं असलं, तरी मी अजूनही ते हैदराबाद विसरू शकलो नाही. कारण या शहरानं मला एक माझं स्वत:चं जगणं मी कसं जगावं, हे शिकवलं.

पुढे वसंतराव रीतसर प्राध्यापक झाले. हैदराबादच्या परंपरेप्रमाणे मध्ययुगीन वाङ्मयात त्यांनी पीएच.डी.ही केली. यथावकाश त्यांनी पुन्हा लग्न केलं आणि सुखी जीवन जगले.

◈

४.
बाई

बाई म्हणजे माझी आई.

आमच्या आईला आम्ही 'बाई' म्हणत असू. बाई तिच्या माहेरी 'बाई' होती, म्हणून ती आमचीही बाई झाली. बोधेगावच्या पाठकांची ही कन्या १३-१४ वर्षांची असताना गांधेलीच्या रसाळांच्या घरात सून म्हणून आली. बाईचं नाव इंदिरा, तेच नाव सासरीही कायम राहिलं. पण तिला तिच्या माहेरी आणि सासरी 'इंदिरा' या नावानं कोणी संबोधलं नाही. माहेरी ती 'बाई' म्हणूनच ओळखली जात होती. माझे आजोबा - तिचे सासरे तिला 'पोरी' म्हणून हाक मारायचे. माझी आजी तिला कुठल्याही नावानं संबोधायची नाही. बाईचं नाव न घेता ती तिच्याकडे पहात बोलत असे. ती बाईकडे पाहून बोलू लागली की, समजावं की, ती बाईशी बोलत आहे. मी तिचं पहिलं अपत्य. मी बोलू लागल्यावर मी तिला 'बाई' म्हणू लागलो आणि ती रसाळांच्या घरातही 'बाई' झाली. भाऊही - माझे वडील - म्हातारपणी तिला 'बाई' म्हणू लागले होते!. पण बाईला मात्र ते अजिबात आवडत नसे.

ती जेव्हा गांधेलीला सासरी आली, तेव्हा घरात दोन नणंदा आणि दोन दीर होते. सर्वात लहान दीर केवळ तीन-चार वर्षांचा होता. ती लग्न होऊन आल्यानंतर काही वर्षांनी तिघी क्षयानं आणि एक अन्य आजारानं अशा चार नणंदा वारल्या होत्या आणि तिला एकच विवाहित नणंद राहिली होती. भाऊ औरंगाबादमध्ये मास्तरकी करत असल्यामुळे बाईही गांधेलीहून औरंगाबादला येऊन स्वत:चा संसार करू लागली. पण हा केवळ 'राजा-राणी'चा संसार नव्हता. तिच्या संसारात दोन दीर शिकायला होते. गांधेली हे सासर तिच्या औरंगाबादच्या 'घरा'पासून सहाएक़ मैलच अंतरावर होतं आणि तेथून ते

तिच्या संसारावर लक्ष ठेवून होतं. तिच्या घरापासून काही घरं पलीकडे तिच्या एका नणंदेचं घर होतं. ही नणंद अतिशय करारी होती आणि तिची या सोळा-सतरा वर्षांच्या भावजयीच्या संसारावर करडी नजर होती. ही नणंद माडीवर असलेल्या आमच्या घराच्या पायऱ्या चढू लागताच बाईला घाम फुटत असे. वर आल्यावर घरात तिला काही गैरव्यवस्था दिसली, तर ती बाईची हजेरी घेत असे.बाई या हजेरीलाच घाबरत असे. अशा प्रकारे 'बिग बॉस वॉचिंग'खाली बाईचा स्वतंत्र संसार चालू असे. तरीही तिला तिचा संसारच प्रिय होता.

प्रत्येक सणाला औरंगाबादचं पूर्ण कुटुंब गांधेलीला जात असे. दसरा दिवाळीसारखा मोठा सण असेल, तर बाईला एखादा आठवडा आधीच गांधेलीला जावे लागत असे. आणि नंतरही गांधेलीहून औरंगाबादला यायला तिला परवानगी कधी मिळेल, हे सांगता येत नसे. नवऱ्याच्या खाण्याचे हाल होतात,हे कारणही तिला देता येत नसे. कारण भाऊ स्वत: उत्तम स्वयंपाक करीत. माझी आजी स्वभावानं अतिशय गरीब होती. तिचा बाईला कसलाही सासुरवास नव्हता. तरीही बाईला गांधेलीला रहावंसं वाटत नसे. आणि वर्षातले खूपच दिवस तिला तिचा संसार सोडून गांधेलीला रहावं लागत असल्यामुळे जर कोणी तिला "तुमचं काय बाई! राजा राणीचा संसार!" असं म्हटलं की, तिला राग येत असे. माझे आजोबा जोपर्यंत हयात होते, तोपर्यंत ती 'आज्ञा' होईल त्याप्रमाणे गांधेलीला जातयेत असे. त्यानंतर दसरा-दिवाळी सोडल्यास सर्वच सण औरंगाबादेतच होत असल्यामुळे वर्षातून एखादा-दुसरा आठवडा तिला गांधेलीला रहावं लागत असे.

बाई दिसायला सुंदर होती. तिच्या माहेरचे सर्वजणच देखणे होते. पण बाईला मात्र स्वत:च्या सौंदर्याची जाणीवच नव्हती! स्वत:च्या सौंदर्याचं भान असलेल्या स्त्रिया त्याची जाणीवपूर्वक देखभाल करतात. वेषभूषा-रंगभूषेबद्दल दक्ष असतात. घरंदाज स्त्रीनं नटणं हे त्या काळात निषिद्ध मानलं जाई. त्यामुळे बाईलाही कोणी नटू दिलं नसतं. बाईनं आपल्या केसात कधी फूलही माळलं नाही. ती नऊवारी पातळ कसंबसं नेसायची. खरं म्हणजे ती सकाळपासून ते सायंकाळच्या पाचएक वाजेपर्यंत अंगाभोवती धुडकंच नेसलेली असायची. ही धुडकी तिच्या जुन्या पातळाची असायची. सायंकाळी मात्र ती चांगलं पातळ नेसायची. अर्थात याला भाऊंची आर्थिक परिस्थितीही जबाबदार होती. निझामी राजवटीत खाजगी शाळेतल्या शिक्षकांचे पगार सरकारी शाळांतल्या शिक्षकांच्या तुलनेत अत्यंत कमी असत. त्यात भाऊंवर

दोन भावांच्या शिक्षणाची आणि दोन बहिणींच्या लग्नाची जबाबदारी होती. बाईसाठी भाऊ दर संक्रांतीला दोन पातळं, ब्लाऊजसाठीच्या कापडासह घेऊन येत. त्यामुळे बाईजवळ दोन चांगली पातळं आणि बाकी सर्व धुडकी असत. बाहेर जायला किंवा लग्नकार्यात नेसायला बाईजवळ एकही भारीचं पातळ नव्हतं. कदाचित बाईलाही आपण चांगले कपडे करावेत थोडंबहुत नटावं, असं वाटत असणार. पण पुऱ्या आयुष्यात बाई हे करू शकली नाही. पुढे मी कमवायला लागल्यावर बाईचं धुडकंप्रकरण संपुष्टात आलं.

भाऊ-बाईचं लग्न झालं, तेव्हा भाऊ इंटरची परीक्षा पास झालेले होते. त्यांचं सर्व शिक्षण नगरला आणि पुण्याला फर्ग्युसन कॉलेजात झालं होतं. परंतु पुढे त्यांना आपलं शिक्षण सोडून द्यावं लागलं होतं. बाईचं विवाहपूर्व आयुष्य खेड्यात गेलं होतं. लग्न होईपर्यंत तिनं शहर पाहिलेलंसुद्धा नव्हतं. बोधेगावातल्या पंतोजीच्या शाळेत ती लिहायला वाचायला शिकली. तिला नीट लिहिताही येत नसे. ती खेड्यातल्या भाषेत बोलत असे. 'म्हनुनशानी' हा शब्द तिच्या बोलण्यात कित्येक दिवस येत असे. नंतरही तिला उच्चारायला अवघड संस्कृत शब्द नीट म्हणता येत नसत. माझ्या नातवाचं नाव विहंग होतं. ती त्याला 'हेंग' म्हणत असे. 'वैशंपायन' या नावाचा तिचा उच्चार 'वैशंपाळे' हा असे. भाऊंनी तिच्याकडून मराठीतली चांगली पुस्तकं वाचून घ्यायचं ठरवलं. आमच्या घरी वीज नव्हती. कंदील, चिमण्या आणि दोन पितळेचे मोठे उभे स्टँड होते. स्टँडभोवती ते दोघे बसत. बाई एकेक अक्षर वाचत जाई. जोडाक्षर आलं की, अडखळे. मग भाऊ तिला जोडाक्षरं कशी वाचायची, ते समजाऊन सांगत. भाऊंनी हरिभाऊंच्या सर्व सामाजिक कादंबऱ्या तिच्याकडून वाचून घेतल्या. हरिभाऊंच्या 'पण लक्ष्यात कोण घेतो?' मधले शंकरमामंजी तिला फार पसंत पडले! ती शंकरमामंजींबद्दल सतत बोलायची. पण असं वाचन फार काळ चालू शकलं नाही. दिवसभराच्या कामानं बाई थकून जायची. रात्रीचे नऊ वाजताच तिला झोप येऊ लागायची. वाचता वाचता ती जांभया द्यायची. शेवटी हा उपक्रम भाऊंनी बंद करून टाकला. पण बाईला मात्र वाचायची गोडी लागली. म्हातारपणी भाऊ ज्या कादंबऱ्या वाचायचे, त्या तीही वाचायची. तिची जी काही नैतिक परिमाणं असायची, ती कादंबऱ्यांतल्या पात्रांना लावून तिच्या दृष्टीने अनैतिक वर्तन करणाऱ्या पात्रांना दूषणं द्यायची. 'मेल्या' वगैरे म्हणायची. हे सर्व भाऊंजवळ बोलायची. दोघांच्या अशा चर्चा चालायच्या.

औरंगाबादला तिचे दीर शिकायला होते. त्यावेळी घरात चार मोठी

माणसं आणि माझ्यासह तीन मुलं असा परिवार होता. त्यात पाहुणा म्हणून कोणी ना कोणी आलेला असेच. धुणंभांडी घरीच असत. शिवाय चुलीवरचा स्वयंपाक असल्यामुळे चूलपोतेरं, घराला फरशी नसल्यामुळे घर शेणानं सारवणं ही सर्व कामं तिलाच करावी लागत. भाऊंची घरकामात तिला खूपच मदत होत असे. त्यात घरातलं कोणी ना कोणी मलेरियानं आजारी पडे. स्वत: बाई अनेकदा मलेरियानं आजारी असे. अशा परिस्थितीत मलाही घरकामाची सवय लागली. बाई महिन्यातले चार दिवस बाजूला बसे. दर चारसहा महिन्यांनी कुठल्यातरी भाऊबंदाचं सुतक पडे. तेव्हा ती दारातून मला कालवणं करायला शिकवी. मग भाऊ स्वत: पोळ्या करत. हळूहळू मीही पोळ्या करायला शिकलो.

त्या वयात साने गुरुजींचा माझ्यावर फार प्रभाव होता. गुरुजींचं पुस्तक वाचायचं आणि रडायचं, हे दररोज चालत असे. त्यातून आईबद्दल प्रेम उफाळून यायचं. त्यामुळे बाईला कामात मदत करण्याची सवयच लागली. तीही फक्त मलाच हक्कानं काम सांगायची. पुढे पुढे दसरा-दिवाळी हे सणही गांधेलीऐवजी औरंगाबादला होऊ लागले. सणासाठी फराळाचे पदार्थ तयार करण्यासाठी ती पहाटे तीनलाच उठत असे. मीही तिच्याबरोबर उठायचो. ती शेव-चकल्या तळायची, मी सोऱ्यानं ती पाडायचो. सर्व प्रकारचे पदार्थ मी तिच्याकडून शिकलो.

बाळंतपणं करणं हेही तिच्यामागे एक काम असे. तिच्या नणंदा बाळंतपणासाठी माहेरी येत. गांधेलीला कसलीच सोय नसल्यानं ही बाळंतपणं औरंगाबादेत बाईलाच करावी लागत. बाळंतिणीला अभ्यंग स्नान घालणं, नंतर तिला धुरी देणं, तान्ह्या बाळाला तेल लावून, टाळू भरून न्हावू घालणं, बाळंतिणीचं पौष्टिक खाणं करणं, बाळंतिणीचे आणि तान्ह्या बाळाचे कपडे धुणं - अशी अगणित कामं ती करीत असे. त्यात माझ्या आत्याची मुलंही आलेली असत. त्यांचे खाण्यापिण्याचे प्रकार! आत्याची मुलं हट्ट करू लागली, तर त्यांच्यावर रागावताही येत नसे.. नणंदेच्या मुलांना 'अहो-जाहो' म्हणावं लागत असे. नणंदेकडच्या कुत्र्यालाही 'अहो कुत्रोजीराव' असं म्हणायचं असतं, असं त्या वेळच्या स्त्रिया विनोदानं म्हणत. तान्ह्या बाळाला पहायला त्याचे वडील येत. ते जावई असल्यानं त्यांचाही खास पाहुणचार करावा लागे. बाई हे सर्व कसलीही तक्रार न करता करीत असे. मग अडीच-तीन महिने झाले की, नणंद आपल्या घरी जायला निघे. माहेरवाशिणीची पाठवणी हाही एक मोठा विधी असे. तिला आणि तिच्या मुलांना कपडे करावे

लागत. सोबत निदान अकरा लाडूंचा डबा आणि प्रवासातल्या खाण्यासाठी दशम्या द्याव्या लागत असत. जाण्यापूर्वीच्या जेवणात निदान खीर-कानवला करावा लागत असे. मग नणंद स्टेशनवर जाण्यासाठी तांग्यात बसे. ती तांग्यात बसली की, तिचे पाय धुवावे लागत. शेवटी तिला प्रवासभाडंही द्यावं लागे. एवढं सगळं करूनही जावईबुवा रुसलेलेच असत. अर्थात हे केवळ बाईलाच करावं लागत असे, असं नव्हे. बाई जेव्हा तिच्या माहेरी जात असे, तेव्हाही तिच्या आणि तिच्या मुलांबाबत हे सर्व केलं जात असे. माझ्या माम्या मला आणि माझ्या भावंडांना 'अहोजाहो' घालूनच बोलत.

आपल्या घरात एका परक्या घरातून आपला वंश टिकवण्यासाठी आणि घरात राबण्यासाठी स्त्री आणण्याचा विधी म्हणजे लग्न - असा एक अर्थ लग्नासारख्या आनंददायक आणि दोन्ही व्यक्तींचं जीवन अर्थपूर्ण बनवणाऱ्या या विधीला या काळात प्राप्त झाला होता. त्यामुळे कुटुंबात येणाऱ्या या स्त्रीला जितकी हीन वागणूक देता येईल, तितकी दिली जाऊ लागली. सुनेला क्रूर पद्धतीनं वागवणं ही रीतच असते, त्यात गैर काहीच नाही, असंही सर्रास मानलं जाऊ लागलं. माझे आजोबा हयात असेपर्यंत गांधेलीत बाईला भाऊंच्या उष्ट्या ताटातच जेवावं लागत असे. औरंगाबादमध्ये भाऊ तिला हे करू देत नसत.

बाई सर्व सणवार आनंदानं साजरे करायची. या काळातल्या स्त्रियांचं शिक्षण म्हणजे संसार कसा करावा या संबंधीचंच. मुलगी आईबापांची कितीही लाडकी असली, तरी तिला 'वळण' मात्र कठोरपणे लावलं जाई. तिच्या बालपणापासून तिला मुलांपेक्षा कमी दर्जानंच वागवलं जात असे. तिला जी कामं सांगितली जात, ती मुलांना मात्र सांगितली जात नसत. मुलाला ताजं आणि मुलीला उरलेलं शिळं अन्न खावं लागत असे. 'असं का?' हे मुली विचारू शकत नसत. 'तुला मी जर वळण लावलं नाही, तर तुझी सासू माझाच उद्धार करील!' हे आईचं मुलीला उत्तर असे. अर्थात माहेरी लाडक्या असलेल्या बाईला 'वळण' लावणारं शिक्षण तिच्या आईनं दिलं असणार. त्यात प्रामुख्यानं पाककलेचं शिक्षण असणार. तेव्हा या काळातल्या सर्वच स्त्रिया कमीअधिक सुगरण होत्या. माझी बाईही अशीच सुगरण होती.

बाई पोळी अतिशय छान करायची. ही पोळी चौपदरी असायची आणि तिच्या आतले पदर लुसलुशीत आणि बाहेरचे पदर खुसखुशीत असायचे. प्रारंभीच्या काळात ती जेव्हा चुलीवर स्वयंपाक करायची, तेव्हा चुलीवरच्या तव्यावरची पोळी फुगली की, तेथूनच समोर बसलेल्या जेवणाराच्या ताटात

ती भिरकावयाची. ती ताटाच्या मधोमध अचूकपणे पडायची. सर्वांना आवडणारा तिच्या हातचा दुसरा पदार्थ म्हणजे पुरणपोळी. माझ्या सर्व मित्रांना तिच्या हातची पुरणपोळी अतिशय आवडत असे. त्यात चंद्रकांत भालेराव प्रत्येक सणाला तिच्या आमंत्रणाची वाट पहात असायचा. प्रत्येकाच्या घरी सण असल्यामुळे ती चंद्रकांतला सणाच्या दुसऱ्या दिवशी बोलवायला मला सांगायची. चंद्रकांतनं भरपूर पोळ्या खाल्ल्या की, तिचा चेहरा समाधानानं फुलून यायचा. कधीतरी चपळगावकर, नंदिनीवहिनीही जेवायला असत. बाईच्या हातच्या पातळ पालेभाज्या नंदिनीवहिनींना आवडत.

आतिथ्य हा तिच्या माहेरचा गुण. तो तिच्यात पुरेपूर उतरला होता. कोणीही आलेलं असलं की, 'त्याला अमुक दे.' असं आलेल्याच्या तोंडावर ती काकूंना किंवा माझ्या बायकोला – सुमतीला – सांगायची. अनेकदा तो पदार्थ संपलेला असायचा आणि देण्यासाठी दुसरं काहीही नसायचं. तेव्हा काकूंची–सुमतीची पंचाईत व्हायची.

त्या काळात भाऊंना शाळेतील नोकरीशिवाय एक सार्वजनिक जीवनही होतं. भाऊ आकाशवाणीसाठी श्रुतिका लिहीत. त्या सादर करण्यासाठी घरीच त्याच्या तालमी घेत. त्यासाठी मिनतवारी करून काही स्त्रियांना श्रुतिकेत भूमिका करायला राजी करावं लागत असे. आमच्या घरी तालमीसाठी या स्त्रिया येत. तसंच भाऊ महाराष्ट्र साहित्यपरिषदेच्या प्राज्ञ परीक्षेला बसणाऱ्या विद्यार्थ्यांना घरीच शिकवत असत. त्यासाठीही काही स्त्रिया आमच्या घरी येत. "इंदिराबाई, सांभाळून रहा बरं! तुझ्या नवऱ्याकडे बाया येतात!" असं कुठल्यातरी ओळखीच्या बाईनं माझ्या बाईच्या कानात सांगितलं होतं. त्यामुळे बाई धास्तावून गेली होती. अनेकदा आलेल्या स्त्रिया त्यांचं काम झाल्यावर भाऊंशी बोलत रहात. बोलण्यात मध्येच हास्यविनोद होत असे. हे पाहून बाई फार अस्वस्थ होऊन जाई. गरत्या बाईनं परपुरुषाशी बोलू नये, अशी सर्वच मुलींना लहानपणापासून शिकवण असे. ती ज्या खेड्यात होती, तेथे फक्त म्हाताऱ्या बायकाच परपुरुषांशी मोकळेपणानं बोलत. परपुरुषांबरोबर बोलणाऱ्या, हास्यविनोद करणाऱ्या बायका चांगल्या चालीच्या नसतात, अशी तिची समजूत होती. एकदा ती देवळातून परत येत असताना रस्त्यात तिला कवी कांतांनी थांबवलं आणि भाऊंसाठी तिच्याजवळ एक निरोप दिला. 'परपुरुष आपल्याशी बोलला, तेही भर बाजारात. आता जर हे कोणी ओळखीच्या माणसानं पाहिलं असेल, तर काय होईल? आणि मी जर हा निरोप 'त्यांना' सांगितला तर 'ते' काय म्हणतील?' या विचारानं बाई

कमालीची घाबरून गेली होती.

तिची सगळी प्रमाणकं पारंपरिक होती. घर हेच स्त्रीचं विश्व असल्याचं ती मानत होती. स्त्रियांनी शक्यतो घराच्या बाहेर पडू नये. देवदर्शन, कीर्तन-प्रवचन, गवरण्यांचं (चैत्रगौरीचं)आणि संक्रांतीचं हळदीकुंकू एवढ्याचसाठी बायकांनी बाहेर पडावं, असं तिचं मत होतं. खरं म्हणजे या काळातल्या सर्वच स्त्रिया हे पाळत असत. व्याख्यानांसारख्या कार्यक्रमांना फार थोड्या स्त्रिया येत. ज्या स्त्रिया सतत बाहेर हिंडत फिरत असतात, त्यांना ती 'हिंडमुरळी' म्हणत असे. 'घरबशा पुरुष आणि हिंडमुरळी बाई या चांगल्या नसतात.' असं ती म्हणत असे. नुकतीच संसाराला लागलेली आणि दोन अपत्यांची आई असलेली बाई ही अशी होती.

जसा जसा काळ पुढं सरकत गेला, तशी तशी बाईही बदलत गेली. बाजारहाट आणि इतर बाहेरची कामं करण्यासाठी सुमतीचं तासंतास घराबाहेर राहणं तिला आता आवश्यक आणि योग्य वाटायला लागलं.मी नसताना माझा एखादा मित्र घरी येई आणि सुमती त्याच्याशी बोलत बसे. हेही आता तिला खटकेनासं झालं होतं. माझं लग्न झाल्यावर माझी बायको माझ्या बहिणींना 'अहो जाहो' घालत, 'वन्सं' असं न संबोधता सरळ नावानं आणि 'अगं-जागं' करीत बोलत असे. बाईनं त्यावर कधी आक्षेप घेतला नाही. माझ्या बहिणीही सुमतीशी योग्य अशा आदरानं वागत असत. बाईला सासरच्या मंडळींनी सासुरवास जरी केला नसला; तरी कोणीही तिला सन्मानानं तर सोडाच, पण बरोबरीच्या नात्यानंही वागवलं नाही. तिचा दर्जा नेहमी खालचाच राहिला. सासरच्या बाजूच्या तिच्या एकाही नातेवाइकानं तिला आपल्या गावी आमंत्रित केलं नाही. सुमतीच्या वाट्याला असा गौण लेखणारा अनुभव मात्र आला नाही. आमच्या घरात नवनव्या सोयी होऊ लागल्या. गॅस आला. सुरवातीला बाई सणाचा-विशेषतः कुलाचाराचा स्वयंपाक गॅसवर करीत नसे. त्या दिवशी ती चूल पेटवत असे. गॅसला असलेली रबरी नळी तिला सोवळ्यात चालत नसे. पण नंतर ती सर्रास गॅस वापरू लागली. सुनेनं पाटावर बसून जेवायचं नसतं, म्हणून जमिनीवर बसून नवऱ्याच्या उष्ट्या ताटात जेवणारी बाई आता भाऊंच्या शेजारी टेबलावर बसून आत्मविश्वासानं जेवू लागली.

१९४८ साली आमच्या कुटुंबाला वेगळंच वळण देणारी घटना घडली. माझ्या मधल्या काकांचं लग्न फेब्रुवारी महिन्यात झालं होतं. हे काका मिलेटरीत होते आणि युद्ध संपल्यावर त्यांना सेवामुक्त करण्यात आलं होतं.

या काळात मराठवाडाभर रझाकारांचा हैदोस चालला होता. त्याचवेळी अहमदनगरला भाऊंच्या मामेभावाचं लग्न निघालं. या स्फोटक परिस्थितीत निदान आपला एक भाऊ-भावजय आणि थोरला मुलगा एवढे तरी सुरक्षित रहावेत, म्हणून भाऊंनी माझे काका, नुकत्याच लग्न होऊन घरात आलेल्या शीलाकाकू आणि मी - अशा तिघांना मामेभावाच्या लग्नाच्या निमित्तानं एप्रिलमध्ये नगरला पाठवून दिलं. आम्ही परिस्थिती निवळेपर्यंत नगरलाच राह्यचं होतं. भाऊंनी तशी व्यवस्था केली होती. पोलीस ॲक्शन होण्याच्या सुमारास नगरमध्ये काका टायफॉइडनं अचानक गेले. लग्न होऊन अवघे सहा महिनेच झालेले असताना काकूंच्या वाट्याला वैधव्य आलं. पोलीस ॲक्शन झालेलंच होतं. तेव्हा नगरहून आम्ही विधवा काकूंसह औरंगाबादी परतलो.

काकूंचे वडील काकूंना नेण्यासाठी आले. भाऊ त्यांना म्हणाले, "तुम्ही तुमची मुलगी आमच्या घरात दिलीत. तेव्हा आता ती आमची झाली आहे. आम्ही तिचा सांभाळ करू. तुम्ही तिची अजिबात चिंता करू नका!" काकूंचे वडील काकूंना माहेरपणासाठी घेऊन गेले. काकूंच्या भवितव्याबद्दल भाऊंनी एक योजना आखली होती. काकूंचं चौथीपर्यंत शिक्षण झालेलं होतं. त्यांना निदान सातवीपर्यंत शिक्षण द्यावं, त्या जर शिक्षणात हुषार निघाल्या, तर त्यांना मॅट्रिकपर्यंत शिकवावं आणि कुठल्यातरी शाळेत शिक्षिकेची नोकरी मिळवून द्यावी; जमलं तर त्यांचा पुनर्विवाह करून द्यावा. हे जेव्हा बाईला त्यांनी सांगितलं, तेव्हा बाईनं या योजनेला सक्त विरोध केला. तिच्या प्रमाणकांत हे बसतच नव्हतं. विधवेचं केशवपन जर केलं असतं, तर कदाचित तिनं त्याला विरोध केला नसता. पण विधवेला शाळेत घालून शिक्षण देणं तिला मंजूर नव्हतं. 'शिक्षणाच्या निमित्तानं काकू जर बाहेर पडायला लागल्या, तर त्यांच्याबद्दल काहीही होऊ शकतं; असं काही विपरीत झालं, तर आपल्याला जगात तोंड बाहेर काढता येणार नाही; शिवाय काकूंच्या माहेरची माणसं आपल्याविरुद्ध वाटेल ते करतील.' अशी बाईची भूमिका होती. यापूर्वी एकदा भाऊंनी माझ्या धाकट्या दोन बहिणींना सलूनमध्ये नेऊन त्याच्या केसांचा बॉबकट करून आणला होता. तेव्हा स्त्रीजातीचे केस कापणं निषिद्ध असतं आणि ते आपल्या मुलींबाबत केलं, म्हणून बाई दोन दिवस जेवलीही नव्हती. शेवटी काकूप्रकरणात भाऊंना माघार घ्यावी लागली. काकूंचा सांभाळ करण्याचं भाऊंनी दिलेलं आश्वासन मात्र पाळायचं त्यांनी ठरवलं आणि काकू आयुष्यभर आमच्याचकडे राहिल्या. त्यांच्या आयुष्याच्या उत्तरार्धात मात्र माझ्या धाकट्या भावानं त्यांना सांभाळलं.

बाईनं भाऊंना निक्षून सांगितलं, 'आता घरात मी आणि शीला अशा दोघी आहोत, आता तुम्ही घरात मला मदतीला यायचं नाही.' मग भाऊही हळूहळू अलिप्त होत गेले. घरात हुकमत गाजवावी, अशी बाईची वृत्तीच नव्हती. या उलट शीलाकाकूंचा स्वभाव होता. त्यामुळे घरात त्यांची हुकमत प्रस्थापित होत गेली. आणि कुटुंबाचं वातावरणही बदलून गेलं.

विधवा असलेल्या काकूंबद्दल बाईला अतिशय कणव होती. तिनं काकूंना आपल्या मुलीसारखं सांभाळलं. दरवर्षी घेतली जाणारी पातळं बाई पहिल्यांदा शीलाकाकूंना घ्यायला लावी आणि नंतरच स्वत:साठी घेत असे. घरात एखादा नवा खाद्यपदार्थ केला की, तो प्रथम आपल्या मुलांना आणि मुलांबरोबरच शीलाकाकूंनाही ती देत असे. त्या 'नको' जरी म्हणाल्या, तरी ती त्यांना आग्रह करून खायला लावत असे. कुटुंबातल्या कर्त्या स्त्रीसारखं घरात काकू वागत. अशा वेळी बाई स्वत:कडे दुय्यम भूमिका घेत असे. त्याबद्दल जर घरातल्या कोणी तक्रार केली, तरी ती म्हणे, 'घरात बाईला हा आपला संसार आहे, म्हणून अधिकारानं वागावंसं वाटतं. तिला स्वत:चा संसार करायला मिळाला नाही. असं वागून तिला थोडंसं समाधान मिळतं. वागू दे तिला तसं.' शीलाकाकूंशी बाईनं कायम संवादाचं नातं राखलं.

मी विद्यापीठात लेक्चरर झालो. माझा पगारही वाढला आणि घरची आर्थिक परिस्थिती तुलनेनं सुधारली. १९६३मध्ये माझं सुमतीशी लग्न झालं. सुमती मुंबईची. तिच्या वडिलांचं ठाकुरद्वार रोडवर सोन्याचांदीचं दुकान होतं. या दुकानासमोरच पाच मजली इमारतीत सुमतीचं कुटुंब रहात असे. ते आमचे दूरचे नातेवाईक असल्यामुळे हे लग्न जुळलं. हे लग्न ठरलं, तशी बाईची चिंता वाढली. ही श्रीमंताच्या घरची मुलगी आपल्या घरात कशी निभावणार, याबद्दल तिला चिंता होती. ती घर तोडील आणि बापूला घेऊन वेगळं राह्यला लागेल, याचीही तिला भीती वाटत होती. शीलाकाकूंच्या हुकमतखोर स्वभावाशी तिनं जरी जुळवून घेतलं असलं, तरी आपली ही मुंबईची सून जुळवून घेऊ शकेल? घरात आपली दोन मुलं शिकताहेत आणि तीन मुलींची लग्न व्हायची आहेत; आपला नवरा लवकरच पेन्शनवर निघणार; हा सर्व भार बापूवरच पडणार आहे, आपल्या सुनेची याला मान्यता असेल? अशा तिच्या मनात अनेक चिंता! माझं लग्न झालं आणि माझी एक बहीण कॅन्सरने आजारी पडली. माझ्या वैवाहिक आयुष्याचं पहिलं वर्ष तिच्या आजारपणातच गेलं. टाटा कॅन्सर हॉस्पिटलमध्ये तिच्यावर सुरू असलेल्या रेडिएशनच्या उपचारासाठी दर दोन महिन्यांनी सुमती तिला

मुंबईला घेऊन जायची. हे वर्षभर चाललं होतं. ती बरी झाल्याचं टाटा हॉस्पिटलच्या डॉ. बोर्जेस यांनी सांगितल्यावर मुंबईच्या फेऱ्या थांबल्या. आता तिचं लग्न होऊ शकत नव्हतं. तिला शाळेत शिक्षिकेची नोकरी मिळाली. आता बाईच्या चिंतेत आणखीच भर पडली! आता सुमतीवर नवाच भार पडला! आता एका विधवेबरोबरच एका अविवाहित मुलीचा सांभाळ करण्याची जबाबदारी सुमतीवर येऊन पडली आहे; सुमती हे करील?

आता ती सुमतीत स्वत:ला पहात असे. कारण तिचंही लग्नानंतरचं सुरवातीचं आयुष्य असंच सासरच्या जबाबदाऱ्या पेलण्यातच गेलं. तिनंही दोन दिरांची शिक्षणं केली, दोन नणंदांची लग्नं, त्यांची बाळंतपणंही केली. आता अशीच जबाबदारी तिच्या सुनेवर येऊन पडली. 'सुमतीचं सगळं माझ्यासारखंच आहे', असं ती माझ्याजवळ म्हणायची. अजून आपली हाडं दणकट आहेत; आपण एकट्या सुमतीवर हे थोडंच पडू देणार आहोत? असा विचार ती करीत असे.

सुमती घरात आल्यानंतर माझ्या दोन्ही भावांची शिक्षणं पूर्ण झाली. दोघेही नोकरीला लागले. त्यांची लग्नं झाली आणि नोकरीच्या गावी त्यांचे वेगळे संसार थाटले गेले. माझ्या दोन्ही बहिणींची लग्नं झाली. सुमतीनं थकलेल्या बाईच्या मार्गदर्शनाखाली त्यांची बाळंतपणंही केली.

यात बराच काळ पुढे सरकला. मध्यंतरी सुमती बरीच आजारी झाली. औरंगाबादच्या मेडिकल कॉलेजच्या हॉस्पिटलमधल्या डॉ. आर.बी. भागवतांनी तिच्यावर औषधोपचार केले. ती बरी झाल्यावर त्यांनी घर बदलण्याचा सल्ला दिला. एवढेच नव्हे तर विद्यापीठाच्या कुलगुरूंना मेडिकल कॉलेजच्या लेटरहेडवर मला आरोग्याच्या कारणांसाठी विद्यापीठाच्या निवासस्थानात एक घर देण्यात यावे, असं पत्रही दिलं. मला विद्यापीठनिवासस्थानात एक प्रशस्त घर देण्यात आलं. बाई भाऊंना म्हणाली, "नव्या घरी बापू-सुमती या दोघांनाच जाऊ द्या. बाकीचे आपण याच घरात राहू. त्यांना स्वतंत्र संसार करू द्या!" "मी बापूला सोडून कोठेही रहाणार नाही." असं निर्वाणीचं बोलून भाऊंनी विषय संपवला. आपल्या सुनेनं तिच्या नव्हे तर माझ्या संसारासाठी खूप कष्ट उचलले, आता तरी तिला स्वत:चा संसार करू द्यावा, असा विचार बाई करत होती. ती जेव्हा रसाळांच्या घरात आली, तेव्हा ती असा विचार करू शकली असती का? पारंपरिक प्रमाणकं निष्ठेनं पाळणारी, मुळात खेडवळ असलेली बाई अशी बदलत गेली होती.

या काळात माझे बरेच सत्कार झाले. माझ्या 'कविता आणि प्रतिमा'

या पुस्तकावर मौज प्रकाशनगृहानं औरंगाबाद येथे एक परिसंवाद घडवून आणला. त्यासाठी श्री.पु. भागवत आणि त्यांचे इतर बंधू आले होते. परिसंवादात भाग घेण्यासाठी बाहेरून काही समीक्षकही आले होते. बाईला हे सर्व नवं होतं. ही सर्व मंडळी घरी जेवायला होती आणि बाई उत्साहानं स्वयंपाक करीत होती.

मला आदर्श शिक्षकाचा सरकारी पुरस्कार मिळाला. बाईला त्याचं भारी कौतुक. आलेल्या प्रत्येकाला ती मला मिळालेलं मानचिन्ह आणि शाली वगैरे दाखवायची. मी लाजून संकोचून जायचो. मला तिचा रागही यायचा. तिचे एक नातेवाईक आलेले असताना तिने त्यांच्यासमोर हे सारं मांडलं आणि माझं कौतुक करू लागली. दुसऱ्या दिवशी ते नातेवाईक स्वत: शाल आणि पुष्पगुच्छ घेऊन आले! मी रागावून बाईला बरंच बोललो. आपण कोठे चुकलो, हे तिला कळत नव्हतं. तिचा चेहरा गोरामोरा झाला. आज तिचा तो चेहरा जेव्हा मला आठवतो, तेव्हा तिला बोलल्याबद्दल मी स्वत:ला माफ करू शकत नाही.

विद्यापीठ निवासस्थानात सात वर्षं काढल्यानंतर आम्ही आमच्या स्वत:च्या घरात गेलो. भाऊंचं आणि बाईचं स्वत:चं घर असावं, हे स्वप्न आपल्या मुलानं प्रत्यक्षात आणलं, याचं समाधान दोघांच्या चेहऱ्यावर होतं. आता भाऊ स्वत:च्या घराच्या अंगणातल्या बागेत संपूर्ण दिवस बागेची देखभाल करू लागले. बाई निवांतपणे टेलिविजनवर वेगवेगळ्या मालिकांत स्वत:ला रमवू लागली. माझ्या दोन्ही मुलींची लग्नं झाली. मला एक नातू झाला.पणजोबा-पणजी बनलेल्या भाऊ-बाईंच्या डोक्यावर सोन्याची फुलं उधळली गेली. बाई आपला फुललेला फळलेला संसार पाहून तृप्त झाली.

आता दोघांच्या आयुष्याच्या संध्याकाळला प्रारंभ झाला होता. भाऊ बाहेर गेले असताना रस्ता ओलांडताना एका कारनं त्यांना ठोकर मारली. भाऊंच्या कमरेच्या सांध्याचं हाड मोडलं. भाऊंचं ऑपरेशन केलं गेलं. भाऊ चालूफिरू लागले. काही वर्षांनी त्यांच्या दुसऱ्या पायाचा कमरेतला सांधा मोडला आणि ऑपरेशन होऊनही भाऊ आता स्वत:ला सावरू शकले नाहीत. भाऊ खचतच गेले. बाई दिवसरात्र भाऊंच्या जवळ बसून त्यांची सेवा करू लागली. भाऊंच्या आयुष्याचा शेवटचा क्षण आला. बाईनं ते ओळखलं. तिनं मला बोलावलं. म्हणाली- ''त्यांना तुझी मांडी दे. त्यांच्या तोंडात पाणी घाल.'' मी पाणी घातलं आणि काही क्षणात भाऊ गेले. हे सर्व होईपर्यंत बाई शांत होती. तिच्या डोळ्यांत अश्रूचा थेंबही नव्हता. भाऊ गेले

आणि ती तोंड झाकून रडू लागली. मरण कसं स्वीकारायचं, यासंबंधीही या पिढीची काही प्रमाणकं होती. त्यांचा प्राण जाण्याच्या तयारीत असताना जर आपण शोक केला; तर त्यांच्या आत्म्याला वेदना होतील, म्हणून आपण शांत राहून त्यांना जाऊ दिलं पाहिजे, असं नंतर ती म्हणाली.

भाऊ गेल्यानंतर तिच्या जगण्याला काहीच अर्थ राहिला नाही. ती बसून रहात असे. खुर्चीत बसली असतानाच तिच्या कमरेचा सांधा आपोआप मोडला. तिला उठता येईना. तिला उचलून अंथरुणावर निजवलं. माझा डॉक्टर आतेभाऊ म्हणाला, 'तिचं ऑपरेशन करूया नको. ती बसलेल्या अवस्थेत खरकत आपापली कामं करू शकेल.' तीही खरकत घरभर हिंडू लागली. याच सुमारास माझ्या मणक्याचं ऑपरेशन झालं. हे तिला कोणीच सांगितलं नाही. मी घरी आलो, तरी तिला याचा पत्ताच लागला नाही. बरेच दिवस झाले, बापू आपल्या खोलीत आलेलाच नाही; म्हणून ती अस्वस्थ झाली. बापू कुठे आहे, असं विचारू लागली. ते ठीक आहेत, हे सांगूनही तिचा विश्वास बसेना. शेवटी ती खरकत माझ्या खोलीत आली. कॉटजवळ आली आणि तिनं माझा हात हातात घेतला.

नंतर काही दिवस ती हयात होती. एक दिवस तीही भाऊंसारखीच नैसर्गिक रीत्याच गेली.

बाईच्या एकूण आयुष्याचं पार्श्वावलोकन मी जेव्हा करतो, तेव्हा मराठवाड्यात रेंगाळत राहिलेल्या मध्ययुगातून आधुनिक युगात होणाऱ्या संक्रमणकाळाचा अनुभव मी तिच्या आयुष्याद्वारे घेतो.

◈

५.
आम्ही सारे मित्र

कमीअधिक काळ मी ज्या व्यक्तींच्या सहवासात आलो, त्या व्यक्ती वेगवेगळ्या वयाच्या होत्या. त्यात काही समवयस्क होत्या, तर काही वयानं ज्येष्ठ होत्या. यातील काही व्यक्तींची वर्तुळं होती आणि त्या वर्तुळात माझाही समावेश असे. काही एकएकट्या व्यक्तींशी माझा संबंध असे. यांपैकी काहीजण माझे 'मित्र' होते, तर काहीजण 'स्नेही' होते. यातले माझे काही मित्र माझ्याबरोबरच काही काही वर्तुळातही असत. माझ्या काही मित्रांचा माझ्या दुसऱ्या काही मित्रांशी संबंध नसे.

मी एम्.ए.ला जाईपर्यंत मला मित्र नव्हते. माझ्या वर्गातल्या मुलांशी माझं बोलणं होई तेवढंच. परंतु ज्याच्या घरी माझं आणि माझ्या घरी ज्याचं येणंजाणं असे, असा मला कोणीही मित्र नव्हता. हैदराबाद येथे एम्. ए.ला गेलो असताना चंद्रकांत भालेराव हा माझा पहिला मित्र झाला. आमची ही मैत्री दोघांच्याही वाङ्मयप्रेमामुळे झाली. हैदराबादला रस्त्यात प्रल्हाद देशपांडे नावाचा माझ्या वडिलांचा विद्यार्थी भेटला. तो त्याच्या खोलीवर मला घेऊन गेला. तेथे चंद्रकांत भालेराव कॉटवर लोळत होता. त्याचा माझा तसा प्रत्यक्ष परिचय नसला, तरी मी मिलिंद कॉलेजात ज्युनियर बी.ए.ला असताना तो सिनियर बी.ए.ला होता. कॉलेजच्या गॅदरिंगमध्ये त्यानं 'सांग तू माझा होशिल का?' या लोकप्रिय गीताचं विडंबन असलेली 'सांग तू खिचडी खाशिल का?'अशी स्वरचित विनोदी कविता गाऊन दाखवली होती आणि त्यावेळी मला ती आवडली होती. गॅदरिंगमध्ये त्यानं नाटकातही काम केलं होतं.आता तो प्रत्यक्ष माझ्यासमोर होता. आम्ही एकमेकांची चौकशी केली. तो चांगलाच बोलघेवडा होता. मी विद्यापीठ होस्टेलवर जायला निघालो, तेव्हा तो म्हणाला, "चल, तुला बसपर्यंत पोचवतो." नव्यानं

ओळख झालेल्या माणसाशी मी अनौपचारिकपणे बोलू वागू शकत नाही. मी स्वत: त्याच्याशी कमी बोलत होतो आणि त्याचं अघळपघळ बोलणं ऐकून घेत होतो. मला तो आवडल्यामुळे मी हैदराबाद शहरात गेलो की, त्याच्या खोलीवर जात असे. मग आम्ही बाहेर पडत असू आणि मैलोगणती फिरत असू.

कॉलेजमध्ये असतानाच त्याचं लग्न झालं होते. त्याच्या वहिनीच्या बहिणीवर–कमलवर– तो प्रेम करू लागला होता. त्याच्या घरच्यांना हे पसंत नव्हतं. शेवटी कमलच्या वडिलांनी त्यांना नासिकला नेऊन त्यांचं लग्न लावून दिलं होतं. या लग्नाला चंद्रकांतकडचं कोणीही आलं नव्हतं. त्यांचं लग्न ज्या भटजीनं लावलं, तो मृतांचा तेरावा चौदावा करणारा ब्राह्मण होता. चंद्रकांत स्वत:च्या लग्नाची हकीकत रंगवून सांगायचा, 'आमच्या लग्नानंतरच्या जेवणाची व्यवस्था त्याच भटजीकडेच केली होती. आम्ही जेवायला गेलो. रांगोळ्या वगैरे काढून, उदबत्त्या वगैरे लावून आमची लग्नाची पंगत भटजींनी सजवली होती. आमच्यासमोर मात्र उदास चेहऱ्याची, नुकत्याच भादरल्या गेल्यामुळे तुळतुळीत डोक्यांची दहाबारा माणसं जेवण्यासाठी जमिनीवरच बसली होती. आपल्या वडिलांचा चौदावा करण्यासाठी ती मंडळी आली असल्यामुळे त्यांच्या पत्रावळींसमोर ना रांगोळ्या होत्या, ना उदबत्त्या. एकाच सैपाकातून आम्हाला आणि त्यांना वाढलं जात होतं. अशा वातावरणात आम्ही लग्नाच्या जेवणाचा आनंद घ्यावा, असं भटजींचं म्हणणं होतं. तो आम्हा दोघांना नाव घेऊन एकमेकांना घास घालण्याचा आग्रह करीत होता आणि आमच्या घशाखाली तर एकही घास उतरत नव्हता!'

आता तो एल्. एल्. बी. होण्यासाठी हैदराबादला आला होता. त्याला नोकरी नाही आणि त्यात लग्न झालेलं. यावर पुन्हा विद्यार्थीदशा चालूच! त्या वेळी हैदराबादमध्ये तो निष्कांचनावस्थेत रहात असावा. आम्ही दोघे एकत्र असलो की चहाचा, खाण्याचा खर्च मीच करीत असे. अनेकदा तो सायंकाळी होस्टेलवर येई आणि होस्टेलच्या मेसमध्ये जेवण घेऊन माझ्याच खोली झोपत असे. त्याच्या जेवणाचे पैसे मीच भरून टाकत असे.

वाङ्मय हा दोघांच्या आवडीचा विषय. त्यावर आम्ही बोलत असू. त्याला शास्त्रीय संगीताचीही आवड होती आणि काही प्रमाणात ज्ञानही होतं. तो अधूनमधून गातही असे. तो मला रागदारीतल्या चिजा आणि गाणी स्वत: गाऊन ओळख करून देत असे. पुढे जेव्हा तो औरंगाबादी स्थायिक झाला, तेव्हा त्याच्याबरोबर मी कितीतरी मैफिली ऐकल्या. हैदराबादला लॉचं

शिक्षण घ्यायला आलेला चंद्रकांत या विषयात लक्ष लागत नाही म्हणून शिक्षण सोडून परत गावाकडे गेला.

मी हैदराबादेत एम्.ए. फायनलला असतानाच्या वर्षी त्यानं औरंगाबादेत मास्तरकीची नोकरी मिळवली आणि तो तेथे स्थिरावला. याच वर्षी नरेंद्र चपळगावकर मिलिंदमध्ये बी.ए.ला आलेला होता. चंद्रकांतशी त्याची चांगलीच ओळख होती. दिवाळीच्या सुटीत मी हैदराबादहून औरंगाबादला आल्यावर त्याने नरेंद्रची माझ्याशी ओळख करून दिली आणि नरेंद्र ऊर्फ नाना माझा निकटचा मित्र झाला. मग आम्ही तिघेही सतत एकत्र रहात असू. त्या काळात पुस्तकं, गाणं आणि चित्रपट हे आम्हा तिघांचं जग होतं. चंद्रकांतजवळ अस्सल विनोदबुद्धी होती.त्यामुळे त्याचा सहवास आनंददायक होत असे. उर्दू भाषेवर त्याचं प्रभुत्व होतं आणि तो उर्दू वाङ्मय वाचतही असे. मला जरी उर्दू येत असलं, तरी ते परीक्षेत पास होण्याइतपतच होतं. त्यानं मला इस्मत चुगताई, कृष्णचंद्र, सादत हुसेन मंटो या कथाकारांच्या कथांची ओळख करून दिली. उर्दू वाङ्मयाचं मराठीत भाषांतर कर, असं मी आणि नाना त्याच्या मागे लागूनही त्यानं काहीही केलं नाही. मराठवाड्याच्या संस्कृतीचे विशेषत: ग्रामजीवनाचे बारीकसारीक पदर त्याला ठाऊक होते. सुरवातीच्या काळात त्यानं मराठवाड्याच्या ग्रामजीवनाचं चित्रण करणाऱ्या उत्तम कथा लिहिल्या. त्याचा पहिला कथासंग्रह 'वहाटूळ' हा पुण्याच्या साधना प्रकाशनानं प्रसिद्ध केला होता. खेड्यात त्यानं भरपूर तमाशे पाहिलेले होते. त्यानं काही वगही लिहिले. मराठवाडा साप्ताहिकात तो दर आठवड्याला 'गोफणगुंडा' नामक विनोदी सदर लिहीत असे. त्यातल्या अस्सल राजकीय विनोदामुळे ते सदर अतिशय लोकप्रिय झालं होतं. परंतु अंग मोडून, तासंतास बैठक मारून काम करण्याची त्याला सवयच नव्हती. त्याच्या अंगावर जे काम टाकलं जाई, ते कसंबसं उरकून मोकळं व्हायचं, ही त्याची रीत होती.

साहित्यपरिषदेच्या शहरशाखेचा तो कार्यवाह होता. गावात दुर्गाबाई भागवत आल्या असताना परिषदेस त्यांनी भेट द्यावी, असं त्यांना आमंत्रण देण्यासाठी तो गेला आणि त्यांचं जाहीर व्याख्यानच ठरवून आला. व्याख्यान झालं आणि चंद्रकांत आभारप्रदर्शनासाठी उभा राहिला. तो म्हणाला, "खरं म्हणजे मी दुर्गाबाईंना परिषदेच्या भेटीचं आमंत्रण द्यायला गेलो होतो. पण त्या म्हणाल्या की, माझं व्याख्यानच ठेवा!" आम्ही नंतर त्याला विचारलं, "तू असं कसं बोललास?" तो म्हणाला, "मला काय बोलावं हे सुचेना. मग मी जे आठवेल ते बोलत गेलो!" या कार्यक्रमात आपण काय बोलायचं,

याचा त्यानं आधी विचार करून ठेवलेलाच नव्हता. 'ऐनवेळी बघू' ही त्याची वृत्ती होती.

त्याच्या विनोदी स्वभावामुळे तो आम्हा मित्रमंडळीत प्रिय होता. मित्रमंडळींनी कुठलाही कार्यक्रम ठरवला की, त्यात त्याचा आवर्जून समावेश करून घेतला जाई. विनोदी वाङ्मयनिर्मितीची चांगली क्षमता असलेला हा मित्र शेवटी फारसं काहीही न करता गेला. जाताना मला मात्र संगीताचा 'कान' देऊन गेला. चंद्रकांत भालेरावांसारखाच हैदराबादलाच मित्र झालेल्या प्रभाकर कळंबकराचा सलग सहवास फक्त आठदहा महिन्यांचा. पुढे जेव्हा जेव्हा भेट होई, तेव्हा तेव्हा आमची मैत्री उजळून निघे.

पुढे नाना - नरेंद्र चपळगावकर - बीडला वकिली करण्यासाठी निघून गेला. पण तत्पूर्वी मी विद्यापीठात गेल्यामुळे शासकीय महाविद्यालयात रिकाम्या झालेल्या माझ्या जागेवर अमरावतीच्या विदर्भ महाविद्यालयातून गो.मा. पवार हे बदलून आले. आल्या आल्याच त्यांची आणि माझी घनिष्ट मैत्री जुळली. अर्थात याला पवारच कारणीभूत होते. ते माझ्या घरी आले. सर्वांशी ओळख करून घेतली. माझे वडील पानतंबाखू खात असत. पवारांनाही याची सवय होती. वडिलांची परवानगी घेऊन त्यांनी पानतंबाखूही खाल्ली. माझे वडील चुनकळी ताकात भिजवून आणि चुना लोण्यात खलून पानासाठी चुना बनवीत. पवार तो चुना हक्कानं नेऊ लागले. घरात मला 'बापू' म्हणतात हे कळल्यावर तेही मला बापू म्हणू लागले. मग मीही त्यांना 'तात्या' म्हणू लागलो. त्यांच्या अशा मोकळ्याचाकळ्या स्वभावामुळे माझ्या कुटुंबात ते परके राहिलेच नाहीत.

काही दिवसांनी मराठी विभागात मराठीची एक जागा निघाली. तात्यांनी या जागेसाठी अर्ज करावा, असा सल्ला मी आणि अनंतरावांनी दिला. विभागप्रमुख असलेल्या वा.लं.च्या मनात या जागेसाठी दुसऱ्याचंच नाव होतं. विद्यापीठात वा.लं.च्या शब्दाला अतिशय मान होता. तरीही त्यांच्या इच्छेविरुद्ध तात्या निवडले गेले. इंटरव्ह्यू झाल्यावर वा.ल. विभागात आले. मला म्हणाले, "ते तुमचे कोण पाटील की जाधव - त्यांचं सिलेक्शन झालं." एवढं बोलून ते त्यांच्या खोलीत गेले. वा.लं.नी 'पवार' हे नावही उच्चारलं नव्हतं. नंतर अनंतरावांची आणि वा.लं.ची जेव्हा भेट झाली, तेव्हा अनंतराव वा.लं.ना म्हणाले, 'फार चांगलं झालं. तुम्ही योग्य माणूस निवडलात!' यावर वा.ल. काहीच बोलले नाहीत. तात्या विद्यापीठात रुजू झाल्यावर काही महिने वा.ल. त्यांच्याशी तुटकपणे वागत. हळूहळू पवार

उत्तम शिक्षक आणि अभ्यासक आहेत, हे वा.लं.च्या लक्षात आलं आणि त्यांचे आणि तात्यांचे निकटचे संबंध प्रस्थापित झाले. पुढे पवारांनी वा.लं.च्या मार्गदर्शनाखाली विनोदाची सैद्धांतिक मीमांसा करणारा प्रबंध लिहिला. त्यानंतर वा.लं.ना आपल्या मार्गदर्शनाखाली इतकं मोलाचं काम झालं याचा अभिमान वाटू लागला.

विद्यापीठाच्या कुलगुरूंनी विद्यापीठ अनुदानमंडळाकडून मराठी विषयात रीडरच्या दोन जागा मंजूर करून आणल्या. या जागांची जाहिरातही प्रसिद्ध झाली. मी आणि तात्यांनी या जागांसाठी अर्ज केले. लेक्चररच्या निवडीच्या वेळी ज्या उमेदवारात वा.लं.ना रस होता, तो पुन्हा वा.लं.ना भेटायला आला. 'या जागा सध्या माझ्या विभागात काम करणाऱ्यांसाठी आहेत.' असं वा.लं.नी त्याला स्वच्छ शब्दांत सांगितलं. आणि मी आणि पवार रीडर झालो. वा.ल. सेवानिवृत्त होऊन मुंबईला जाईपर्यंत मराठी विभागात वा.ल., मी आणि तात्या असं तिघांचं एक वर्तुळ होतं. आम्हा तिघांत सतत वाङ्मयीन चर्चा चालायच्या. वा.लं.कडे कोणी मोठा साहित्यिक जर येणार असेल, तर वा.ल. आम्हा दोघांना त्याच्या भेटीसाठी बोलावून घ्यायचे. आमची तिघांची कुटुंबंही परस्परांशी मित्रत्वाच्या नात्यानं जोडली गेली होती. वा.ल. मुंबईला गेल्यावरही आम्हा तिघांचे कौटुंबिक संबंध कायम राहिले.

तात्यांनी एकदा जर एखाद्याबद्दल प्रतिकूल मत बनवलं असेल, तर तात्यांबाबत ते दगडावरच्या रेघेसारखं कायमच रहात असे. आपलं मत ते कधीही बदलत नसत. त्यामुळे ते जितक्या वेगानं एखाद्याशी संबंध जोडीत, तितक्याच वेगानं त्याच्याबद्दल मत वाईट होताच ते तोडून टाकीत. आम्ही तात्यांना 'मित्र कसे तोडावेत आणि शत्रू कसे जोडावेत' यातले तज्ज्ञ म्हणत असू. आपल्या निवडीला वा.ल. कुळकर्ण्यांचा विरोध असल्याचं तात्यांना माहीत होतं. विद्यापीठाच्या मराठी विभागात आल्यावर वा.ल. आपल्याशी तुटकपणे वागतात, हेही त्यांच्या लक्षात येत होतं. तरीही तात्यांनी वा.लं.शी जुळतं घेऊन हळूहळू त्यांच्याशी प्रेमाचे संबंध प्रस्थापित केले. कदाचित आपल्याला आता याच विभागात रहायचं असल्यानं आपण विभागप्रमुखांशी जुळतं घ्यावं, असाही त्यामागे विचार असेल. वा. लंच्या सेवानिवृत्तीनंतर मात्र पवारांनी विभागप्रमुखांविरुद्ध जाहीर आघाडी उघडून विभागप्रमुखपद फिरतं करायला विद्यापीठाला भाग पाडलं.

तात्यांनी वाङ्मयीन प्रश्नाबद्दल एखादी भूमिका घेतली, तर तीही ते कधीही सोडत नसत. तात्या हे चर्चेला अतिशय चिवट होते. ते आपल्या

मुद्द्यावर ठाम असत. या उलट मी! मी स्वत:च माझ्या मुद्द्याबद्दल साशंक असे. त्यामुळे आमच्या चर्चेत तात्याच नेहमी बाजी मारीत. असे होऊनही आमचे संबंध कधीही बिघडले नाहीत. आपला चौदा वर्षांचा औरंगाबादचा मुक्काम सोडून तात्या कोल्हापूरला शिवाजी विद्यापीठात प्राध्यापकपदावर गेले. त्यामुळे भेटीगाठी कमी झाल्या असल्या, तरी आमची मैत्री खंडित मात्र झाली नाही.

औरंगाबादला शासकीय ज्ञानविज्ञान महाविद्यालयात मी १९५७ मध्ये रुजू झालो आणि लगोलग तेथे माझे समवयस्क असलेले अरुण चव्हाण हे इंग्रजीचे प्राध्यापक म्हणून आले. गोरेपान, किंचित स्थूल शरीरयष्टी, घारेपणाची झाक असलेले डोळे, असे अरुण चव्हाण राजबिंडे दिसत. अपघातात त्यांच्या एका पायाचा गुडघ्याखालचा भाग गेलेला, त्यामुळे तेथे जयपूर फूट लावलेला. परंतु त्यांचं चालणं मात्र नैसर्गिक असल्यामुळे त्यांचा एक पाय कृत्रिम असल्याचं चटकन लक्षात येत नसे. अरुण चव्हाण हे कोल्हापूरचे. राजघराण्याशी संबंधित. मूळ आय्. ए. एस्. साठी तयारी करत असतानाच अपघात झालेला. त्यामुळे प्राध्यापकीकडे वळलेले. त्यांचं इंग्रजी वाङ्मयाचं तसंच मराठी वाङ्मयाचं वाचन अद्ययावत होतं. त्यामुळे माझी त्यांची मैत्री जमायला वेळ लागला नाही. आमचं मराठी-इंग्रजी वाङ्मयावर सतत बोलणं होई. त्यांच्या सहवासात माझं इंग्रजी वाङ्मयाचं वाचन बरंच वाढलं.

अरुण चव्हाणांचं राहणं-वागणं पाश्चात्त्य वळणाचं असे. ते कटाक्षानं काट्याचमच्यानं जेवत. खाण्यापिण्याच्या बाबतीत कमालीची स्वच्छता पाळत. एका प्राध्यापकानं तर त्यांना असा इशारा दिला की, ''इतकी स्वच्छता जर पाळली तर तुमची प्रतिकारशक्ती क्षीण होऊन जाईल!'' शासकीय ज्ञानविज्ञान महाविद्यालयात माझी तीन वर्षं नोकरी झाल्यावर मी डॉ. बाबासाहेब आंबेडकर मराठवाडा विद्यापीठात गेलो. माझ्या मागोमागच अरुण चव्हाणही विद्यापीठात परीक्षा विभागाचे असिस्टंट रजिस्ट्रार म्हणून रुजू झाले.खरं म्हणजे कार्यालयीन कामाची त्यांना आवड नव्हती. तरीही त्यांनी हे पद स्वीकारलं होतं.

दुपारी लंच अवर झाला की, चव्हाण आपल्या ऑफीसमधून निघून आमचा विभाग असलेल्या इमारतीत माझ्या खोलीत यायचे. अनेकदा आमच्या विभागाचा दुपारचा चहा त्याच वेळी व्हायचा. हा चहा मराठी विभागातच तयार केला जायचा. उत्तम दर्जाची चहापत्ती वापरून तो पाश्चात्त्य

पद्धतीनं तयार होत असे. त्यामुळे हा चहा चव्हाणांना अतिशय प्रिय असे. दुपारच्या या चहासाठी वा.लं.सह सर्वजण माझ्या खोलीत जमायचे. दुपारी वर्ग नसल्यामुळे वा.लं.सह सर्वजण निवांतपणे गप्पा मारीत बसायचे. बहुतेक वेळा या गप्पा केवळ वाङ्मयावरच होत असत. चव्हाणांना ही मैफील फार आवडायची. अशा गप्पांतच लंच अवर संपून बराच वेळ झालेला असायचा, तरीही चव्हाण या गप्पा सोडून त्यांच्या ऑफिसात जायचे नाहीत. मग रजिस्ट्रारच्या ऑफीसमधून शिपाई यायचा आणि चव्हाणांना रजिस्ट्रारसाहेबांनी बोलावल्याचं सांगायचा. चव्हाण दुपारी कुठे असतात, ते रजिस्ट्रारच्या संपूर्ण ऑफीसला माहीत झालं होतं. चव्हाणांचं मन या विद्यापीठातही रमलं नाही. ते प्रथम सांगलीला वेलिंग्डन कॉलेजात प्राध्यापक म्हणून आणि नंतर शिवाजी विद्यापीठात असिस्टंट रजिस्ट्रारपदावर गेले. पण तेथेही ते रमले नाहीत. शेवटी शिवाजी विद्यापीठ सोडून ते ग्रामविकासाच्या कामात रस घेऊ लागले. त्यासाठी त्यांनी एक संस्था स्थापन केली. हे काम करत असताना त्यांचं पाश्चात्त्य वळणाचं जगणं नाहीसं झालं. ते गांधीवादी विचारांचे झाले.

याच काळात त्यांनी भारतीय समाजात घडलेल्या परिवर्तनावर इंग्रजीत एक कादंबरी लिहिली. त्यांनी तिचा 'तिमिरभेद' या शीर्षकाचा मराठी अनुवादही प्रसिद्ध केला. मराठी वाङ्मयजगतानं या कादंबरीची अजिबात दखल घेतली नाही. मी या कादंबरीवर लिहावं, असं त्यांनी मला सुचवलं होतं; पण मीही लिहिलं नाही. मी त्यांच्या सूचनेकडे दुर्लक्ष केल्याबद्दल खंत व्यक्त करणारा फोन एक वर्षानंतर आला! मी शरमून गेलो. त्यांची ही कादंबरी कोणीतरी वाचायला नेली आणि परतच केली नाही. मी हे त्यांना सांगितल्यावर त्यांनी या कादंबरीची पुन्हा प्रत पाठवली. त्यांची ही कादंबरी वेगळ्याच प्रकारची होती. मला ती लक्षणीय वाटली. मी त्यावर विस्तृत असा लेख लिहिला. तो 'समाजप्रबोधन पत्रिके'त प्रकाशितही झाला. आपल्या मूळच्या इंग्रजी कादंबरीच्या प्रकाशनासाठी प्रयत्नात असतानाच अचानक ते गेले.

२०२०मध्ये शिवाजी विद्यापीठाच्या वतीनं मला म. सु. पाटील पुरस्कार दिला गेला, त्या कार्यक्रमासाठी अरुण चव्हाण सांगलीहून कोल्हापूरला आले होते. कार्यक्रम संपल्यावर दहा पंधरा मिनिटं आम्ही बोललो. माझी आणि चव्हाणांची झालेली ही शेवटची भेट.

तु.शं. कुळकर्णी हे असेच माझ्या नजिकचे मित्र. परिषदेचं कार्यालय

आणि तु.शं. औरंगाबादला बरोबरच आले. ते आधीपासूनच साहित्यपरिषदेशी जोडलेले होते आता अनंत भालेरावांच्या सांगण्यावरून मीही साहित्यपरिषदेशी जोडला गेलो. मराठवाडा साहित्यपरिषदेत मी आणि तु.शं. कुळकर्णी यांनी 'प्रतिष्ठान' मासिकाच्या संपादनापासून ते परिषदेतल्या हमाली कामापर्यंत सर्व प्रकारची कामं निदान वीसएक वर्षं तरी एकत्र राहूनच केली. काही वर्षं तु शं. प्रतिष्ठानचे कार्यकारी संपादक असायचे, तर त्यानंतर काही वर्षं मी कार्यकारी संपादक असायचा.जेव्हा मी प्रतिष्ठानचा संपादक असे, तेव्हा तु.शं. परिषदेचे सरचिटणीस असत. आणि ते प्रतिष्ठानचे संपादक झाले की, मी परिषदेचा सरचिटणीस होत असे. आम्हा दोघांत असा खोखोचा खेळ सतत चाललेला असे.

मी हैदराबादला एम्.ए.साठी गेलो असताना तेथे साहित्यपरिषदेत त्यांची माझी प्रथम भेट आणि ओळख झाली. त्या आधी मी त्यांच्या कथा वाचल्या होत्या. १९५३मध्ये मराठवाडा साहित्यपरिषदेचं प्रतिष्ठान मासिक सुरू झालं. त्यात प्रथमपासून तु.शं. कथा आणि कविता लिहीत होते. प्रसिद्धीची संधी नसल्यामुळे ज्या तरुणांची निर्मितिक्षमता सुप्तावस्थेत राहिली होती, त्यांच्या प्रतिभेला व्यक्त होण्यासाठी योग्य माध्यम प्रतिष्ठानच्या रूपानं आता उपलब्ध झालं होतं. प्रतिष्ठान सुरू होताच मराठवाड्यातले कितीतरी तरुण लेखक यातून पुढे आले. यात तु.शं. कुळकर्णी हे नाव अग्रभागी होतं. तु.शं.च्या निर्मितीवर गंगाधर गाडगिळांच्या कथेचा प्रभाव होता. अर्थात तो अनुकरणाच्या स्वरूपाचा नव्हता. प्रतिष्ठानमधल्या लेखकांपैकी मला तु.शं.ची कथा अधिक आवडत होती. त्यामुळे हैदराबादेत माझा आणि त्यांचा जेव्हा परिचय झाला, तेव्हा मला बरं वाटलं.

भाषावार प्रांतरचना झाली आणि हैदराबाद राज्यातल्या तेलगू आणि कन्नड विभागात शासकीय नोकरीत असलेले सर्व मराठीभाषक कर्मचारी महाराष्ट्रात आले. तेव्हा तु.शं. हैदराबाद येथे हेल्थ डिपार्टमेंटमध्ये कारकुनी करत होते. त्यांची बदली औरंगाबाद येथे केली गेली. ते यापूर्वी औरंगाबादला कधी आलेलेच नव्हते. पहिल्यांदा त्यांना औरंगाबादमध्ये जागोजाग असलेली थडगी दिसली. 'हे तर थडग्यांचं शहर आहे. येथे लोकसंख्येपेक्षा थडगीसंख्या अधिक दिसते!' ही औरंगाबादविषयी त्यांची प्रतिक्रिया होती. पुढे कित्येक दिवस ते, आपण थडग्यांच्या शहरात रहातो, असं म्हणत असत! पण काही दिवसांतच ते औरंगाबादकर बनले.

भाषावार प्रांतरचनेमुळे परिषदही हैदराबादहून औरंगाबादला आली. येथे

तिला कामाला माणसं नव्हती. परिषदचे सर्वच कार्यकर्ते पन्नाशीत होते. आम्ही दोघेच तरुण होतो. तेव्हा परिषदेची 'हमाली' कामं करण्याची जबाबदारी आमच्यावरच येऊन पडत होती.आमचं हस्ताक्षरही चांगलं होतं. मग परिषदेत कार्यक्रम असला की, त्याविषयीचा मजकूर बोर्डावर लिहून तो बोर्ड गुलमंडीवर नेऊन ठेवणं, कार्यक्रमाच्या हॉलमध्ये बिछायत घालणं, (यात अनंतरावही वय विसरून सहभागी होत.) प्रतिष्ठान छापून आलं की पोष्टानं पाठवायच्या अंकांना रॅपर लावून तिकिटं चिकटविणं, नंतर वर्गणीदारांचे पत्ते लिहिणं – ही सर्व कामं आम्ही दोघे मिळून करीत असू.

अनेकजण आम्हा दोघांपैकी तु.शं. कोण आणि रसाळ कोण, यात गोंधळ करत. मला 'तु.शं.' आणि तु.शं.ना 'रसाळ' या नावांनी संबोधत. आमच्या दोघांमध्ये कणभरही साम्य नव्हतं. तरीही अनेकांचा गोंधळ उडे. मग आम्हीही याचा उपयोग करायला प्रारंभ केला. ज्या कवीची कविता आम्ही नाकारलेली असे, तो कवी अनेकदा संतापून कारण विचारायला येत असे. त्याला जर मला भेटायचं असेल, तर तो अचूकपणे माझ्यासमोर येऊन उभा राही. तो जाब विचारायच्या पवित्र्यात दिसला की, मी म्हणत असे, "अहो! तुम्हाला कोणाला भेटायचंय? रसाळांना ना? मग तुम्ही चुकलात. मी तु.शं.!" तु.शं.ही हेच करायचे.

तु.शं.चा शैक्षणिक प्रगतीचा आलेख अतिशय चढता होता! तु.शं. (आणि नरहर कुरुंदकरही) इंटर सायन्सची परीक्षा नापास झालेले होते. औरंगाबादला ते १९५६मध्ये आले. १९५९मध्ये मराठवाडा विद्यापीठ स्थापन झालं आणि प्राचार्य म.भि. चिटणीस विद्यापीठाचे रजिस्ट्रार झाले. ते स्वत: मराठीचे प्राध्यापक असल्याने ते लेखक असलेल्या तु.शं.ना ओळखत होते. विद्यापीठ स्थापन झाल्यावर विद्यापीठाला हवे असलेले कारकुनी कर्मचारी विद्यापीठानं निरनिराळ्या सरकारी कार्यालयांतून उसने मागवून घेतले. चिटणिसांनी तु.शं.ना बोलावून त्यांच्यापुढे "तुम्ही विद्यापीठात या; मी तुमच्या कार्यालयाकडे तशी मागणी करतो." असा प्रस्ताव ठेवला. तु.शं.नी होकार दिल्यावर तु.शं. विद्यापीठात आले.

विद्यापीठात आल्यावर तु.शं.ना बी.ए. फायनलची परीक्षा देण्याची विद्यापीठानं परवानगी दिली! तु.शं. बी.ए. पास झाले. दोन वर्षांनी त्यांना विद्यापीठातील मराठी एम्.ए.च्या वर्गांना बसण्याची आणि परीक्षा देण्याची परवानगी देण्यात आली. मी एम्.ए.ला शिकवत असल्यामुळे तु.शं. माझे विद्यार्थी बनले! तु.शं. प्रथम श्रेणीत एम्.ए. उत्तीर्ण झाले. नेमके याच वेळी

सरस्वती भुवन शिक्षण संस्थेने आर्ट्स अँड कॉमर्स कॉलेज सुरू केलं आणि तु.शं. तेथे मराठीचे प्राध्यापक झाले! प्रा. म.भि. चिटणिसांचा 'लेखक' असलेल्या तु.शं. कुळकर्ण्यांवर असा लोभ होता!

सेवानिवृत्त झाल्यावर तु.शं.नी औरंगाबाद सोडून नांदेडला स्थायिक होण्याचा निर्णय घेतला. त्यांचं बालपण तेथे गेलं होतं. शिवाय नांदेडनजिक त्यांची शेती होती. तु.शं. नांदेडकर झाले. तेथे राहून ते स्वत:च्या शेतीकडे जरी पाहू शकत असले, तरी कित्येक वर्षांनी नांदेडमध्ये गेलेल्या तु.शं.ना बदलून गेलेलं नांदेड आपलं वाटत नसे. त्या वेळचे त्यांचे मित्र आता तेथे नव्हते. नव्यानं ओळखी वाढवणं हे अवघड होतं. त्यामुळे आपण औरंगाबाद उगीच सोडलं, असं ते बोलायचे. अलीकडेच तु.शं.नी या जगाचा निरोप घेतला.

प्रा. म.द. पाध्ये हे माझे अ-वाङ्मयीन मित्र. विद्यापीठात प्रारंभी मराठी आणि अर्थशास्त्र हे दोन विभाग सुरू करण्यात आले. या दोन विभागांना शेजारी शेजारी खोल्या दिल्या गेल्या. विद्यापीठाची नवी इमारत होईपर्यंत या दोन विभागातले लेक्चरर एकाच खोलीत बसत असत. अशा सामायिक खोलीमध्ये म.द. पाध्यांचा लेक्चरर म्हणून प्रवेश झाला. म.द. पाध्ये हे नागपूरचे. स्वामी रामानंद तीर्थांनी नांदेड येथे १९५०मध्ये पीपल्स कॉलेज स्थापन केलं, तेव्हा सुरेंद्र बारलिंगे यांना प्राचार्यपदावर नेमलं गेलं आणि त्यांचे मित्र असलेले म.द. पाध्ये यांना अर्थशास्त्राचे लेक्चरर केलं गेलं. नांदेडहून पाध्ये अंबाजोगाईच्या कॉलेजात प्राचार्य म्हणून गेले आणि तेथून ते विद्यापीठातल्या अर्थशास्त्र विभागात लेक्चरर म्हणून आले.

मी एम्.ए. झाल्यावर नांदेडच्या पीपल्स कॉलेजात इंटरव्ह्यू द्यायला गेलो असताना केवळ त्यांनीच माझी मोठ्या आपुलकीनं चौकशी केली होती. त्यावेळी तणावाखाली असलेल्या मला फार बरं वाटलं होतं. पाध्ये अर्थशास्त्रविभागात रुजू झाल्यावर मी त्यांना जाऊन भेटलो. ते प्रसन्नपणे माझ्याशी बोलत होते.

मध्यम उंची, धारदार नाक, किडकिडीत शरीरयष्टी, वयाच्या मानानं जास्त पांढरे झालेले केस ही पाध्यांची शारीरिक वैशिष्ट्यं. अंगावर केवळ खादीचे कपडे. विचारांनी पक्के समाजवादी आणि वागणं तत्त्वनिष्ठ. बोलणं मोजकं आणि तर्कशुद्ध. त्यांच्यासमोर अघळपघळ ऐसपैस वागूनबोलून चालायचं नाही. समाजवादी असल्यानं अनंतरावांशी आधीच परिचय होता. अनंतरावांनी त्यांना रहायला सन्मित्र कॉलनीत जागाही दिली. माझंही

अनंतरावांकडे जाणंयेणं असल्याने पाध्यांची तेथेही रोज भेट होत असे. काही दिवसांनी पाध्ये, पवार आणि तु.शं. या तिघांनी समर्थनगर भागात शेजारी शेजारी प्लॉट घेतले. घर बांधून पाध्ये आणि तु.शं. तेथे रहायला गेले. काही दिवशांनी पाध्यांनी अँबेसडर गाडी घेतली. गाडी चालवायला शिकले.

एकदा अर्थशास्त्र विभागात पाध्यांकडे एक गृहस्थ भेटायला आले. सायंकाळचे पाच वाजलेले होते. घरी जाताना मी सहजच पाध्यांच्या खोलीत डोकावलो. पाध्ये आणि त्यांना भेटायला आलेले गृहस्थ दोघेही घरी जाण्यासाठी उठले. ते गृहस्थ गावात जाण्यासाठी विद्यापीठाच्या बसस्टँडवर गेले आणि पाध्ये आपल्या कारकडे वळाले. मी त्यांना म्हणालो, "तुम्ही गावातच जाता आहात; मग त्या गृहस्थांना कारमध्ये बरोबर घेऊन जायचं." यावर तत्त्वनिष्ठ पाध्यांनी मला पुढील उत्तर दिलं, 'हे पहा, त्या गृहस्थांना मी गावात कारनं जात आहे, हे माहीत होतं. त्यांना जर यायचं होतं, तर त्यांनी तसं मला म्हणायला हवं होतं. ते जर म्हणाले असते, तर मी त्यांना गाडीत घेऊन गेलो असतो!" ज्याला गरज असते, त्यानं ती पूर्ण करू शकणाऱ्याला तशी विनंती करायची असते. हे तत्त्व पाध्यांच्या वागण्यामागे होतं!

जीवनातली प्रत्येक गोष्ट कशी असली पाहिजे, यासंबंधी पाध्यांच्या ठाम कल्पना होत्या. पाध्येवहिनी गेल्यावर पाध्ये औरंगाबादमध्ये एकटेच राहू लागले. त्यांच्याकडे स्वयंपाकासाठी एक मावशी येत असत. त्या आल्या की, त्यांचा स्वयंपाक होईपर्यंत पाध्ये स्वयंपाकघरात बसत. फोडणीला तेल किती घातलं, कुकरला भात लावताना तांदूळ शिजण्यासाठी त्यात पाणी किती घातलं, हे सारं स्वत: पहात. आपल्याला जसं जेवण लागतं, तसं ते स्वत:च्या निगराणीखाली करवून घेत.

पाध्ये स्वत: दिलेली वेळ पाळत आणि दुसऱ्यानंही ती पाळावी, अशी अपेक्षा करीत. नानाच्या बहिणीच्या लग्नाला आम्ही सर्वजण बीडला गेलो. दुसऱ्या दिवशी सकाळीच लग्न होतं. म्हणून सकाळी पाच वाजता उठायचं ठरलं. पाध्ये बरोबर पाचला उठले, आम्हीही उठलो. अनंतराव मात्र जागे असूनही उठले नाहीत. पाध्ये म्हणाले, "हे काय, अनंतराव, उठा!" यावर अनंतराव म्हणाले, "पाध्ये, तुमचं बरं आहे. तुम्हाला उठायचं म्हणजे चार हाडं गोळा केली की झालं!" हा पाध्यांच्या शरीरयष्टीवरचा अनंतरावांचा शेरा.

अनंतरावांबरोबर मी आणि पाध्ये १९७४च्या जयप्रकाश नारायणांच्या बिहार आंदोलनाचा अभ्यास करण्यासाठी बिहारात पाटण्यात गेलो होतो.

मराठवाडा दिवाळी अंक याच विषयावर काढला जाणार होता. आम्ही तेथे वेगवेगळ्या पुढाऱ्यांच्या मुलाखती घेणार होतो. पाटण्याचं काम आटोपून आम्ही तिघे वाराणसीला आलो. संध्याकाळी फिरत असताना थंडाईचं एक दुकान दिसलं. ज्या देशात जावं, तेथलं अन्न चाखावं - हे पाध्यांचं तत्त्व. पाटण्यातही तेथे जे जे खास मिळतं, त्याचा त्याचा पाध्यांनी कटाक्षानं आस्वाद घेतला आणि आम्हालाही घ्यायला लावला. पाध्ये म्हणाले, ''थंडाई घेऊ या.'' आम्ही दुकानात गेलो. थंडाई देताना दुकानदार म्हणाला, ''इसके साथ गोली चाहिये क्या?'' त्यावर 'हां, हां, क्यूं नहीं?'' हे पाध्यांचं उत्तर. अनंतराव घाईघाईनं मध्ये पडले आणि त्यांनी ''नाही'' सांगितलं. पाध्यांचा प्रश्नांकित चेहरा पाहून अनंतराव म्हणाले, ''अहो! ती भांगेची गोळी; ती घेतली असती तर काय झालं असतं?''

समाजवादी असलेल्या पाध्यांना सार्वजनिक कामाला सर्व प्रकारची मदत करणं ही आपली जबाबदारी आहे असं वाटायचं. त्यामुळे त्यांच्या घरी कार्यकर्त्यांचा राबता असे. आणीबाणीच्या काळात वेषांतर करून मृणाल गोरे काही दिवस त्यांच्या घरी राहिल्या. कशी कुणास ठाऊक ही बातमी पोलिसांना लागली. पोलीस त्यांच्या घरी आले. मृणाल गोरे काही तासांपूर्वी तेथून निघून गेल्या होत्या. पोलीस पाध्यांना ठाण्यावर घेऊन गेले. काही तास त्यांच्यावर प्रश्नांचा भडिमार केला. पण मृणाल गोरे आपल्याकडे होत्या, हे पाध्यांनी कबूल केलं नाही आणि येथून त्या कुठे गेल्या, हेही त्यांनी सांगितलं नाही. पाध्यांना नासिक जेलमध्ये हलवलं गेलं. अनंतराव आधीच तेथे पोचले होते. आणीबाणी संपल्यावर जेव्हा अनंतराव आणि पाध्ये नासिक जेलमधून सुटून आले, तेव्हा दोघांची भव्य मिरवणूक नागरिकांनी काढली. ''तुम्हाला जेव्हा पोलिसांनी ठाण्यात नेलं; तेव्हा तुम्ही असहकार करता, म्हणून तुम्हांला मारहाण झाली का?'' असं विचारल्यावर ते म्हणाले, ''असं काहीही झालं नाही; कदाचित पोलीसही आणीबाणीच्या विरोधात असतील!''

पाध्येवहिनी कॅंसरने गेल्या. पवईच्या आय.आय.टी.मधून पदवी घेतलेला त्यांचा मुलगा विवेक नोकरीनिमित्त अरब देशात होता. कन्या अंजू पुण्याच्या नॅशनल केमिकल लॅबोरेटरीमध्ये संशोधक होती. पाध्ये औरंगाबादेतच एकटे राहिले. विवेक भारतात परत आल्यावर पाध्यांनी रहायला त्याच्याकडे जायचा निर्णय घेतला आणि औरंगाबाद सोडलं.

भौमितिक आकृती जशी असावी, तसंच आखीवरेखीव जीवन जगणारे पाध्येही आता या जगात नाहीत.

अशा मित्रांचा मला सहवास जसा लाभत असे, तसाच या आणि याशिवाय इतर काही मित्र नेमाने एकत्र येत. त्यामुळे काही मित्रांची वर्तुळं झाली होती. यांपैकी काही वर्तुळांचा मीही सभासद होतो.

आमच्यापैकी काही मित्रांना रमी खेळण्याचा नाद लागला! त्यातून आमचं रमीचं एक वर्तुळ तयार झालं. त्यात तु.शं., गो.मा. पवार, म.द. पाध्ये आणि मी हे परस्परांचे मित्र असलेले सदस्य होतो. अर्थशास्त्र विभागात रीडरच्या पदावर असलेले आणि मराठी विभागातल्या दुपारी होणाऱ्या चहाला नेमानं हजेरी लावणारे व्ही.के. पांडे हेही आमच्या रमी क्लबचे सदस्य होते. ते रमी उत्तम प्रकारे खेळत. या रमी खेळात मीच तेवढा कच्चा खेळाडू होतो.आमचा हा खेळ एक पैसा पॉईंट या दरानं शनिवार-रविवार या दिवशी खेळला जाई. एखाद्या रविवारी आम्ही रमी क्लबचे सदस्य औरंगाबादमधल्या कुठल्यातरी रेस्ट हाऊसमध्ये जेवायला जात असू. त्या जेवणात कोंबडी खाणं हा मुख्य कार्यक्रम असे, यातही व्ही.के. पांडेच आपलं नैपुण्य दाखवत. आम्हा सर्वांत पाध्यांचं जेवण मर्यादित असे. ते चवीनं पण अत्यंत सावकाश जेवत. आम्ही सर्वजण आपापलं जेवण आटोपून जेवत असलेल्या पाध्यांकडे एक़ टक लावून पहात असू. त्यामुळे पाध्ये अस्वस्थ होत. त्यांना अस्वस्थ करण्यासाठीच हे केलं जात असे. पाध्ये रागवत आणि म्हणत, "उठा तुम्ही सर्वजण! मला निवांत जेऊ द्या!" आमचा हा क्लब काही महिनेच चालला. आपण प्राध्यापक आहोत आणि आपल्या विषयाच्या अध्ययनात अधिकाधिक वेळ व्यतीत करणं ही आपली जबाबदारी आहे, असं त्यावेळी कदाचित आम्हाला वाटलं असावं!

आम्हा सर्व मित्रमंडळींचं आकर्षणकेंद्र केवळ अनंतराव भालेराव होतं. संध्याकाळ झाली की, आमची पावलं सन्मित्र कॉलनीकडे आपोआप वळत. माझ्या आणि नानाच्या घरात अनंतरावांच्या घराचा उल्लेख 'चावडी' असा होत असे. संध्याकाळ झाली की, "काय आज चावडीवर नाही का जायचं?" जरी असं आम्हाला विचारलं जाई. त्याकडे दुर्लक्ष करून मी आणि नाना 'चावडी'वर जायला निघत असू. सन्मित्र कॉलनीत शिरताना प्रथम साहित्यपरिषद लागत असे. आधी तेथे अनंतराव आणि इतर कोणी आलं आहे काय, हे पाहिलं जाई. तेथे कोणीही नाही असं आढळलं की, मग अनंतरावांच्या घरी! तेथे बहुधा सर्वजण जमलेले असत. अनंतरावांच्या घरची मैफील त्यांच्या घरासमोरच्या अंगणात भरत असे. एक कॉट, त्यावर गादी टाकलेली आणि कॉटसमोर आठदहा खुर्च्यांची अर्धवर्तुळाकार मांडणी

केलेली असे. अनंतराव कॉटवर बसलेले असत आणि बाकीचे समोर अर्धवर्तुळाकार लावलेल्या खुर्च्यांवर. खुर्च्या जर भरलेल्या असतील, तर मग उशिरा येणारा अनंत भालेरावांच्या शेजारी कॉटवर बसत असे.

उन्हाळ्याचे दिवस होते. मी आणि तात्या (गो.मा. पवार) त्यांच्या स्कूटरवरून अनंतरावांकडे जायला निघालो. रस्त्यात तात्या मला म्हणाले, ''जाण्यापूर्वी एकएक ग्लास बिअर घेऊ या.'' मी त्यांना नकार दिला. मी म्हणालो, ''अनंतरावांना असलं काही चालत नाही. तेथे गेल्यावर जर त्यांच्या लक्षात आलं, तर पंचाईत होईल.'' तात्या म्हणाले, ''आपण दूर बसू या.'' शेवटी आम्ही बिअर घेतली आणि गेलो! तेथे सर्व खुर्च्या भरलेल्या. फक्त कोपऱ्यातली एक रिकामी. तात्या चटकन तिच्यावर जाऊन बसले. आता माझी पंचाईत. अनंतराव म्हणाले, ''बापू! या, माझ्याशेजारी बसा.'' मी नाइलाजानं त्यांच्या शेजारी जाऊन बसलो. थोड्या वेळानं अनंतराव हलक्या आवाजात मला म्हणाले, ''तात्या ढोसून आलेले दिसतात! वास येतोय!'' मी एक सज्जन माणूस असून मी असं काही करणार नाही, असा अनंतरावांचा माझ्याबद्दल विश्वास!

अनंतरावांसह होणाऱ्या बैठकी सामान्यपणे सायंकाळी साहित्यपरिषदेत होत असत. इतिहाससंशोधक असलेले न.शे. पोहनेरकर हे परिषदेचे अध्यक्ष होते. महाराष्ट्र राज्याच्या आर्कियॉलॉजी खात्यात ते नोकरी करत. मॅट्रिकपर्यंत शिकलेले. मराठी भाषा, महाराष्ट्र याचे फार अभिमानी. हैदराबादला असताना सुलतान बाजारच्या हरी मसजिदीसमोर असलेल्या गल्लीत बहुतेक मराठी कुटुंबं रहात. पोहनेरकरही तेथेच रहात. पोहनेरकरांनी त्या गल्लीचं नामकरण 'मराठवाडी' असं केलं होतं. ते इतकं रुळलं की, पोस्टमनसुद्धा मराठवाडीच्या पत्त्यावर असलेली पत्रं आणून देत असे. परिषदेचं काम करता करताच गप्पाही चालू रहात. राजकारण, साहित्य यासारखे विषय असत. अधूनमधून गंभीर गप्पांना छेद देणारे विनोदही होत. प्रत्येकाची विनोद करण्याची विशिष्ट शैली होती. त्यात अनंतराव आणि चंद्रकांत भालेराव यांचे विनोद स्फोटक असत.

हिवाळ्याचे दिवस होते. माझं लग्न होऊन चारएक महिने झाले होते. बायकोनं प्रेमापोटी आणि हौसेनं एक पूर्ण बाह्यांचं आणि बंद गळ्याचं जाडजूड स्वेटर माझ्यासाठी विणलं होतं. मी ते पहिल्यांदाच घालून परिषदेत गेलो. पवारांनी सुरू केलं, ''बापूचं स्वेटर पाहिलंत का? वहिनींनी प्रेमानं विणलंय. आता बापू प्रेमाची ऊब अनुभवताहेत.'' यावर अनंतरावांचा त्या

जाडजूड स्वेटरवर शेरा- ‘‘ही कसली ऊब! हा तर प्रेमाचा उकाडा आहे!’’

वा.ल. कुळकर्णी हे एका वर्तुळाचं केंद्र. वा.लं.चे ज्येष्ठ बंधू बाळासाहेब मुंबईहून औरंगाबादी यायचे. बाळासाहेबांचं वय जरी झालं असलं, तरी त्यांचा उत्साह दांडगा. ते आले की म्हणायचे ‘चला, कुठंतरी आउटिंगला जाऊ या!’ मग बेत ठरायचा. बांधकाम खात्याच्या वरिष्ठ अभियंत्याला फोन करून कुठलंतरी रेस्ट हाऊस वा.ल. बुक करायचे. वा.लं.ना मानणारे असंख्य वरिष्ठ अधिकारी औरंगाबादेत होते. त्यामुळे शासकीय रेस्ट हाऊस सहजपणे मिळत असे. वा.लं.ची आणि म.द. पाध्यांची गाडी दिमतीला असे. या दोन गाड्यांतून मी, पवार, तु.शं. आणि क्वचित नाना असे रेस्ट हाऊसला पोचत असू. या वर्तुळात फारसे गंभीर विषय निघत नसत. मनमोकळ्या गप्पा होत असत. एखाद्या वेळी बाळासाहेब मोकळेपणानं आपल्या धाकट्या भावाला–वा.लं.ना–चार गोष्टी सुनवत. एकदा ते म्हणाले, ‘या पंडितला (म्हणजे वा.लं.ना) अजून म्हातारपण स्वीकारताच आलं नाही. आता थकत चाललेल्या शरीराकडून पूर्वीच्या अपेक्षा कशा करता येणार?’ खरं म्हणजे वा.ल. आपल्या आणि आपल्या पदाच्या प्रतिष्ठेला अतिशय जपत. त्यात आम्ही काहीजण त्यांचे विद्यार्थी, मी आणि पवार त्यांचे कनिष्ठ सहकारी. आम्हासमोर हा शेरा वा.ल. कसा स्वीकारतील? आमच्या मनात हा विचार. आम्ही क्षणभर स्तब्ध बसलो.

जीवनात दुःख असतं, चिंता असतात. पण मित्र परस्परसहवासातून, आपल्या आणि स्वतःच्याही, त्या हलक्या करत असतात. असे काही ज्येष्ठ, पितृतुल्य तर काही समवयस्क मित्र आणि स्नेही आम्हा एकमेकांना लाभले. या मित्रांचा सहवास मुख्यतः बौद्धिक स्वरूपाचा होता. वाङ्मय, संगीत, चित्रपट या कलांमध्ये आम्हा सर्वांना रस होता. राजकीय आणि सामाजिक प्रश्नांकडे सर्वजण डोळसपणे आणि चिकित्सक वृत्तीनं पहात होतो. त्यामुळे शिळोप्याच्या गप्पा, लोकांच्या भानगडी हे आमच्या चर्चेचे विषय कधीच नव्हते. आता या मित्रांपैकी कोणीच हयात नाहीत. एकामागोमाग हे सर्व गेले. आता नाना आणि मी असे दोघेच राहिलो आहोत. मी एखादं चांगलं पुस्तक वाचलं, तर त्यावर कोणाशी बोलावं? नानानं जर एखादा वैचारिक लेख लिहिला, तर त्याची कठोर चिकित्सा करणारा असा येथे कोण? आता हे आम्ही दोघेच एकमेकांसंबंधी करतो.

◈

६.

ज्येष्ठ स्नेही गंगाधर गाडगीळ

एखाद्या लेखकाचा आणि आपला परिचय आहे, असं म्हणण्यासाठी तो लेखक प्रत्यक्षात भेटलेलाच असला पाहिजे असं नाही. तो लेखक त्याच्या साहित्यकृतींद्वारा आपला परिचित झालेला असतो. या अर्थानं माझा आणि गंगाधर गाडगिळांचा परिचय मी कॉलेजात असतानाच झाला होता. १९५३मध्ये मी बी.ए.ला असताना आम्हाला मराठी वाङ्मय शिकवणारे प्राचार्य म.भि. चिटणीस शिकवताना गंगाधर गाडगिळांच्या कथांचा निर्देश करीत असत. त्यांच्या कथांतील प्रसंगही सांगत असत. त्यांनी वर्गात गाडगिळांच्या 'न पचलेल्या पुरणपोळ्या' आणि 'उंट आणि लंबक' या दोन कथांची केवळ आशयसूत्रं सांगून असं म्हटलं की, मराठी कथा आता किती धीट बनली आहे आणि कथाविषय म्हणून स्त्रीपुरुषांमधील वर्ज्य मानल्या जाणाऱ्या संबंधांवर आता नवकथाकार किती धीटपणे लिहीत आहेत. या कथांत 'धीट' असं काय आहे, याचं आम्हा विद्यार्थ्यांना कुतूहल होतं. कॉलेजच्या ग्रंथालयात जाऊन आणि गाडगिळांचे कथासंग्रह हुडकून आम्ही आमचं हे कुतूहल शमवलं होतं. त्यावेळी या कथा आम्ही साहित्यकृती म्हणून वाचल्याच नाहीत, तर त्यात जे काही होतं त्याचा थरार अनुभवण्यासाठी त्या वाचल्या! नंतर आम्ही नियमितपणे 'सत्यकथा' वाचू लागलो. आणि हळूहळू एक लेखक म्हणून आमचा गाडगिळांशी परिचय होऊ लागला. चिटणीस सरांना गाडगिळांबद्दल विशेष प्रेम. त्यांनी गाडगिळांना कॉलेजमध्ये व्याख्यानासाठी बोलावलं. या निमित्तानं गाडगीळ या व्यक्तीचं मला प्रथम दर्शन झालं. या व्याख्यानात त्यांनी फडकेखांडेकरांचा आणि त्या पिढीतील लेखकांचा मिस्किल स्वरात आणि खुसखुशीत भाषेत समाचार घेतला.

त्यावेळी त्यांचं बोलणं काहीसं बोबडं वाटलं असलं, तरी मला त्यांचं ते व्याख्यान आणि खुद्द गाडगीळही खूपच आवडले होते.

गाडगीळ औरंगाबादमध्ये येऊन गेले आणि मी कॉलेजच्या लायब्ररीत असलेले गाडगिळांचे सर्व कथासंग्रह, 'गोपुरांच्या प्रदेशात' हे प्रवासवर्णन हे सर्व वाचून टाकलं. आपल्याला गाडगीळ का आवडत होते, याचा जेव्हा मी विचार करतो; तेव्हा असं लक्षात येतं की, मला गाडगिळांची कथनपद्धतीनं त्या वेळी आकर्षित केलं होतं. आज जेव्हा मी या आकर्षणाचा विचार करतो; तेव्हा असं लक्षात येतं की, कुठेही भावविवश न होता, वस्तुनिष्ठपणे कथेतील व्यक्तीच्या मनोवस्थांचा एकेक पदर विलग करीत त्या व्यक्तीचं व्यक्तिमत्त्व साकार करण्याची त्यांची पद्धत मला आकर्षित करीत होती. मला त्यांच्या कथनात पेरल्या जाणाऱ्या प्रतिमांचंही आकर्षण वाटत असे.आपल्या कथनात ते प्रतिमांची योजना करून व्यक्तींच्या स्वभाववैशिष्ट्यांना नवनवी परिमाणं देत. आजही मला असं वाटतं की, कथेच्या कथनात प्रतिमांचा गाडगिळांइतका अर्थपूर्ण वापर क्वचितच झाला असेल.

यानंतर बरीच वर्षं गाडगिळांना मी पाहिलं नाही. गाडगिळांचं प्रत्येक लेखन मात्र वाचत होतो. त्यांच्या 'लिलीचं फूल' या कादंबरीवर बरीच टीका झाली. मला मात्र ती एक चांगली कलाकृती वाटली. पुढे त्यांचं 'ज्योत्स्ना आणि ज्योती' हे नाटकही मला आवडलं. ते केवळ बुकीश नाटक आहे – ही त्यावर झालेली टीका मला अन्यायकारक वाटली होती. कमलाकर सोनटक्के यांनी या नाटकाचा बसवलेला प्रयोगही मला नाट्यपूर्ण वाटला होता. परंतु नंतर अचानक गाडगिळांची 'दुर्दम्य' ही लोकमान्यांच्या जीवनावरची कादंबरी आली आणि गाडगिळांनी आपल्या निर्मितीचे रूळ आता बदलले, आता ते वापरून वापरून मळलेल्या वाटेवरून चालू लागले, हे माझ्या लक्षात येऊन मला हळहळही वाटली. तरीही बदललेल्या गाडगिळांचं प्रसिद्ध होणारं नवं नवं वाङ्मय मी वाचतच राहिलो.

मग एका प्रसंगात गाडगिळांचा आणि माझा प्रत्यक्ष संबंध आला. डॉ. बाबासाहेब आंबेडकर मराठवाडा विद्यापीठात कुठल्यातरी वाङ्मयीन विषयावर एक चर्चासत्र मराठी विभागाचे प्रमुख असलेल्या वा.ल. कुळकर्ण्यांनी आयोजित केलं होतं. त्यात एका सत्राचे अध्यक्ष गंगाधर गाडगीळ होते. त्या सत्रात मीही बोललो. सत्राच्या अध्यक्षीय समारोपात गाडगिळांनी मला एक चिमटा काढला! माझं नाव न घेता ते म्हणाले की, "वालंच्या शिष्यांनी थांबत थांबतच बोललं पाहिजे का? असा येथे काही नियम आहे?" अर्थात

हा चिमटा वा.लं.नाही होता. गाडगिळांच्या या वाक्याला सभागृहानं टाळ्या वाजवून दाद दिली. त्यांचा हा शेरा मला फारच लागला! याचं कारण मी स्वत:वर वा.लं.च्या बोलण्याच्या पद्धतीची, त्यांच्या विचारांची छाया पडणार नाही, याची मन:पूर्वक दक्षता घेत होतो. मराठवाड्यातील बरेच प्राध्यापक वा.लं.सारखे हातवारे करून आणि बोलताना मधूनमधून टाचा उंचावून बोलत असत. याबद्दल त्यावेळी एक किस्साही सांगितला जाई. परगावच्या कॉलेजचे एक प्राध्यापक काही कामासाठी विद्यापीठात आले. काम आटोपून ते परत गेल्यावर त्यांच्या कॉलेजच्या मराठीच्या प्राध्यापकाला ते म्हणाले, ''अरे, मी विद्यापीठात गेलो असताना वा.लं.च्या तासाला बसून आलो! वर्गात बोलताना वा.ल. तुझी काय हुबेहूब नक्कल करतात रे!''

गाडगिळांचा मुक्काम विद्यापीठ अतिथिगृहात होता. प्रा. गो.मा. पवारांनी त्यांना सकाळी नाश्त्यासाठी बोलावलं. मीही होतो. कुठल्यातरी वाङ्मयीन प्रश्नावर ते आणि आम्ही दोघे यांत वाद सुरू झाला. आम्ही माघारच घेत नव्हतो. शेवटी गाडगीळ म्हणाले, ''आपली ही चर्चा कधीही संपुष्टात येणार नाही, तेव्हा आपले मतभेद कायम ठेवून आता आपण थांबू या.''

काही दिवसांनी मराठवाडा साहित्यपरिषदेत गाडगिळांच्या वाङ्मयावर एक़ दिवसाचं चर्चासत्र ठेवलं होतं. त्याला गाडगीळ पतिपत्नी दोघेही आले होते. या चर्चासत्राच्या निमित्तानं माझी आणि पवारांची गाडगिळांशी अधिक जवळीक निर्माण झाली. गाडगीळ पतिपत्नी दोघेही माझ्या घरी जेवायला आले.माझं घर एका सामान्य मध्यमवर्गीयाचं. आपल्याकडचं 'मराठवाडी' जेवण गाडगीळ पतिपत्नींना कितपत आवडेल, याची मला आणि माझ्या बायकोला चिंता होती. परंतु गाडगीळ हा स्वैपाकही आनंदानं जेवले.

गाडगिळांच्या राहणीमानावर पाश्चात्त्य संस्कृतीचा एक प्रभाव होता. त्यात एक़ उच्चभ्रूपणा असे. माझे आणि गाडगिळांचे संबंध वाढत गेल्यावर मी जेव्हा जेव्हा मुंबईला वा.लं.कडे उतरत असे, तेव्हा तेव्हा गाडगीळ मला त्यांच्याकडे नाश्त्याला बोलवत असत. गाडगिळांचा नाश्ता औरसचौरस असे. फळांचा रस, सुका मेवा, फळं, यांचाही समावेश त्यात असे. सकाळी नाश्त्याला डिशभर पोहे किंवा उपमा खाणाऱ्या माझ्यासारख्याला असा भरपेट नाश्ता पाहून आश्चर्यच वाटत असे. एवढं खाऊन हे दुपारी जेवण कसं करीत असतील, असा एक प्रश्न मनात उद्भवे. भरपेट नाश्ता, दुपारी हलकंसं लंच आणि रात्री साग्रसंगीत जेवण, ही पाश्चात्त्य रीत गाडगिळांनी अवलंबिलेली असली पाहिजे.

गाडगिळांचा अनेकांशी 'स्नेह' जरी असला, तरी त्यांची कोणाशी 'मैत्री' असेल असं वाटत नाही. मैत्रीमध्ये दोन व्यक्तींमध्ये, दोन कुटुंबांमध्ये भावनिक पातळीवरचं अनौपचारिक स्वरूपाचं नातं असतं. स्नेहामध्ये दोन व्यक्तींत केवळ दीर्घकाळचे व्यावहारिक-व्यावसायिक पातळीवरचे संबंध असतात. आमच्याशीही त्यांचे संबंध मैत्रीच्या पातळीवर गेलेच नाहीत. ते स्नेहाच्या पातळीवर मात्र कायम राहिले.त्यांनी माझ्या कुटुंबाची, माझ्या भूतकाळाबद्दल कधीही चौकशी केली नाही. माझ्या वैयक्तिक जीवनाबद्दल त्यांनी काहीच माहीत करून घेतली नाही. अनेकदा मी माझ्या बायकोसह वा.लं.कडे उतरत असे. त्यावेळीही मी एकटाच गाडगिळांना त्यांच्या घरी भेटायला जात असे. आम्हा दोघांचे जरी संबंध असले, तरी ते कौटुंबिक पातळीवर कधी गेलेच नाहीत. आमच्या संबंधांना दीर्घकाळ उलटल्यावर ते मला 'बापू' आणि मी त्यांना 'दादा'असं संबोधू लागलो.

गाडगिळांना आपल्या भावनांचं प्रदर्शन करणं आवडत नसावं. आमच्या भेटी झाल्यावर जर आमच्या चर्चेत चिंताजनक अशी कुठलीही बाब आली, तर त्यावर चर्चा करताना माझ्या चेहऱ्यावर चिंतेचे भाव उमटत आणि चिंतेमुळे माझा स्वरही बदले. पण गाडगिळांबद्दल असं काहीही घडत नसे.त्याऐवजी ते त्या चिंताजनक परिस्थितीची तार्किक, बौद्धिक चिरफाड करीत. त्यांच्या मनात भावना उमटतच नसत, असा याचा अर्थ नाही. ते आपल्या भावना झाकण्यात यशस्वी होत. त्यांच्या 'गोपुरांच्या प्रदेशात' या प्रवासवर्णनात मात्र कन्याकुमारीत गेल्यावर त्यांची झालेली भावनिक अवस्था आणि त्यावेळी त्यांचं झालेलं भावनिक वर्तन त्यांनी मोकळेपणाने लिहिलेलं आहे!

गाडगिळांशी असलेल्या माझ्या संबंधाबद्दल मला जाणवलेलं वैशिष्ट्य म्हणजे ते माझ्याशी वडीलधारेपणानं वागत-बोलत असत. अनेकांना या प्रकारचे संबंध आवडत नाहीत. पण मला मात्र यात काही वावगं वाटलं नाही. एक तर ते वयानं ज्येष्ठ होते, तसेच एक लेखक आणि समीक्षक म्हणूनही त्यांचं कर्तृत्व कितीतरी मोठं होतं. त्यांच्यापुढे मी मुळातच छोटा माणूस होतो. तेव्हा त्यांचं माझ्याशी ज्येष्ठतेनं वागणं बोलणं मला तरी उचितच वाटायचं. ते मला आणि गो. मा. पवारांना नेहमी म्हणायचे, "तुम्ही दोघंही फार आळशी आहात; क्षमता असूनही काहीही लिहीत नाही. तुमच्यात महत्त्वाकांक्षाच नाही! तो नाना पहा! त्याची किती पुस्तकं प्रसिद्ध झाली आहेत." आणि आम्हाला असं बोलण्याचा त्यांचा अधिकार आम्हाला मान्य होता.

जसा जसा मी गाडगिळांच्या सहवासात येत गेलो, तसे तसे मला गाडगिळांमध्ये सुप्त पातळीवर एक मध्यमवर्गीय मराठी माणूस दडलेला असल्याचं जाणवत गेलं. त्यांच्या वडिलांच्या मध्यम आर्थिक परिस्थितीमुळे बालपणी त्यांच्या वाट्याला आलेलं मध्यमवर्गीय जीवन त्यांनी मनाच्या खूप आत दाबून टाकलं असावं. ते मध्यमवर्गीय जीवनपद्धती आणि मूल्यव्यवस्था यांबद्दल कधीही चांगलं बोलत नसत. जोपर्यंत आपण, मराठी माणसं वणिक्‌संस्कृती आणि मूल्यं स्वीकारीत नाहीत; तोपर्यंत आपला विकास होणार नाही, हे त्यांचं मत ते आग्रहानं मांडत. मराठी माणसानं दारिद्र्य हेच मूल्य केलं आहे, याबद्दल ते खंत व्यक्त करीत. खरं म्हणजे त्यांना भारतीय जीवनपद्धतीच टाकाऊ वाटत होती.आपल्या दोन्ही मुली भारत सोडून अमेरिकेत स्थायिक झाल्याचं समाधान ते बोलून दाखवत. आपला मुलगा ब्रिटनमध्ये एका कंपनीत मोठ्या पदावर असून त्याच्या हाताखाली अनेक ब्रिटिश काम करतात, याचा त्यांना अभिमान होता. तसंच इंग्लिश ही आपली मातृभाषाच बनली असल्याचंही ते सांगत. या बरोबरच आपण 'हिंदू' आहोत, हेही ते अभिमानानं म्हणत. हिंदूधर्माला विरोध करूनही तुम्ही 'हिंदू' राहू शकता, हे हिंदूधर्माचं वैशिष्ट्य आहे, असं ते म्हणत. अशा प्रकारचं पाश्चात्त्य संस्कृतीबद्दल प्रेम दाखवणाऱ्या गाडगिळांनी 'कडू आणि गोड' सारखी एकत्र कुटुंबपद्धतीवर कथा लिहिली. या कथेत एकत्र कुटुंबपद्धतीतले किती सूक्ष्म बारकावे आणि ताणतणाव त्यांनी टिपले आहेत! त्यांची 'ताशा' नावाची एक कथा फार पूर्वी मी वाचली होती. तीही गाडगिळांसंबंधी विचार करताना मला आठवते. त्यातला फ्रांसमध्ये राहणारा पण मूळचा भारतीय असलेला नायक कथनकार लेखकाजवळ भारतातबद्दल प्रतिकूल आणि तुच्छतेनं बोलत असतो. तो लेखकाला आपल्या घरी येण्याचं आमंत्रण देतो. लेखक जेव्हा त्याच्या घरी जातो, तेव्हा त्याला तेथे दुर्मिळ अशा अनेक भारतीय वस्तू त्याने जमवून आणि जपून ठेवल्याचं आढळतं. एक छोटा भारतच त्यानं आपल्या घरात उभा केलेला असतो.

माझ्याप्रमाणे चपळगावकर आणि गो. मा. पवार यांचेही गाडगिळांशी संबंध घनिष्ट होत होते. चपळगावकरानं गाडगिळांना बीडला व्याख्यानाचं आमंत्रण दिलं असताना त्यासाठी ते विमानानं औरंगाबादी आले आणि येथून टॅक्सीनं बीडला जाताना त्यांनी मलाही बरोबर घेतलं. व्याख्यान आटोपल्यावर नानाच्या कुटुंबाचे कौटुंबिक मित्र असलेल्या ॲड. वैद्यांकडे आम्ही जेवायला गेलो. जेवण आटोपल्यावर गाडगीळ समाधानाच्या स्वरात

म्हणाले, ''आज कितीतरी दिवसांनी मी चित्तपावनी जेवण जेवलो!'' तेव्हा अत्याधुनिक जीवन जगणाऱ्या गाडगिळांमध्ये एक देशीपण होतं आणि ते त्यांच्या वाङ्मयातूनही उमटलेलं आहे.

१९८२ मध्ये माझी साहित्य अकादमीच्या सर्वसाधारण सभेवर नेमणूक झाली. माझ्याप्रमाणेच गाडगीळ, विद्याधर पुंडलीक आणि विद्याधर गोखले हेही साहित्य अकादमीवर नेमले गेले. सर्वसाधारण सभेच्या पहिल्याच बैठकीत अकादमीच्या कार्यकारीमंडळावर मराठीच्या प्रतिनिधिपदासाठी विद्याधर पुंडलिकांनी गंगाधर गाडगिळांचं नाव सुचवलं. मी त्याला अनुमोदन दिलं आणि गाडगीळ अकादमीच्या कार्यकारी मंडळावर निवडले गेले. कार्यकारीमंडळाच्या पहिल्याच बैठकीत मराठीच्या क्षेत्रीय समितीवर गो.मा. पवारही नेमले गेले. दुसऱ्या वर्षी जेव्हा अकादमीच्या सर्वसाधारण सभेच्या वार्षिक बैठकीचं आमंत्रण आलं, तेव्हा गाडगिळांनी मला त्यांच्यासमवेत राहण्याचं आमंत्रण दिलं. गाडगीळ वालचंद हिराचंद ग्रुप ऑफ इंडस्ट्रीज या कंपनीचे आर्थिक सल्लागार असल्यामुळे ते या कंपनीच्या अतिथिगृहात उतरत. दिल्लीत पोचल्यावर मलाही त्यांनी तेथेच यायला सांगितलं.त्यानंतर विद्याधर पुंडलीकही याच अतिथिगृहात उतरू लागले.

याच काळात व्यंकटेश माडगूळकरांच्या 'सत्तांतर' या कादंबरीचं प्रकरण गाजलं. साहित्य अकादमीने माडगूळकरांच्या 'सत्तांतर' या कादंबरीला अकादमी पुरस्कार दिला होता. तो जाहीर झाल्यानंतर ही कादंबरी वाङ्मयचौर्य असल्याचा आरोप माडगूळकरांवर केला गेला. हे प्रकरण अकादमीच्या कार्यकारीमंडळासमोर आलं. 'सत्तांतर' ही कादंबरी वाङ्मयचौर्य आहे काय, हे ठरविण्यासाठी अकादमीने गंगाधर गाडगिळांच्या सल्ल्याने विद्याधर पुंडलीक, गो. मा. पवार आणि मी अशा तिघांची समिती नेमली. 'ज्या ग्रंथातील मजकूर माडगूळकरांनी चोरला, असा आरोप होता, तो 'लंगूर्स ऑफ माऊंट अबू' हा ग्रंथ वानरांच्या वर्तनाची शास्त्रीय मीमांसा करणारा संशोधनपर ग्रंथ आहे. 'सत्तांतर' या कादंबरीत वानरांच्या टोळीत घडून आलेल्या सत्तांतराचं चित्रण केलं गेलं आहे. सत्तांतर होताना टोळीतील वानरं कशी वागत होती, याबद्दलचा कादंबरीतील तपशील हा यासंबंधीच्या शास्त्रीय माहितीच्या आधारेच लिहिला गेलेला असल्यामुळे हे साम्य जाणवतं. शास्त्रीय सत्याचं ललित वाङ्मयात होणारं उपयोजन हे वाङ्मयचौर्य मानता येत नाही. म्हणून 'सत्तांतर' ही कादंबरी वाङ्मयचौर्य नाही..'' असा आमचा अहवाल साहित्य अकादमीच्या कार्यकारीमंडळाने मान्य केला आणि माडगूळकरांचा हा

पुरस्कार कायम राहिला.

गाडगिळांच्या पिढीचे लेखककवी आपल्या आर्थिक हितसंबंधांबद्दल अतिशय जागरुक राहू लागले. आपण लिहिलेल्या कुठल्याही प्रकारच्या मजकुराचं, आपल्या व्याख्यानाचं किंवा आपल्या साहित्यकृतीच्या सादरीकरणाचं उचित मानधन आपल्याला मिळालंच पाहिजे. याबद्दल गाडगिळांप्रमाणेच माडगूळकर, शंकर पाटील, मिरासदार हे कथाकार आणि करंदीकर, पाडगावकर आणि बापट हे कवी अतिशय दक्ष रहात असलेले दिसतात. या आधीची पिढी – 'रसिकांची दाद हेच आपलं मानधन' अशी उदार भूमिका घेऊन काव्यवाचन–काव्यगायन सादर करीत असे. औरंगाबादच्या पु. घ. हौजवाला या कथालेखकाने आपल्या कथासंग्रहाला गाडगिळांकडे प्रस्तावना मागितली, तेव्हा गाडगिळांनी लिहिलेलं पत्र मी पाहिलं होतं. 'माझ्या प्रस्तावनेसाठी अमूक इतका मोबदला मी घेत असतो; प्रस्तावनेत तुमच्या कथेवर मला जे जाणवले तेच लिहीन; माझे लेखन कदाचित तुमच्या कथेवर टीका करणारेही असू शकेल; माझी प्रस्तावना छापायची की नाही, हे तुम्ही ठरवू शकता.' असे गाडगिळांनी स्वच्छपणे लिहिलं होतं.

गाडगिळांच्या मानधनाबद्दल मराठवाड्याच्या अंतर्भागात एक घटना घडली. एक दिवस अचानक गाडगिळांचा मला फोन आला, "मानवतच्या कॉलेजच्या गॅदरिंगचा प्रमुख पाहुणा म्हणून मी मानवतला जात आहे; माझा तेथे दोन दिवस मुक्काम आहे; माझ्या सोबतीला तेथे तुम्ही आला, तर बरे होईल, दोन दिवस छान जातील." त्यांच्या सहवासात रहायला मिळते, म्हणून मी मानवतला जायचं ठरवलं. गाडगीळ ज्या दिवशी सकाळी पोचले, त्याच दिवशी दुपारी मी मानवतला जाऊन पोचलो. माझा विद्यार्थी प्रकाश मेदककर तेथे मराठीचा लेक्चरर होता. तो म्हणाला, "गाडगीळ पाथ्रीच्या डाकबंगल्यात उतरले आहेत. मानवतला चांगलं हॉटेल नाही; येथून आठएक किलोमीटरवर पाथ्री हे तालुक्याचं ठिकाण आहे. तेथे सरकारी रेस्ट हाऊस आहे. तेथे तुम्हा दोघांची सोय केली आहे." मेदककरच्या स्कूटरवर बसून मी पाथ्रीला पोचलो. मला पाहून गाडगिळांना आनंद झाला. ते त्या रेस्ट हाऊसमध्ये एकटेच होते. त्यामुळे कंटाळले होते. सायंकाळी काही वकीलमंडळी हार घेऊन त्यांना भेटायला आली.त्यात माझ्या परिचयाचे, मराठवाडा साहित्य परिषेदच्या कार्यकारिणीचे सदस्य असलेले बाळ तळेकरही होते. "आपल्यासारखे मोठे साहित्यिक आमच्या या कोपऱ्यातल्या छोट्या गावात कशाला येणार? आपण रायपूरच्या साहित्य संमेलनाचे अध्यक्षपद

भूषवलंय. आम्ही या गावात उद्या सकाळी अकराच्या सुमारास आपला जाहीर सत्कार करू इच्छितो. आपण आमचं आमंत्रण स्वीकारावं!'' वकीलमंडळी अती विनम्रपणे बोलत होती.

गाडगीळ म्हणाले, ''सत्कार वगैरे राहू द्या. तुम्हाला जर माझं भाषण हवं असेल, तर मी भाषणाचं मानधन घेत असतो.''

''ठीक आहे. आपण किती मानधन घेता ते सांगा.''

''ते तुम्ही रसाळांना विचारा. ते सांगतील!'' गाडगिळांनी माझ्यावर अचानक बाँबच टाकला!

माझी तर पंचाईतच झाली. गाडगीळ व्याख्यानाचं किती मानधन घेतात, हे मला माहीत नव्हतं. मग मी आकडा कोणता सांगावा? गाडगीळ गप्प होते. मी सांगणार असलेला आकडा त्यांच्या नेहमीच्या मानधनाच्या जवळपास जाईल आणि त्यांचं फारसं नुकसान होणार नाही असा असला पाहिजे, हा विचार करून आणि धीर धरून बहुधा पाचशे रुपयांचा आकडा सांगितला असावा. आकडा ऐकल्यावर वकील मंडळी ''ठीक'' म्हणून उठून गेली.

दुसऱ्या दिवशी अकराच्या थोडं आधी दोघेजण स्कूटर घेऊन आम्हाला व्याख्यानस्थळी न्यायला आले. गाडगीळ म्हणाले, ''मी स्कूटरवर बसत नसतो. मला न्यायला कार आणा!'' ''साहेब! या गावात एकही कार नाही; आपण स्कूटरवर आलात तर बरं.'' गाडगीळ म्हणाले, ''आपण पायीच जाऊ या.'' आलेल्या दोघांनी आपापल्या स्कूटरी रेस्ट हाऊसमध्येच ठेवल्या आणि आम्ही पायी व्याख्यानस्थळी पोचलो. हे स्थळ म्हणजे शाळा होती आणि शाळेच्या व्हरांड्यात व्यासपीठ तयार केलं होतं. समोर दहा ते पंधरा-सोळा या वयांचे विद्यार्थी बसले असून मागच्या बाजूस गावातले ज्येष्ठ स्त्रीपुरुष बसलेले होते. आता अशा भिन्न भिन्न बौद्धिक समज असलेल्या श्रोत्यांसमोर गाडगीळ काय आणि कसं बोलणार, याची मलाच चिंता वाटू लागली.

अचानक ऐनवेळी या समारंभाचं मला अध्यक्ष केलं गेलं. मला यापूर्वी विचारलेलंही नव्हतं. अर्थात, मी मराठवाड्याचाच असल्यामुळेच मला 'अध्यक्ष व्हा' अशी औपचारिकरीत्या विनंती करण्याची गरजच नव्हती. समोर भिन्न भिन्न वयोगटाचे श्रोते आहेत, असं लक्षात घेऊन अशा श्रोत्यांना भावेल असं हलकंफुलकं भाषण गाडगिळांनी दिलं. मी थोडक्यात समारोप केला. ॲड. बाळासाहेब तळेकर आभारप्रदर्शनाला उभे राहिले! ते म्हणाले : ''नवकथेचे जनक असलेले गंगाधर गाडगीळ कालपासून आपल्या गावात

आहेत. ते काही महिन्यांपूर्वी रायपूर येथे भरलेल्या साहित्य संमेलनाचे अध्यक्षही होते. आपल्या गावाच्या वतीने त्यांचा सत्कार करावा, असं आम्ही योजलं होतं. पण ते मानधन घेतल्याशिवाय व्याख्यान देत नसल्यामुळे आम्ही सत्काराचा बेत रद्द केला. मी त्यांच्या व्याख्यानाचे ठरलेले पाचशे रुपये त्यांना देत आहे! आपण मराठवाड्याच्या बाहेरच्या मोठ्या साहित्यिकांना मानधन देऊन व्याख्यानांना बोलावतो. आपल्या मराठवाड्यातही असेच विद्वान साहित्यिक आहेत. पण ते घरचेच असल्यामुळे आपण त्यांना हक्कानं व्याख्यान द्यायला सांगतो! आज आपल्या मराठवाड्यातले विद्वान प्रा. सुधीर रसाळही आलेले आहेत. मी त्यांनाही पाचशे रुपये मानधन म्हणून देत आहे!'' बाळासाहेब तळेकरांचा हा धचोटपणा पाहून मी अस्वस्थ झालो. त्यांना बाजूला घेऊन मी म्हटलं, ''तुम्ही असं बोलायला आणि जाहीरपणे मानधन द्यायला नको होतं.'' यावर ते नुसते हसले. या निमित्तानं गाडगिळांनाही 'मराठवाडा' कळला असावा!

गाडगिळांनी मला त्यांच्या एकूण समीक्षेतील महत्त्वाच्या लेखांची निवड करून आणि त्याला प्रस्तावना लिहून एक ग्रंथ तयार करायचं काम सोपवलं. हे काम मी स्वीकारलं, पण ते पूर्ण करायला माझ्याकडून बराच विलंब होऊ लागला. शेवटी गाडगिळांचं मला एक पत्र आलं. त्यात त्यांनी लिहिलं होतं, 'हे काम पूर्ण करायला तुम्हांला सवड होत नाही असं दिसतं. तुम्ही ते जरी केलं नाही, तरी तुमचे माझे संबंध आहेत तसेच स्नेहाचेच राहतील.'' हे पत्र त्यांनी माझ्यावर रागावून लिहिल्याचं मला कळत होतं. मग मी सारी कामं बाजूला ठेवून या कामाला प्रारंभ केला. गाडगिळांनी सैध्दांतिक समीक्षेच्या विरोधात भूमिका घेतली होती. त्यांना ही समीक्षाच मान्य नव्हती. आपण जेव्हा साहित्यकृती वाचतो, तेव्हा तिच्या स्वरूपासंबंधीची एक प्राथमिक संकल्पना तयार होत असते. ही संकल्पना एका स्थूल स्वरूपाच्या सिद्धांतासारखी असते. आपण जसजशा अधिकाधिक साहित्यकृती वाचत जातो, तसतशी त्यासंबंधीची आपली संकल्पना अधिकाधिक नेमकी बनत जाते. तेव्हा आपल्या वस्तूंच्या आकलनात एक सैद्धांतिक भाग असतो. हे लक्षात घेऊन मी असं ठरवलं की, गाडगिळांच्या समीक्षालेखांत आलेले अनुषंगिक असे सैद्धांतिक विचार एकत्र करावेत आणि या विचारांची विषयवार मांडणी करून गाडगिळांचं एक 'साहित्यशास्त्र' सिद्ध करावं. हे करून मी गाडगिळांच्या सिद्धांतविरोधाला उत्तरच देत होतो. मग मी त्यांच्या एकूण समीक्षेतील महत्त्वाचे लेख निवडून आणि त्यांची वर्गवारी करून त्यांचा एक

भाग केला. दुसऱ्या भागात त्यांच्या लेखांतून निवडलेल्या सिद्धांत मांडणाऱ्या उताऱ्यांची विषयवार मांडणी करून त्यातून त्यांचं साहित्यशास्त्र उभं केलं. या ग्रंथाला मी जवळपास सत्तर पानांची प्रस्तावना लिहिली.

ह्या ग्रंथाचं हस्तलिखित मी गाडगिळांकडे पाठवून दिल्यावर त्यांचं मला एक विस्तृत पत्र आलं. माझ्या प्रस्तावनेत गाडगिळांच्या काही मतांवर मी केलेली विरोधी टीका त्यांनी अमान्य केली. परंतु पत्राच्या शेवटी त्यांनी लिहिलं, ''मी विचारस्वातंत्र्य हे मूल्य मानतो; तेव्हा तुमची ही प्रस्तावना आहे तशीच छापावी,'' माझी प्रस्तावना सोडल्यास त्यांना मी तयार केलेलं पुस्तक आवडलं असावं. ''आपण हे पुस्तक माझे गुरू प्रा. भालचंद्र कहाळेकरांना अर्पण करू या का?'' मी त्यांना विचारलं. ''वा! चांगली कल्पना आहे! माझा आणि त्यांचाही परिचय आहे.'' त्यांनी एकदम मान्यता दिली. मला याचं आजही आश्चर्य वाटतं आहे!

हे पुस्तक प्रकाशित होऊनही ते वाचकांपर्यंत पोचू शकलं नाही. याला मात्र मीच जबाबदार होतो. औरंगाबादेत अरुण कुळकर्णी यांचं 'साहित्यसेवा प्रकाशन' होतं. ''तुमच्या ओळखीनं मला एखाद्या मोठ्या लेखकाचं पुस्तक प्रकाशनासाठी मिळवून द्या,'' असा त्यांचा सतत आग्रह असे. मराठवाड्यातला प्रकाशक आहे; त्याला व्यवसायात उभं करावं, म्हणून गाडगिळांचं मी संपादित केलेलं हे पुस्तक प्रकाशनासाठी अरुण कुळकर्ण्यांना द्यावं,अशी सूचना मी गाडगिळांना केली.गाडगिळांनी तीही चटकन मान्य केली. हे पुस्तक प्रकाशित केलं जाण्याआधी गाडगिळांनी कुळकर्ण्यांशी पुस्तकाच्या स्वामित्वधनासंबंधी स्टँप पेपरवर रीतसर करार करून घेतला. या करारानुसार लेखकाला सात टक्के आणि संपादकाला पाच टक्के स्वामित्वधन देण्यासंबंधीचं कलम होतं. लेखकाला संपूर्ण आवृत्तीचं स्वामित्वधन किती हप्प्यात कोणत्या प्रकारे द्यावं, हेही नमूद केलेलं होतं. पुस्तक प्रसिद्ध झालं, पण ठरल्याप्रमाणे स्वामित्वधनाचा पहिला हप्ता ठरलेल्या काळात गाडगिळांना मिळालाच नाही. करार काहीही असला, तरी तो इतक्या काटेकोरपणे पाळला जाईल, असं अरुण कुळकर्ण्यांना वाटलंच नाही, पहिल्या हप्त्याची मुदत टळून गेल्यावर गाडगिळांनी कुळकर्ण्यांना कायदेशीर नोटीस पाठवली. कुळकर्ण्यांनी ताबडतोब चेक पाठवला. गाडगिळांनी नंतरच्या हप्प्यांचे पुढच्या तारखांचे चेक कुळकर्ण्यांकडून घेतले. आपण एखाद्या लेखकाचं पुस्तक फुकटात मिळवू, अशी कुळकर्ण्यांची समजूत असावी! पण गाडगिळांनी त्याला चांगलाच धडा दिला! अरुण कुळकर्ण्यांनी गाडगिळांचं हे पुस्तक कुठे

आणि कोणाला विकलं कोणास ठाऊक. ''हे पुस्तक आपण पाहिलं आहे, असं सांगणारा आतापर्यंत मला कोणीही भेटला नाही. हे पुस्तक तुमच्या ग्रंथालयात आहे काय?'' अशी मी काही कॉलेजच्या ग्रंथपालांकडे चौकशी केली, पण मला ते कुठल्याही ग्रंथालयात आढळलं नाही.

मीच संपादित केलेल्या या पुस्तकाची एकही प्रत मला कुळकर्ण्यांनी दिली नाही. गाडगिळांनी कुळकर्ण्यांकडून वाजवून पैसे घेतले, याचा राग त्यांनी माझ्यावर काढला असावा.त्यांच्या दृष्टीने माझ्या मानधनाचा प्रश्नच नव्हता. पुढे गाडगिळांनी मी संपादित केलेल्या पुस्तकाचं हिंदीत भाषांतर करून घेतलं. त्याच्या दोन प्रती मात्र माझ्याकडे आहेत.

१९९४मध्ये मी सेवानिवृत्त झालो. माझ्या आजीमाजी विद्यार्थ्यांनी माझा जाहीर सत्कार करायचं ठरवलं. त्यासाठी त्यांनी प्रमुख पाहुणे म्हणून गंगाधर गाडगिळांना आमंत्रित केलं. गाडगिळांनी संयोजक असलेल्या माझ्या विद्यार्थ्याला लिहिलं, 'मी मानधन घेतल्याशिवाय कुठल्याही कार्यक्रमाला जात नाही, पण हा सत्कार माझे स्नेही सुधीर रसाळांचा आहे. तेव्हा मी फक्त रेल्वेचे टू टायर ए.सी.चे भाडे घेईन; मानधन मात्र घेणार नाही.' या कार्यक्रमाचे अध्यक्ष राम शेवाळकर होते. माझ्या समीक्षेची वैशिष्ट्यं नेमकेपणानं सांगणारं सुरेख भाषण गाडगिळांनी केलं. गाडगिळांसारख्या मोठ्या लेखकानं माझं समीक्षालेखन बारकाईनं वाचल्याचं पाहून मला फार बरं वाटलं.

मुंबईच्या दादर माटुंगा कल्चरल सेंटरतर्फे गाडगिळांच्या वाङ्मयावर ठेवलेल्या चर्चेत सहभागी होण्यासाठी मलाही आमंत्रण होतं. गाडगिळांची प्रकट मुलाखत घेणाऱ्यांपैकी मी एक होतो. या मुलाखतीत मी माझ्या मनात पूर्वीपासून सलत असलेला प्रश्न विचारला, 'तुम्ही मनोविश्लेषणपर कथा लिहिलीत, 'लिलीचे फूल' यात कादंबरीच्या फॉर्ममध्ये नवा प्रयोग केलात आणि 'ज्योत्स्ना आणि ज्योती' या नाटकाचं वास्तववादी रूप सलगपणे कायम ठेवून त्याचा प्रतीकात्मक पातळीवर अर्थविस्तार केलात. या प्रकारचे प्रयोग तुम्ही केले. मग अचानक प्रयोगशीलतेची वाट सोडून तुम्ही 'दुर्दम्य' या कादंबरीपासून रुळलेल्या वाटेने का गेलात?' माझ्या या प्रश्नाला बगल देत ते फक्त एवढंच म्हणाले की, 'दुर्दम्य ही रुळलेल्या वाटेवरची कादंबरी नाही.' मला मात्र 'दुर्दम्य'च्या आधीचे गाडगीळ मोठे लेखक वाटतात.

गाडगिळांच्या समीक्षेवर मी अनेक वेळा स्पष्ट शब्दांत लेखी आणि तोंडी टीका केली असली, तरी त्यामुळे गाडिगिळांच्या आणि माझ्या संबंधात कधीही फरक पडला नाही. गाडगिळांनी निर्मिती करताना जसं

आपलं अभिव्यक्तिस्वातंत्र्य कटाक्षानं टिकवलं, तसंच दुसऱ्यांचंही राखलं, असा याचा अर्थ होतो. त्यांच्या विरोधात लिहून–बोलूनही आमचे संबंध कायम राहिले, यामागे कदाचित त्यांना माझ्याबद्दल वाटणारं प्रेम हे कारण असावं आणि त्यांच्या सवयीप्रमाणे त्यांनी ते प्रकट होऊ दिलं नसावं.

एके दिवशी पोष्टानं मला एक़ पुस्तक आलं. मी त्यावरचं आवरण काढलं, तर ते गाडगिळाचं 'बंडू बिलंदर ठरतो' या नावाचं नवं विनोदी पुस्तक होतं. आतली दोनएक पानं उलटली की, मला पुढील मजकूर दिसला–

'नाना (नरेंद्र चपळगावकर), बापू (सुधीर रसाळ) आणि तात्या (गो.मा. पवार) या मित्रांच्या त्रिकुटास.

त्यांची आपसातील मैत्री जितकी घट्ट आहे, तितकाच माझ्याविषयीचा स्नेहभावही उत्कट आहे.–गंगाधर गाडगीळ.'

गाडगिळांच्या मैत्रीला एक्सपायरी डेट असते, असं जरी दिलीप चित्र्यांनी म्हटलं असलं; तरी आमचा अनुभव मात्र या उलट होता.

◈

७.

बा.भ. बोरकरांच्या निमित्ताने

बा.भ. बोरकरांना मी प्रथम भगवंतराव देशमुखांच्या घरी पाहिलं.त्यांचा स्मितहास्य करणारा छोटासा प्रसन्न चेहरा आणि त्यांची केसांची खास ठेवण, हे त्यांचं रूपवैशिष्ट्य त्यांना प्रथमच भेटणाऱ्याच्या मनात कायमचं ठसत असावं. कारण मी आजही भगवंतरावाच्या बैठकीच्या खोलीत कोचावर बसलेल्या प्रसन्न चेहऱ्याच्या बोरकरांची प्रतिमा विसरू शकलेलो नाही. भगवंतरावांनी माझी ओळख करून दिली. त्यांची ओळख करून दिली जाण्याआधीच त्यांनी माझा हात हातात घेतला आणि म्हणाले, ''पोएट बोरकर!'' बोरकर त्यांचं 'पोएट' असणं कधीच विसरत नसत. ते आपला जगण्याचा प्रत्येक क्षण जणू 'कवी' म्हणूनच जगत असावेत.माझं 'कविता आणि प्रतिमा' हे पुस्तक त्यांनी वाचलं असावं. त्यात मी त्यांच्या अनेक कवितांच्या ओळी उदाहरण म्हणून दिल्या होत्या, तेही कदाचित त्यांना आवडलं असावं. पहिल्या भेटीत ते माझ्याशी आत्मीयतेनं बोलू लागले. मी त्यांना घरी येण्याचं आमंत्रण दिलं. ''पुढच्या वेळी नक्की येईन.'' त्यांनी आश्वासन दिलं. त्यानंतर ते निदान तीनएक वेळा माझ्या घरी आले असतील. त्यात एक़दा तर ते मुक्कामालाच माझ्या घरी होते. माझा एक विद्यार्थी माझ्या मार्गदर्शनाखाली बोरकरांच्या वाङ्मयावर पीएच्. डी. करणार होता. ज्या लेखकावर संशोधनपर प्रबंध लिहायचा असेल, त्या लेखकाला संशोधक विद्यार्थ्यानं भेटू नये, असं मी विद्यार्थ्यांना निक्षून सांगत असे. पण विद्यार्थी त्याकडे दुर्लक्ष करीत. या विद्यार्थ्यानेही बोरकरांशी संपर्क साधला होता. बोरकरांनी त्या विद्यार्थ्याच्या वाङ्मयीन समजेबद्दल माझ्याजवळ चौकशी केली आणि तो काम नीट करील ना, याविषयी चिंता प्रकट केली. मी अर्धाएक तास बसून निघूत आलो. त्या दिवशी बोरकरांचा मुक्काम

भगवंतरावांच्या घरीच होता.

दोन दिवसांनी मी पुन्हा भगवंतरावांच्या घरी गेलो. बोरकर निघून गेलेले होते. परंतु भगवंतरावांनी त्यांच्या मुक्कामाची गमतीदार हकीकत सांगितली. संध्याकाळ झाल्यावर त्यांनी भगवंतरावांना विचारलं, "सायंकाळच्या बैठकीचं काय?" भगवंतराव कोल्हापूरला राजाराम कॉलेजचे ज्यावेळी प्राचार्य होते, त्या वेळपासून बोरकरांचा आणि त्यांचा स्नेह होता. कोल्हापूरला आले असताना ते भगवंतरांच्या प्राचार्यांच्या बंगल्यातच उतरत. तेव्हा भगवंतरावांना त्यांच्याविषयीचं हे सगळं माहीत असल्यामुळे त्यांनी सर्व 'इंतजाम' करूनच ठेवला होता. बैठकीला प्रारंभ होण्याच्या वेळी बोरकर म्हणाले, "अहो! अनंत भालेरावांना तुम्ही बोलावलं नाही!" अनंतराव सन्मित्र कॉलनीतच राहतात, हे बोरकरांना माहीत होतं. त्यांना असलं काही चालत नाही, हे भगवंतरावांनी सांगूनही बोरकरांनी आपला आग्रह सोडला नाही. "त्यांना चालत नसलं, तर नुसतेच बसतील. एवढा रसिक माणूस! आता मी कविता म्हणणार आहे आणि अनंतराव जवळच असूनही ते ऐकायला नाहीत म्हणजे काय?" खरं म्हणजे भगवंतराव अनंतरावांचे समवयस्क मित्र. पण अनंतरावांचं एक नैतिक दडपण भगवंतरावांसह सर्व मित्रांवर असे. अनंतराव पक्के गांधीवादी. मद्यपान करणारा इसम आलेला, भेटलेलाही त्यांना सहन होत नसे. एखादा जर पिणारा असेल, तर ते त्याचा उल्लेख 'ढोसणारा!' असा करीत. भगवंतराव वेळप्रसंगी, चारचौघे जमल्यावर मद्यपान करत असले; तरी याची अनंतरावांना कल्पना नव्हती. आता जर येथे अनंतराव आले, तर आपल्याबद्दल त्यांचा काय समज होईल आणि त्यांना बोरकरांबद्दलही काय वाटेल, याची भगंतरावांना चिंता!

अनंतराव मैफिलीत आले. भगवंतराव अस्वस्थ. 'बोरकर, तुम्ही केव्हा आलात? आणि भगवंतराव, तुम्ही ते आल्याचं मला कळवलंही नाही!' अनंतरावांची नाराजी. मद्यपान सुरू झालं. अनंतरावांनी चेहऱ्यावर जरासुद्धा नापसंती दाखवली नाही. नेहमीप्रमाणे हास्यविनोद करीत, बोरकरांच्या कवितांना दाद देत अनंतराव त्या मैफिलीत रंगून गेले! गंमत म्हणजे नंतरही त्यांनी भगवंतरावांना यासंबंधी कधी विचारलं नाही. बोरकरांसारख्या कवीला साथ देण्यासाठी भगवंतरावांनी घेतली, असं मानून त्यांनी भगवंतरावांचं 'घेणं' स्वीकारलं असावं.

पुढे एकदा वा.ल. कुळकर्णी औरंगाबादी आलेले असताना त्यांना आणि सर्व मित्रमंडळींना मी रात्री जेवायला बोलावलं. वा.ल. हे गप्पांची

मैफील उत्तम प्रकारे रंगवीत असत. त्यांच्याजवळ अनेक किस्से असत. त्यांची कथनपद्धतीही आकर्षक असे. त्यावेळी ही मैफील रंगलेली असतानाच अचानक भगवंतराव बोरकरांना माझ्या घरी घेऊन आले. बोरकरांना पाहिल्यावर वा.ल. एकदम गप्प झाले. आपणही अनाहूतपणे आल्याबद्दल बोरकरही संकोचून गेले. वा.ल. आणि बोरकर यांच्यात फारसं सख्य नसल्याचं मला माहीत होतं. बोरकरांनी कुठेतरी वा.लं.च्या नावातल्या आद्याक्षरांवर 'वाङ्मयातील वालखिल्य' अशी अवमानास्पद कोटी केली होती. 'वालखिल्य' हा पुराणात उल्लेखिलेला अंगठ्याच्या पेराएवढ्या उंचीच्या हजार ऋषींचा समूह. बोरकरांनी उपहासानं केलेला वा.लं.चा असा उल्लेख वा.लं.ना फार लागला होता. याची बोरकरांनाही कल्पना होती. त्यामुळे बैठकीची अचानक अवघडल्यासारखी अवस्था झाली. बोरकरांनी स्वत:ला सावरलं आणि म्हणाले, "वा! वा! आज विलक्षण योग आहे. खुद्द वा.ल. आज माझी कविता ऐकणार आहेत." बोरकरांच्या या उद्गारांनी वा.ल. काहीसे खुलले. आणि बोरकरांना म्हणण्यासाठी त्यांच्या उत्तमोत्तम कविता सुचवू लागले. अधूनमधून वा.लं.चे किस्सेही ऐकवणं सुरू झालं. बोरकर आणि वा.ल. हे दोघेही मराठी वाङ्मयजगताचे जाणकार. तशात वा.लं. चे विद्यार्थी असलेले आणि काव्यक्षेत्रात बोरकरांचे शिष्य समजले जाणारे मंगेश पाडगावकर हे दोघांनाही प्रिय. पाडगावकरांचाही बैठकीत विषय निघाला. त्यामुळे दोघंही अधिक मोकळे झाले. त्या दिवशी दोघांनीही हस्तांदोलन करून एकमेकांचा निरोप घेतला. अशाप्रकारे दोघांच्या मनमिळणीचा सोहळा त्या दिवशी माझ्या घरी झाला!

यानंतर वर्षा-दोन वर्षांनंतरची गोष्ट. सायंकाळी पाचच्या सुमारास बोरकर मुक्कामासाठी माझ्या घरी आले! मी गो.मा. पवारांना सायंकाळी यायला सांगितलं आणि सायंकाळची सर्व तयारी केली. बोरकरांनी त्यांच्या काही नव्या कविता वाचून आणि म्हणून दाखवल्या. पण त्या दिवशी गप्पांचाच मूड असावा. कोंकणी-मराठी वादाचा विषय निघाला. मी म्हटलं की, 'आपली मातृभाषा कोणती, हे ठरवण्याचा प्रत्येक समाजाला हक्क आहे; गोमंतकीय जर असं म्हणत असतील की, मराठी नव्हे कोंकणी हीच आमची भाषा आहे आणि आम्ही ती मराठीपासून स्वतंत्र भाषा मानतो; तर तसं मानण्याचा त्यांना अधिकार आहे.' यानंतर मी बोरकरांना म्हटलं, "भाषाविज्ञान असं म्हणतं की, निर्मिती ही केवळ व्यक्तीच्या मातृभाषेतूनच होत असते; परभाषेवर कितीही प्रभुत्व मिळवलं, तरी तिच्यात केली जाणारी निर्मिती ही दुय्यम

दर्जाचीच असते; आता कितीतरी भारतीय इंग्रजीमधून वाङ्मयनिर्मिती करतात, पण एक तरी ब्रिटिश समीक्षक तिची दखल घेतो का? किंवा अमूक एक भारतीय लेखक हा आमच्या वाङ्मयीन परंपरेत महत्त्वाचा लेखक आहे, असं कुठल्यातरी भारतीय लेखकाबद्दल म्हटलं आहे का? आता मराठीशी कसलंही नातं नसलेली कोंकणी ही तुमची मातृभाषा आहे, पण तुम्ही काव्य मात्र मराठीत करता. भाषाविज्ञानानुसार तुमची मराठीतील कविता सामान्यच ठरायला पाहिजे आणि तुम्ही मराठीतील दुय्यम कवी ठरायला पाहिजेत. पण तुम्ही मराठीतल एक श्रेष्ठ कवी म्हणून ओळखले जाता.'' बोरकर बराच वेळ बोललेच नाहीत. मग म्हणाले- ''तशी मराठी आमचीही भाषा आहे. पण गोव्यावर महाराष्ट्राचं होत असलेलं आक्रमण मात्र आम्हाला मंजूर नव्हतं.'' कदाचित कोंकणी-मराठी वाद हा भाषिक नसून तो राजकीय आहे, असं बोरकरांना सुचवायचं असावं. मीही या विषयावर अधिक बोललो नाही. पण माझ्या बोलण्यानं बोरकर काहीसे अस्वस्थ झाले, हे मात्र मला आणि पवारांना जाणवलं. जेवताना वातावरण पुन्हा मोकळं झालं. जेवण्याच्या टेबलवर बायकोनं दही ठेवलं होतं. बोरकरांनी ते चवीनं खाल्लं. बायकोला म्हणाले- ''गोव्यात दहीच नाही; तुमचं हे दही योग्य प्रमाणात आंबट आणि गोड आहे.'' जेवण झाल्यावर पवार निघून गेले. बोरकरही झोपले. रात्री दोन वाजता त्यांनी मला उठवलं आणि म्हणाले, 'मला जुलाब होत आहेत; तुमच्याकडे काही औषध असेल, तर ते द्या.' बायकोनं मीठ-साखर घातलेलं लिंबाचं सरबत दिलं. तरी औषधाचा प्रश्न तसाच कायम होता. रात्री डॉक्टरही उपलब्ध होणं अवघड. आणि त्यांना औषध तरी कुठून देऊ? मग मी हिम्मत केली आणि त्यांना एक गोळी आणून दिली. गरोदरपणात उलट्या आणि जुलाब यावर डॉक्टरांनी बायकोला दिलेलं ते औषध होतं. मी दिलेली गोळी जर बोरकरांना बाधक झाली, तर मी स्वतःला क्षमा केली नसती. त्यांना बरं वाटू दे, असं मी म्हणत राहिलो. सकाळी बोरकर ताजेतवाने होऊन उठले आणि म्हणाले, ''रसाळ, असं कोणतं औषध दिलं होतं? माझे जुलाब तात्काळ थांबले. त्या औषधाचं नाव तरी लिहून द्या!'' औषधाचं नाव लिहून देण्याची मला हिम्मत झाली नाही.

या काळात माझा मित्र नरेंद्र चपळगावकर हा मुंबईला हायकोर्टात वकिली करीत होता. मुंबई हायकोर्टाची शाखा औरंगाबादला उघडण्यात आली आणि चपळगावकर पुन्हा औरंगाबादकर झाला. एकदा आम्ही दोघे बोलत असताना बा.भ. बोरकरांच्या आठवणी निघाल्या आणि त्यांच्यासंबंधी आमच्या

मनात विचार आला की, बा.भ. बोरकरांसारख्या दीर्घ काळ मराठीतून वाङ्मयनिर्मिती करणाऱ्या कवीला साहित्य संमेलनाचं अध्यक्षपद दिलं जाऊन त्यांच्या वाङ्मयसेवेचा उचित गौरव झाला पाहिजे. आपण आगामी साहित्य संमेलनाच्या अध्यक्षपदासाठी त्यांना उभं का करू नये? ते कोंकणीवादी असल्यामुळे त्यांना विरोध होईल, हाही मुद्दा आमच्या चर्चेत आला. मराठी भाषेत एवढी वाङ्मयसेवा करणारा दुसरा एखादा परभाषक असता, तर त्याला हे पद देऊन त्याचा आनंदानं सन्मान केला गेला असता, मग बोरकरांचाच का नाही? आम्ही दोघे अनंतराव भालेरावांकडे गेलो. अनंतरावांनाही ही कल्पना योग्य वाटली. त्यांनी आपल्या घरूनच बोरकरांना फोन लावला. फोनवर बोरकर म्हणाले, "दहा-पंधरा वर्षांपूर्वी जर मला कोणी हे म्हणालं असतं, तर मला आनंद झाला असता." ते संमेलनाध्यक्षपदासाठी उभे राहणं का व कसं आवश्यक आहे, हे अनंतरावांनी फोनवरच्या बोलण्यातून त्यांना पटवून दिलं. शेवटी बोरकर तयार झाले. बोरकर तयार झाल्याचा आम्हाला आनंदच झाला. आपण एक उचित गोष्ट करीत आहोत, याचंही समाधान वाटलं. आपण कुठल्याही साहित्य संस्थेचे सदस्य नसल्याचं त्यांनी फोनवरून सांगितलं होतं. आम्ही त्यांना मराठवाडा साहित्य संस्थेचे आजीव सदस्य करून घेतलं. बोरकरांनी सदस्यत्वाचं शुल्क आम्हाला पाठवून दिलं.

बोरकरांना आजीव सदस्य करून घेतल्यानंतर काही महिन्यांनी जळगाव हे संमेलनस्थळ आणि अध्यक्षपदासाठी आवेदनपत्र भरण्याची तारीख जाहीर झाली. आम्ही बा.भ. बोरकरांचं रीतसर आवेदनपत्र भरलं. या आवेदनपत्रावर सूचक म्हणून मी आणि अनुमोदक म्हणून नागनाथ कोत्तापल्ले यांच्या सह्या होत्या.

बोरकरांसारखा कवी अध्यक्ष व्हावा, असं आम्हांला कितीही जरी वाटत असलं आणि त्यासाठी आम्ही दोघं उत्साहानं काम जरी करीत असलो; तरी आतून मात्र आम्ही अस्वस्थ होतो. याचं कारण बोरकर कोंकणीवादी असल्यामुळे अनेक मान्यवरांचा त्यांना विरोध होता. खुद्द दुर्गाबाई भागवतांनी आपली जाहीर नापसंती प्रकट केलेली होती. बोरकरांना उभं करून कोंकणी-मराठी वाद अकारण उकरून काढल्याबद्दल आम्ही दोघे - विशेषत: मी मराठीच्या तीव्र अभिमान्यांच्या दृष्टीने खलनायकच ठरलो होतो. नंतर शंकरराव खरात यांची उमेदवारी जाहीर झाली! ते जर निवडून आले, तर पहिला दलित लेखक साहित्यसंमेलनाचा अध्यक्ष होणार होता. त्यामुळे तथाकथित पुरोगामी या निवडणुकीत उतरले.आता या निवडणुकीला

वाङ्मयबाह्य राजकीय रूप प्राप्त होऊ लागलं. बोरकरांना पाठिंबा देणं म्हणजे आपण प्रतिगामी आहोत हे सिद्ध करणं, असाही एक अर्थ या निवडणुकीला दिला जाऊ लागला. जळगाव संमेलनाचे बोरकर जर अध्यक्ष झाले; तर आम्ही संमेलन उधळून देऊ, अशा जाहीर धमक्या मराठी भाषाभिमानी आणि तथाकथित पुरोगामी यांच्याकडून दिल्या जाऊ लागल्या.

याला आणखी एक माझ्यापुरतीच बाजू होती. संमेलनाध्यक्षाच्या निवडणुकीला उभे राहिलेले शंकरराव खरात हे डॉ. बाबासाहेब आंबेडकर मराठवाडा विद्यापीठाचे कुलगुरू होते आणि मी याच विद्यापीठातला एक शिक्षक होतो! विद्यापीठातल्या काही शिक्षकांनी मला धोक्याची सूचनाही देऊन ठेवली होती, ''तुम्ही कुलगुरूंच्या विरोधात काम करता आहात, बघा बुवा. याचे काय परिणाम होतील ते!'' असं मला अनाहूतपणे सांगितलं जात होतं. कुलगुरूसंबंधी दिल्या जाणाऱ्या सल्ल्यामुळे मी काहीसा अस्वस्थ होतो. त्यात कोंकणीवादी असलेल्या बोरकरांच्या विरोधात वृत्तपत्रांतून येणारा मजकूर मला अधिकच अस्वस्थ करीत होता. माझ्या तुलनेत नाना मात्र फारसा अस्वस्थ दिसत नव्हता. नानाचं घरच पूर्वीपासून राजकारणाशी निगडित होतं. त्याचे वडील हैदराबाद संस्थानच्या मुक्तिलढ्यातले एक मान्यवर पुढारी होते. नानाही यापूर्वी बीड नगरपालिकेच्या निवडणुकीत नगरपालिकासदस्य म्हणून निवडून आलेला होता. मी एका शाळामास्तराचा मुलगा! नानाच्या तुलनेत अशा गोष्टींचा मला सरावच नसल्यानं मी अतिशय अस्वस्थ होऊन गेलो. अनंतराव मात्र– ''काहीही होणार नाही. सार्वजनिक जीवनात अशा गोष्टी घडतच असतात, ताणतणाव निर्माण होतच असतात. त्याला फार महत्त्व देऊ नये.'' असं बोलून मला धीर देत होते.

याच सुमारास श्री.पु. भागवत एका शासकीय बैठकीसाठी औरंगाबादी आले. येथे आले म्हणजे ते माझ्याकडेच उतरत. मी आणि नानाने या निवडणुकीबद्दल त्यांना सर्व कल्पना दिली. तुम्हीही यात लक्ष घाला, असंही मी सुचवलं. श्री.पु. म्हणाले, ''काही प्रकाशक संमेलनाध्यक्षपदाच्या निवडणुकीत आपल्या लेखकाला उतरवतात आणि मतं मागण्यासाठी त्याला आपल्याबरोबर घेऊन दारोदार फिरवतात. पण मी मात्र असं करणार नाही. बोरकर माझे लेखक आणि मित्र आहेत, हवा असेल तेव्हा तुम्हाला माझा सल्लाही देईन. माझं मत तर मी त्यांनाच देणार आहे. पण मी या निवडणुकीत प्रत्यक्ष भाग घेणार नाही.'' बोरकरांना पाठिंबा देणाऱ्या साहित्यिकांच्या सहीचं एक पत्रक मात्र काढावं, अशी सूचना त्यांनी केली. मला म्हणाले,

“तुम्ही स्वत: पुण्याला जा. तेथे पु.ल. देशपांड्यांना भेटा. त्यांचा सल्ला घ्या आणि पत्रकावर सहीही. आणि इतर जेवढ्या लेखकांना भेटता येईल, तेवढ्यांना भेटा.” मी म्हटलं, “पु.ल. मला ओळखत नाहीत. तेव्हा ते मला भेट देतील असं मला वाटत नाही.” यावर श्री.पु. म्हणाले, “पु.लं.बद्दल हा अकारण करून दिलेला गैरसमज आहे. तुम्ही जा तर खरं!” दुसऱ्या दिवशी श्री.पु. मुंबईला गेले आणि मी आणि माझा मित्र चंद्रकांत भालेराव असे दोघे पुण्याला गेलो. साहित्य परिषदेच्या निवासस्थानात सामान टाकलं आणि व्यंकटेश माडगूळकरांकडे संध्याकाळी सातच्या सुमारास जाऊन पोचलो.

माडगूळकरांना बोरकरप्रकरण समजून सांगितल्यावर मी म्हणालो, “मला पु.लं.ना फोन करायचा आहे. त्यांचा नंबर सांगा.” ‘फोन करा; पण माझ्या येथून नाही. स्पष्ट सांगायचं तर बोरकर–खरात प्रकरणात पु.ल. पडू इच्छीत नाहीत आणि यासंबंधी त्यांना बोलायचंही नाही. माझ्या येथून यासंबंधी जर फोन आला, तर ते त्यांना आवडणार नाही.” मी म्हटलं, “मी तुमच्या फोनवरून बोललो, हे त्यांना कसं कळणार?” ते हसले आणि म्हणाले, “हेही खरंच. पण येथून बोलतो आहे, हे मात्र सांगू नका!” माडगूळकरांनी अट घातली. मी पु.लं.कडे फोन लावला. फोन सुनीताबाईंनी घेतला. मला पु.लं.ची भेट कशासाठी हवी आहे, हे मी सांगितलं. त्या तुटकपणे आणि वरच्या स्वरात म्हणाल्या, “भाई भेटणार नाहीत; तुम्ही येऊ नका.” त्यांच्या बोलण्यातला स्वर मला लागला. मी म्हणालो, “तुमचे पती एक महान लेखक असून माझ्यासारख्या पामराला त्यांना भेटून स्वत:ला कृतार्थ करून घ्यायचं आहे, असा जर तुमचा समज असेल; तर तो काढून टाका. श्री.पु. भागवतांनी ही भेट घ्यायला सांगितलं, म्हणून मी औरंगाबादहून येथे आलो. ते जर भेटणारच नसतील, तर प्रश्नच मिटला.” सुनीताबाई एकदम नरम शब्दांत बोलू लागल्या, “अहो रसाळ, ते भेटले असते. पण सध्या ते इथं नाहीत, मुंबईत आहेत; म्हणून मी ते भेटणार नाहीत, असं म्हटलं.” यावर मी म्हणालो, “ठीक आहे” आणि फोन ठेवून दिला. नंतर मी व्यंकटेश माडगूळकरांना त्यांची सही मागितली. ‘मी आणि पु.लं.नी आपसांत चर्चा करून या प्रकरणात स्वत:ला दूर ठेवायचं असं ठरवलेलं आहे,’ असं जरी ते म्हणाले असले, तरी शेवटी त्यांनी पत्रकावर सही दिली.

मी आणि चंद्रकांत भालेराव पुण्यात अनेक लेखकांकडे गेलो. बोरकरांसंबंधीच्या पत्रकावर सही करायची मी विनंती केली की, लेखकांचे चेहरे गंभीर व्हायचे. कुणीकडून ही बला आपल्याकडे आली, असा भाव

त्यांच्या चेहऱ्यावर उमटायचा. काही स्पष्ट नकार द्यायचे, तर काही सही द्यावी की न द्यावी असा बराच वेळ विचार करून शेवटी सही देत. एखादादुसरा बोरकरांबद्दल आदरानं बोले आणि तक्रार न नकरता सही देई.

मी मुंबईतील अनेक लेखककवींना ही विनंती करणारी पत्रं पाठवली. पण तेथे माझ्या पत्राची कोणीही दखल घेतली नाही. यातील काहीजण तर बोरकरांच्या निकटवर्तीयांपैकी होते. लेखक-कवी वर्गाकडून बोरकरांना थंड प्रतिसादच मिळतो आहे, असं दिसत होतं! ही परिस्थिती मला आणि नानाला काही उत्साहवर्धक वाटत नव्हती. अनंतराव मात्र म्हणत राहिले, "निवडणुकीचा काहीच अंदाज करता येत नाही. आपण फक्त वाट पाह्यची!"

पुढे मी जेव्हा मुंबईला गेलो, तेव्हा मी सुनीताबाईंशी माझं काय बोलणं झालं ते श्री.पु. भागवतांना सांगितलं. तेव्हा श्री.पुं.ना जे घडलं, त्याचं आश्चर्य वाटलं. आणि त्यांना वाटलेलं आश्चर्य पाहून मलाही त्याचं आश्चर्य वाटलं! आजही मला वाटतं, संमेलनाध्यक्षपदासाठी दलित लेखक उभे राहिल्यामुळे हे असे घडत होतं. स्वत:च्या डोक्यावरची पुरोगामित्वाची टोपी सांभाळण्याचा हा प्रकार होता. बोरकरांचा केवळ कोंकणीवाद आड आला असता, तर सर्वांनी त्याबद्दल स्पष्ट बोलून सही करणं नाकारलं असतं. बोरकरांबद्दल जे काही घडत होतं, ते जेव्हा बोरकरांच्या कानी जात असे; तेव्हा त्यांचाही काही लोकांबद्दलचा भ्रमनिरास होऊन ते व्यथित होत. महाराष्ट्रातील काही लेखकांच्या आणि मान्यवरांच्या सह्या असलेल्या शंकरराव खरातांना पाठिंबा देणाऱ्या पत्रकावर बोरकरांनी एस्. एम्. जोशींची सही पाहिली, तेव्हा बोरकर म्हणाले, "आता मला ही निवडणूक लढवावीशी वाटत नाही!" ज्यांची आणि आपली वैचारिक भूमिका एकच आहे आणि ज्यांचा आणि आपला दीर्घ काळापासून सहवास आहे, असेही आता आपल्या विरोधात गेले आहेत, असे जेव्हा बोरकर अनुभवू लागले; तेव्हा त्यांचा या निवडणुकीतला रस कमी होत गेला. या संमेलनाच्या स्वागतमंडळामध्ये आणि जळगावच्या मतदारांच्या यादीत अनेकजण बोरकरांचे निकटवर्ती होते. ते सर्व अनंतरावांच्याही परिचयाचे असल्यामुळे अनंतराव जेव्हा जेव्हा त्यांच्याशी संपर्क साधू पहात होते, तेव्हा तेव्हा ते अनंतरावांना टाळत होतं. हे सर्व बोरकरांच्या कानावर जात होते. एके काळी बोरकरांचे लेखनिक असलेल्या आणि आता खान्देशात प्राध्यापक झालेल्या एका कवीने बोरकरांना मत देण्याला जेव्हा नकार दिला, तेव्हा तर बोरकरांना आश्चर्याचा धक्काच बसला! या अशा वातावरणामुळे बोरकर निवडणुकीबाबत अधिकाधिक उदासीन होत

होते. ''तुम्ही प्रत्येक मतदाराशी किमान पत्ररूपाने तरी संपर्क साधावा,'' असं जेव्हा मी त्यांना लिहिलं, तेव्हा त्यांनी याला स्पष्ट नकार दिला. माझ्या पत्राला उत्तर देताना त्यांनी लिहिलं होतं- ''आपल्या निष्ठांना जपणे यातच साधकाची कसोटी असते, हे लक्षात घेऊन मी अशा निर्णयावर आलो आहे की, निवडणुकीचा निकाल जाहीर झाल्यानंतरच माझ्यासाठी झटलेल्या स्नेह्यांना मी आभाराची पत्रे पाठवावी. मी हरलो तरीदेखील. तत्पूर्वी त्यांना किंवा मतदारांना पत्र पाठवणे निवडणुकीच्या तंत्रात बसत असले; तरी अप्रत्यक्षपणे स्वतःचा प्रसार केल्यासारखे होईल, असे मला वाटते. तुम्हाला माझी भूमिका पटेल, असे धरून चालतो. लोकांना मी अध्यक्ष म्हणून हवा असलो, तरच ते पद स्वीकारण्यात रया आहे. लोकमताचा कौल जो काय होईल, त्यात मी संतोषच मानीन.'' या निवडणुकीत बोरकर स्वतःसाठी मत मागण्यासाठी कोणत्याही मतदाराच्या दाराशी गेले नाहीत. त्यांचा जो काही प्रचार केला, तो त्यांच्या मोजक्या मित्रांनीच. मुंबईत बोरकरांचा केवढा मोठा मित्रपरिवार होता. अनेक कवी स्वतःला बोरकरांचे शिष्य म्हणवत. पण यांपैकी कोणीही बोरकरांच्या प्रचारात भाग घेतला नाही. मला वाटतं की असं जे होत होतं, याचं कारण हे सर्वजण स्वतःच्या 'पुरोगामित्वा'ला जपत होते.

या सर्व प्रकारांत एक उदाहरण मात्र वंदनीय आहे. बोरकरांना पाठिंबा देण्याच्या पत्रकावर आपण सही करावी, अशी विनंती करणारं पत्र मी कुसुमाग्रजांना टाकलं होतं. त्यांचं तात्काळ उत्तर आलं की, 'तुम्ही काढत असलेले पत्रक सभ्य आणि संयत असणार; या पत्रकावर माझी सही टाकावी.'

आणखी एका व्यक्तीचं मोठेपण सांगितलं पाहिजे. निवडणूकप्रचार अखेरच्या टप्प्यावर असताना शंकरराव खरात माझ्या घरी आले. त्या वेळी मी विद्यापीठ परिसरातील निवासस्थानात रहात होतो आणि शंकरराव कुलगुरू असल्याने नजिकच कुलगुरूनिवासात रहात होते. ते मला म्हणाले, ''तुम्ही बोरकरांसाठी काम करीत आहात, तेव्हा तुमचं मत त्यांनाच जाणार, याची मला कल्पना आहे. मी सर्वच मतदारांना भेटलो; तेव्हा मी तुम्हालाही भेटलं पाहिजे. या भेटीत एक उपचार म्हणून मी तुम्हाला तुमचे मत मागत आहे!'' मग त्यांनी कुसुमाग्रजांकडे काय झालं ते सांगितलं. ते म्हणाले, ''मी तात्यासाहेबांकडे त्यांचं मत मागायला गेलो होतो. पण तात्यासाहेबांनी मला स्पष्ट शब्दांत सांगितलं की, बोरकर माझे मित्र आहेत आणि त्यांचं

वाङ्मयीन कार्य मोलाचं आहे. त्यामुळे मी माझं मत त्यांना देण्याचं ठरवलं आहे. तरीही मी तुम्हाला शुभेच्छा देतो.'' पुढे खरात असं म्हणाले, ''मला हे फार आवडलं. मला त्यांच्याबद्दल आदरच वाटतो आणि आता तर अधिकच वाटतो. लोक गोड गोड बोलून खोटं आश्वासन देतात आणि मत देत नाहीत.'' शंकरराव खरात सुसंस्कृत लेखक. संमेलनाध्यक्षपदाची निवडणूक केवळ 'लेखक' या नात्यानं होणार; त्यात अन्य गोष्टींचा संबंधच नसतो, या विचारामुळे या निवडणुकीत त्यांनी आपल्या दलितत्वाचा मुद्दा प्रचारात आणला नाही. बोरकरांच्या विरोधात ते 'दलित' लेखक म्हणून नव्हे, तर केवळ एक 'लेखक' म्हणून उभे राहिले.

हे सगळं घडत असताना महामंडळाच्या पातळीवर दुसरंच राजकारण सुरू होतं. गोमंतक मराठी साहित्य सेवक मंडळ या गोव्यातल्या साहित्यसंस्थेला 'समाविष्ट संस्था' म्हणून महामंडळाचं सदस्यत्व देण्याचा ठराव संमत झालेला होता. महामंडळाच्या घटनेप्रमाणे समाविष्ट संस्थेला अध्यक्षीय निवडणुकीत वीस मतांचा अधिकार होता. महामंडळाच्या कार्यालयानं गोमंतक मराठी साहित्यसेवक मंडळाकडून वीस मतदारांची यादीही मागवून घेतली होती. त्या वेळचे महाराष्ट्र साहित्यपरिषदेचे महामंडळावरचे सदस्य ग.वा. बेहरे यांनी अचानक अशी भूमिका घेतली की, ''गोमंतक मराठी साहित्य सेवक मंडळाला समाविष्ट संस्था म्हणून मान्यतेचा ठराव जरी झाला असला; तरी महामंडळाच्या नंतरच्या बैठकीत आधीच्या बैठकीतील ठरावांना मान्यता मिळाल्याखेरीज हे ठराव अमलात येऊ शकत नाहीत.परंतु नंतरची बैठक झालेलीच नसल्यामुळे ठरावमान्यतेची प्रक्रिया पूर्ण झालेली नाही. म्हणून हा ठराव अमलात येऊ शकत नाही. तेव्हा गोव्याचा वीस मतदारांना मतदानाचा हक्क देण्यात येऊ नये.'' महामंडळाच्या अध्यक्षांनी ग. वा. बेहरे यांचा आक्षेप मान्य करून मतदारांच्या यादीतील गोमंतक मराठी साहित्य सेवक मंडळाच्या वीस मतदारांची नावं वगळून टाकली! या प्रकरणाचं वैशिष्ट्यं असं की या काळात महामंडळाचं कार्यालय मराठवाडा साहित्यपरिषदेकडे होतं. त्यामुळे महामंडळाचे सर्व पदाधिकारी मराठवाडा साहित्यपरिषदेचे होते. बोरकरांचं नावही मराठवाडा साहित्यपरिषदेमार्फतच पाठवलं गेलं होतं. बोरकरांना गोव्याची मतं मिळू नयेत, म्हणून या संस्थेचं महामंडळसदस्यत्व अधांतरी ठेवण्याच्या राजकारणात मराठवाडा साहित्यपरिषदेचे महामंडळ-पदाधिकारीही सामील झाले होते.

महामंडळानं गोमंतक मराठी साहित्य सेवक मंडळाचा निवडणुकीतील

मतदानाचा हक्क काढून घेतल्यानंतर गोमंतक मराठी साहित्य सेवक मंडळ किंवा गोव्याचे मतदार याविरुद्ध काही तरी करतील, असं वाटत होतं. परंतु गोव्यातून काहीच हालचाल होत नाही, हे पाहून आम्ही हताश झालो. कारण गोव्याची ही वीस मतं बोरकरांना मिळतील, याची आम्हाला त्यावेळी खात्री वाटत होती. अनंतरावांशी मी आणि नानानं यावर चर्चा केली. शेवटी नाना म्हणाला, 'आता या निवडणुकीतील एक मतदार या नात्यानं बापूनंच (म्हणजे मी) या निर्णयाविरुद्ध कोर्टात गेलं पाहिजे.' हे ठरल्यानंतर नानानं त्याचे मित्र आणि पुढे हायकोर्टाचे न्यायमूर्ती झालेले अंबादास जोशी यांना माझं (बिनपैशाचं) वकीलपत्र घ्यायला सांगितलं. कोर्टात खटला दाखल करण्यासाठीच्या अर्जात मतदानाचा हक्क डावलल्या गेलेल्या मतदारांच्या नावाची यादी देणं आवश्यक होतं. ही यादी महामंडळाच्या कार्यालयात उपलब्ध झाली नाही. गोमंतक मराठी साहित्य सेवक मंडळाशी संपर्क साधला, पण तेथूनही यादी आली नाही! आता मी आणि नाना अतिशय चिंतेत पडलो. अनंतरावांनी यातूनही मार्ग काढला. त्यांनी औरंगाबादच्या पी. टी. आय्.च्या प्रतिनिधीला गोव्याच्या पी. टी. आय्.च्या प्रतिनिधीशी संपर्क साधून त्याच्याकडून ही यादी प्रिंटरवर मागवून घ्यायला सांगितलं. या मार्गानं ही यादी तात्काळ मिळाली आणि खटला दाखल झाला! या खटल्याचा निकाल आपल्याच बाजूनं लागणार, याची 'वकील' असलेल्या नानाला खात्री होती. त्याला खात्री वाटते, म्हणून मी निवांत होतो! मी आणि नाना यांनी हा खटला दाखल केला आहे, हे जेव्हा श्री.पु. भागवतांना कळलं तेव्हा कोर्टाच्या खर्चासाठी मदत म्हणून त्यांनी नानाच्या नावे अडीचशे रुपयांचा चेक पाठवून दिला. औरंगाबादेतल्या खालच्या आणि वरच्या अशा दोन्ही कोर्टांनी महामंडळाच्या निर्णयाला स्थगिती दिली. मग हे प्रकरण हायकोर्टाच्या औरंगाबादच्या खंडपीठाकडे गेले. तेथे न्यायमूर्ती डी.बी. देशपांडे यांनी खालच्या कोर्टातली स्थगिती कायम ठेवली आणि आपला निर्णय देताना म्हटलं की, "एखाद्या सार्वजनिक संस्थेच्या कार्यकारिणीत जेव्हा एखादा ठराव मान्य होतो; तेव्हाच तो लागू झालेला असतो, पुढच्या बैठकीत आधीच्या बैठकीचे ठराव योग्य प्रकारे नमूद केले गेले आहेत की नाही, एवढेच पाहिले जाते." शेवटी हायकोर्टाच्या या निर्णयामुळे गोव्यातल्या वीस मतदारांना मतदानाचा हक्क मिळाला. ही मतं बोरकरांनाच, या कल्पनेनं आमच्या विजयाच्या आशा पल्लवित झाल्या.

याच सुमारास मराठवाडा साहित्यपरिषदेच्या कार्यकारिणीची बैठक

औरंगाबादला झाली. या बैठकीतही आणखी एक नाट्य घडलं. कार्यकारिणीचे सदस्य असलेल्या नांदेडच्या स. दि. महाजनांनी परिषदेचे अध्यक्ष प्रा. गजमल माळी यांच्याकडे ऐनवेळचा एक ठराव मांडण्यासाठी परवानगी मागितली. ती दिली गेल्यानंतर स.दि. महाजनांनी आपला ठराव मांडला, "मराठवाडा साहित्यपरिषदेच्या अध्यक्षपदासाठी मी ना.धों. महानोर यांचं नाव सुचवीत आहे!" मांडलेला हा ठराव ऐकताच प्रा. गजमल माळी चमकले. ते म्हणाले, "अद्यापी माझा कार्यकाळ संपलेला नाही, मी राजीनामाही दिलेला नाही आणि कार्यकारिणीनं माझ्यावरचा अविश्वासाचा ठरावही मंजूर केलेला नाही, अशा परिस्थितीत नवा अध्यक्ष निवडता येणार नाही." यावर स.दि. महाजन म्हणाले की, "परिषदेच्या घटनेत अध्यक्षांवर अविश्वासाचा ठराव मांडण्याची तरतूदच नाही. तेव्हा आधी अविश्वासचा ठराव मांडून अध्यक्षांना दूर करून मग नवा अध्यक्ष निवडण्याचं कारणच नाही. तसेच एकदा निवडलेल्या अध्यक्षाचा कार्यकाल किती असेल, यासंबंधीही घटनेत काहीही म्हटलेलं नाही. परिषदेच्या घटनेत एवढेच म्हटलं आहे की, कार्यकारिणी आपल्यातून एकाची अध्यक्ष म्हणून निवड करील. म्हणून मी आपल्यातील एकाचं नाव अध्यक्षपदासाठी सुचवीत आहे." महाजनांच्या या ठरावाला कोणीतरी अनुमोदन दिलं. ठराव मतांसाठी टाकला गेला आणि तो बहुमताने मंजूर झाला! या प्रकारे कार्यकारिणीच्या त्या बैठकीत नवा अध्यक्ष निवडला गेला! प्रा. गजमल माळी परिषदेचे अध्यक्षच राहिले नसल्यामुळे आपोआपच त्यांचं महामंडळाचंही अध्यक्षपद रद्द झालं.

आता सर्व सुरळीत होईल, या कल्पनेनं आम्ही निवांत झालो आणि मतमोजणीची वाट पहात असतानाच अचानक एक नवी समस्या आमच्यापुढे उभी राहिली! मतमोजणीच्या वेळी निरीक्षक म्हणून बोरकरांच्या वतीने हजर राहण्यासाठी त्यांचे जावई पांडुरंग कामत मतमोजणीच्या एक दिवस आधी गोव्याहून औरंगाबादला येऊन पोचले. आल्या आल्या ते मला आणि नानाला भेटले. त्यांनी बोरकरांचा जो निरोप आणला, त्यांनी आम्ही दोघेही हादरूनच गेलो. ते म्हणाले, "जर बोरकर निवडून आले, तर ते संमेलनाध्यक्षपदाचा राजीनामा देणार आहेत!" आता बोरकर नव्हे तर आम्हीच अडचणीत आलो! जर असं झालं, तर आमच्यामुळे संमेलनात विघ्न उभं राहिलं, म्हणून अखखा महाराष्ट्र आमच्यावर तुटून पडला असता. कारण आम्ही कोंकणीवादी असलेल्या साहित्यिकास निवडणुकीत उतरवून नको असलेलं कोंकणी-मराठी वादाचं भूत बाहेर काढलं, ही आमची पहिली चूक!

दुसरे म्हणजे आम्ही उभ्या केलेल्या उमेदवाराने ऐनवेळी राजिनामा देऊन मतदारांचा अनादर तर केलाच, शिवाय जळगाव संमेलनालाही अडचणीत आणलं; हे आम्हा दोघांमुळे घडले असल्यामुळे त्याला आम्ही जबाबदार! असं नि:संदिग्धपणे म्हटलं गेलं असतं. मतमोजणी सुरू असताना मी तर मतमोजणीच्या जागी फिरकलोही नाही.

रीतसर मतमोजणी झाली आणि या निवडणुकीत शंकरराव खरात संमेलनाध्यक्ष म्हणून निवडले गेले.

हा निकाल लागण्याआधी किमान चारएक महिन्यांपासून आम्हा दोघांची जी धावपळ चालली होती ती आणि आम्ही जी तीव्र मानसिक आंदोलनं अनुभवत होतो ती सर्व थांबली.आता जरी आम्ही निवांत झालेलो असलो, तरी या सर्व प्रकरणामुळे आम्ही दोघे विलक्षण मानसिक थकवा अनुभवीत होतो.

या निवडणुकीच्या काळात जवळपास तीनएक महिने या कामासाठी अनंतराव आणि आम्ही सतत अनंतरावांचाच फोन वापरीत होतो. कारण आमच्याकडे तेव्हा फोनच नव्हता. त्यांच्या फोनवरून सतत ट्रंक कॉल केले जात होते. याचा अनंतरावांना किती भुर्दंड पडला हे माहीत नाही. ज्या गोव्यातल्या मतांसाठी आम्ही लढलो, त्यातली किती मतं बोरकरांना पडली किंवा पडलीच नाहीत, हेही माहीत नाही. गोव्याच्या मतांमुळे ते निवडून येतील, असा आमचा कयास मात्र होता. जळगाव साहित्य संमेलनात महामंडळाचे अध्यक्ष म्हणून ना.धों. महानोर जरी उपस्थित राहिले असले, तरी जळगाव साहित्य संमेलनाच्या स्वागत मंडळाने मात्र प्रा. गजमल माळी यांना संमेलनाचे एक पाहुणे म्हणून सन्मानपूर्वक आमंत्रित केलं होतं! ही गोष्टही बरंच सुचवून जात होती.

संमेलनाच्या अध्यक्षपदाच्या निवडणुकीत जसे बोरकरांना महाराष्ट्रातील अनेक साहित्यिकांचं खरं रूप कळून बरंच शिकायला मिळालं, तसंच माझं आणि नानाचंही नव्यानं शिक्षण झालं.

बोरकरांच्या शेवटच्या आजारपणात मी त्यांना हॉस्पिटलमध्ये जाऊन भेटलो. निवडणूकप्रकरणानंतर आम्ही पहिल्यांदाच भेटत होतो.खरं म्हणजे अध्यक्षीय निवडणुकीची घटना घडूनही खूप दिवस झाले होते. तरी या निवडणुकीत त्यांच्या अनेक निकटवर्तीयांकडून दुखावले गेलेले बोरकर आपली व्यथा मनमोकळेपणानं बोलून दाखवत होते. डॉक्टरांनी त्यांच्या बोलण्यावर बंधनं घातली असल्याचं मला माहीत नव्हतं. शेवटी बोरकर

वहिनी बोरकरांवरच रागावल्या. मीही बोरकरांशी गप्पा मारीत राहिल्याबद्दल कानकोंडा झालो आणि त्यांचा निरोप घेऊन निघालो. यानंतर थोड्याच दिवसांनी कविवर्य बोरकरांचं निधन झालं.

बोरकरांच्या निधनानंतर मराठवाडा दैनिकात मी बोरकरांवर 'स्वरनक्षीचा सुनील पक्षी.. हाय उडाला' या शीर्षकाचा लेख लिहिला होता. त्यात मी लिहिलं होतं- 'बोरकर आणि त्यांची कविता या दोन गोष्टी नव्हत्याच, अनुभवांचा श्वास घेऊन कवितेचा उच्छ्वास टाकीतच बोरकर शेवटच्या क्षणापर्यंत जगले. कविता हेच बोरकरांचं जगणं होतं. ...कवी या नात्यानं बोरकरांच्या ठिकाणी प्रगाढ आत्मविश्वास होता. कवी म्हणून त्यांच्या ठिकाणी एक लोभसवाणा अहंकार होता. आपलं कवी म्हणून जगणं त्यांना पुरेसं वाटत होतं. त्या पलीकडे अन्य मानमरातबांचा त्यांना कणभरही मोह नव्हता.' हा लेख लिहिताना मला असं वाटत होतं की, कवितेनंच ज्याला घडवलं, त्याला मराठी रसिकानं संमेलनाध्यक्षपद देऊन बोरकरांचा नव्हे तर प्रत्यक्ष कवितेचा गौरव करायला हवा होता.

◈

८.

ग्रीक परंपरेतला विद्वान : नरहर कुरुंदकर

नरहर कुरुंदकरांना मी प्रथम पाहिले ते हैदराबादमध्ये. मी एम्.ए.साठी हैदराबादला गेलो होतो. उस्मानिया विद्यापीठाच्या वसतिगृहात रहात होतो. परंतु शहरातल्या मराठवाडा साहित्य परिषदेत जर काही कार्यक्रम असेल, तर अशा कार्यक्रमांना जात होतो. असाच बी. रघुनाथ स्मृतिदिनाच्या कार्यक्रमाला गेलो. बी. रघुनाथांच्या साहित्यावर नरहर कुरुंदकरांचं भाषण होतं. कुरुंदकरांचं लेखन मी वाचलेलं होतं. त्यांचा 'सं. शारदा' या नाटकावरचा मराठवाडा दिवाळी अंकातला लेख अतिशय गाजला होता. त्यात त्यांनी 'शारदा' हे नाटक जरठ-कुमारी विवाहाच्या प्रश्नावर असल्याचं प्रचलित मत बिनतोड युक्तिवादांनी खोडून काढलं होतं. मी हैदराबादला असतानाच त्यांचे मर्ढेकरांच्या सौंदर्यशास्त्रावरचे त्यांच्या भूमिकेच्या मर्यादा दाखवणारे लेख प्रसिद्ध होत होते. त्यांच्या लेखनामुळे कुरुंदकर हे चांगलेच प्रौढ गृहस्थ असतील, असंच माझं मत झालं होतं. या कार्यक्रमाच्या निमित्तानं त्यांना पहायला मिळेल आणि त्यांची ओळखही होईल, म्हणून मी या व्याख्यानाला गेलो होतो.

कार्यक्रम सुरू होत असताना एक चोवीस-पंचवीस वर्षांचा किरकोळ देहयष्टीचा, परंतु चांगल्याच उंचीचा तरुण व्यासपीठावर विराजमान झाला. हे कुरुंदकर? मला आश्चर्य वाटलं.माझ्या मनातलं त्यांचं प्रौढ गृहस्थाचं चित्र पार पुसलं गेलं. त्यांच्या चेहऱ्यावर कमालीचा आत्मविश्वास होता. कार्यक्रमाचं कोणी तरी प्रास्ताविक केलं. कुरुंदकर हैदराबादेतल्या वाङ्मयीन जगतात परिचित असल्याने त्यांचा परिचय करून दिलाच नाही. कुरुंदकर भाषणाला उभे राहिले. अतिशय आत्मविश्वासानं ते बोलू लागले. त्यांचा आवाज काहीसा किनरा, पण तो टिपेत जाणारा. त्यांनी बी. रघुनाथांची जी

वैशिष्ट्यं या भाषणात सांगितली, ती मी प्रथमच ऐकत होतो. सं. शारदा नाटकावरचा त्यांचा 'मूर्तिभंजक' लेख मला आठवत होता. या भाषणात ते बी. रघुनाथांकडे एका अनोख्या परिप्रेक्ष्यातून पहात होते. आता मला त्यातले मुद्दे आठवत नाहीत. ते भाषण सर्वस्वी नवं सांगणारं होतं, हा ठसा मात्र मनावर कायम राहिला. भाषण संपलं. प्रा. भगवंतराव देशमुखांसह अनेकजण त्यांच्याभोवती जमा झाले आणि त्यांचं तोंड भरून कौतुक करू लागले. वयाने लहान असलेल्या एखाद्याच्या ज्येष्ठांकडून होणाऱ्या कौतुकात जर कौतुकाच्या जोडीला आदरभावही प्रकटू लागला, तर ते काहीसं चमत्कारिक वाटतं. त्या वेळी ज्येष्ठांकडून कुरुंदकरांच्या होणाऱ्या कौतुकात मला हा भाव दिसला आणि कुरुंदकर या व्यक्तीचा हैदराबादेतील वाङ्मयीन वर्तुळात चांगलाच दबदबा असल्याचंही लक्षात आलं!

या प्रसंगी कुरुंदकरांची आणि माझी प्रत्यक्षात ओळख मात्र झाली नाही. काही दिवसांनी हैदराबादेतल्या रस्त्यातच ती झाली. काचीगुडा मार्गावरून जात असताना समोरून तु.शं. कुळकर्णी आणि कुरुंदकर येताना मला दिसले. मी तु.शं.ना नमस्कार केला. तु.शं. आणि कुरुंदकर थांबले. तु.शं.नी त्यांना माझा परिचय करून दिला. मी मराठी एम्.ए. करायला औरंगाबादहून आलो आहे, हे त्यांनी कुरुंदकरांना सांगितलं. कुरुंदकरांनी माझ्याकडे एक दृष्टिक्षेप टाकला आणि ते दुसरीकडे पाहू लागले! मराठीमध्ये रीतसर एम्.ए. करणाऱ्यांबद्दल त्यांचं मत वाईट असावं. ज्याची दखल घ्यावी, असा हा कोण - असंही कदाचित त्यांना वाटलेलं असणार. खरं म्हणजे कुरुंदकर इंटर सायन्सच्या परीक्षेत नापास झालेले होते. तरीही त्यांच्या अहंकाराला धक्का पोचलेला नव्हता!

मी दोन-अडीच वर्षं हैदराबादला होतो. पण नंतर तेथे कुरुंदकरांची भेट कधी झालीच नाही. ते आता नांदेडला मास्तरकी करतात, असं उडत उडत मला कळालं.

मध्यंतरी मी एम्.ए. झालो. नोकरीच्या शोधार्थ लागलो. नांदेडच्या पीपल्स कॉलेजमधील मराठीच्या जागेसाठी अर्ज केला. इंटरव्ह्यू घ्यायला साक्षात कुरुंदकर! तेव्हा कुरुंदकर नांदेडच्या प्रतिभा निकेतन शाळेत शिक्षक होते. कॉलेजचे प्राचार्य के.रं. शिरवाडकर, संस्थेचे चिटणीस आणि कुरुंदकर असे तिघे बसलेले. गंमत म्हणजे कॉलेजचे मराठी विभागाचे प्रमुख इंटरव्ह्यू घ्यायला नव्हते. उमेदवाराला प्रश्न विचारण्याचं काम केवळ कुरुंदकर करीत होते. मराठीमध्ये नव्यानेच प्रविष्ट झालेल्या आणि समीक्षेत प्रतिष्ठित

बनलेल्या सौंदर्यशास्त्राचा अभ्यास असलेल्या कुरुंदकरांनी मला मर्ढेकरांच्या भूमिकेवर प्रश्न विचारायला प्रारंभ केला. 'मर्ढेकरांचा माध्यमासंबंधीचा सिद्धांत समजावून सांगा.', 'वाङ्मयाची महात्मता मर्ढेकर कशी ठरवतात?', 'सौंदर्यभावना म्हणजे काय?', असे प्रश्न विचारून कुरुंदकरांनी माझी पार वाट लावली!

नांदेडमध्ये आल्यावर कुरुंदकरांनी आपल्या विद्वत्तेचा दबदबा येथेही निर्माण केला होता. वस्तुत: इंटरव्ह्यू कमेटीमध्ये मराठी विभागप्रमुखांना डावलून त्यांचा समावेश करणं विद्यापीठनियमांत कितपत बसत होतं, कोणास ठाऊक! नांदेडचं अकादमिक क्षेत्र पार 'कुरुंदकरमय' होऊन गेलं होतं – वस्तुत: स.रा. गाडगीळ, खुद्द के.रं. शिरवाडकर यांसारखे वाङ्मयाभ्यासक आणि राम शेवाळकरांसारखे वक्ते नांदेडमध्ये असताना! कुरुंदकरांच्या निधनानंतर स.रा. गाडगिळांचा शोकांतिकेवरचा 'शोकात्म विश्वरूपदर्शन' हा अप्रतिम ग्रंथ प्रकाशित झाला. के.रं. शिरवाडकरांच्या सैद्धांतिक समीक्षाग्रंथांशिवाय 'आपले विचारविश्व' हा भारतीय आणि पाश्चात्त्य तत्त्वज्ञानाची अधिकृत ओळख करून देणारा ग्रंथ प्रसिद्ध झाला. नांदेडमध्ये अनेक बुद्धिमान,अभ्यासू विद्यार्थी होते. कुरुंदकरांच्या सहवासातल्या स.दि. महाजन, भुजंग वाडीकर, दत्ता भगत यांसारखे विद्यार्थी तेथे असताना असे विद्यार्थीही कुरुंदकरांच्या विद्वत्तेपुढे का झाकोळून जावेत? यात कुरुंदकरांचा मला दोष वाटत नाही. नांदेडचं सगळं बौद्धिक जगतच स्वत:होऊन कुरुंदकरांच्या छायेखाली आलं असावं! कुरुंदकरांबरोबर एम्.ए.ला बसेलल्या आणि त्यानंतरही एम्.ए.ला बसलेल्या विद्यार्थ्यांचे ट्युटोरियल्स जेव्हा मी तपासले, तेव्हा मला या सर्वांचं कुरुंदकरावलंबित्व जाणवलं. नांदेडमधून एम्.ए.ला बसलेल्या विद्यार्थ्यांसमोर कुरुंदकर ट्युटोरियल्सला दिलेल्या विषयावर बोलायचे आणि मग कुरुंदकरांच्या विवेचनाच्या आधारे सर्वजण आपापले ट्युटोरियल्स लिहायचे. त्यामुळे नांदेडच्या विद्यार्थ्यांच्या ट्युटोरियल्समध्ये बराचसा सारखेपणा यायचा. त्या काळात नांदेडचे सर्व विद्यार्थी कुरुंदकरांच्या मार्गदर्शनाखाली एम्.ए. झाले.

एकीकडे कुरुंदकरांचा वाङ्मयक्षेत्रातला दबदबा वाढत असतानाच त्याला आव्हान देणारी एखाददुसरी घटनाही घडत होती. याच काळात कुरुंदकर मुंबई मराठी साहित्यसंघातर्फे मर्ढेकरांच्या सौंदर्यशास्त्रावर व्याख्यानं देण्यासाठी मुंबईला गेले. १९५६मध्ये मर्ढेकरांचा 'साहित्य आणि सौंदर्य' हा ग्रंथ प्रकाशित झाला. त्यानंतर मर्ढेकरांचं निधन झालं. या ग्रंथावर कुरुंदकरांनी सत्यकथेत लेख लिहिले. वा.ल. कुलकर्णी यांना गुणवंत

तरुण अभ्यासकांबद्दल अतिशय उत्साह असे. मुंबई मराठी संघातर्फे त्यांनी कुरुंदकरांची दोन व्याख्यानं ठरवली. आपल्याच घरी उतरण्याचं त्यांना आमंत्रण दिलं. कुरुंदकरांच्या व्याख्यानांना मुंबईतील अनेक अभ्यासक, विशेषत: तत्त्वज्ञानाचे प्राध्यापक हजर होते. त्यांच्या दुसऱ्या व्याख्यानानंतर श्रोत्यांना प्रश्न विचारण्याची परवानगी दिली गेली. मे.पुं. रेग्यांसह काहींनी कुरुंदकरांना अडचणीचे प्रश्न विचारले. कुरुंदकर त्यांची समाधानकारक उत्तरं देऊ शकले नाहीत. दुसऱ्या दिवशी वा.ल. कुलकर्ण्यांनी त्यांना मे.पुं. रेग्यांच्या घरी नेलं. दोघांनी भरपूर चर्चा केली. कुरुंदकरांचा तत्त्वज्ञानाचा अभ्यास विद्यापीठातून अभ्यासक्रमाद्वारे रीतसर झालेला नव्हता, तत्त्वज्ञानाचे ग्रंथ वाचूनही तो प्राथमिक पातळीवरचाच राहिला होता. त्यामुळे कुरुंदकरांना मुंबईत अपयश स्वीकारावं लागलं. ही घटना घडूनही कुरुंदकरांच्या प्रतिमेला ढका लागला नाही.

कुरुंदकरांच्या जीवनात ते चालत आलेल्या यशाच्या मार्गावरून त्यांना मागे खेचणारी आणखी एक घटना घडली! त्यांच्या 'रूपवेध' या ग्रंथावर अतिशय कठोर टीका करणारा प्रा. मे.पुं. रेगे यांचा लेख सत्यकथेत प्रसिद्ध झाला! कुरुंदकरांचे गुरू असलेल्या भालचंद्रमहाराज कहाळेकरांच्या अध्यक्षतेखाली जालना येथे त्या वेळी नेमकं साहित्य संमेलन सुरू होतं! या लेखात कुरुंदकरांवर केवळ अज्ञानाचाच नव्हे तर अप्रामाणिकपणाचा आरोप केला गेला होता! हा लेख प्रसिद्ध झाल्यावर कुरुंदकर मात्र काहीच झालं नाही अशा पद्धतीने अविचल राहिले. या घटनेचाही कुरुंदकरांच्या बौद्धिक वाटचालीवर परिणाम झाल्याचं दिसलं नाही.

नांदेड येथील माझ्या इंटरव्ह्यूनंतर कुरुंदकर दिसले ते अनंत काणेकरांच्या अध्यक्षतेखाली भरलेल्या औरंगाबादच्या साहित्य संमेलनात. संयुक्त महाराष्ट्राचा प्रश्न ऐरणीवर होता. या संमेलनात त्यावर ठराव मांडला जाऊन तो शंभर टक्के मंजूर होणार होता. संमेलनाचे स्वागताध्यक्ष देविसिंह चौहान या काँग्रेस पक्षाच्या नेत्याला ते अडचणीचे वाटत होते. तेव्हा असा ठराव येऊ नये, असा त्यांचा प्रयत्न होता. संमेलनात काकासाहेब गाडगीळ द्वैभाषिकाच्या बाजूने बोलले. आपल्या खुमासदार वक्तृत्वानं त्यांनी सभा जिंकूनच घेतली होती. त्यानंतर कुरुंदकर बोलले. त्यांच्या त्या भाषणात त्यांच्या आक्रमक वक्तृत्वाचा, बिनतोड युक्तिवादांचा श्रोत्यांवर असा प्रभाव पडला की, काकासाहेब गाडगिळांच्या भाषणाचा पडलेला प्रभाव पूर्णपणे पुसला गेला!

मी औरंगाबादमध्ये गव्हर्न्मेंट कॉलेजात रुजू झालो आणि येथेच स्थिरावलो. अनंत भालेरावांनी मला परिषदेच्या कार्यात सहभागी व्हायला सांगितलं – आणि मला जरी अशी कामं आवडत नसली तरी – ती केवळ अनंतरावांवरील श्रद्धेपोटी मी करू लागलो. साहित्यपरिषदेच्या कार्यकारिणीवर कुरुंदकर होते आणि ते दर दोनतीन महिन्यांनी परिषदेच्या बैठकीसाठी किंवा अन्य कामासाठी औरंगाबादेत येत असत. नांदेडहून येताना ते कधी एकटे येत नसत. त्यांच्याबरोबर त्यांच्या मित्रांपैकी कोणीतरी असे. डोक्यावर गांधी टोपी, धोतर, झब्बा आणि त्यावर जाकीट असा त्यांचा पोषाख असे. औरंगाबादच्या स्टेशनवर उतरले की, ते तेथून किमान चार किलोमीटर अंतर पायीच काटत शहरात येत. सोबत विद्यार्थ्याची भूमिका वठवणारा एखादा मित्र असे. तो कुरुंदकरांच्या हातातली सामानाची पिशवी घेऊन त्यांच्याबरोबर चालू लागे. कुरुंदकर एखाद्या विषयावर त्याच्याशी बोलत बोलत शहरात येत. बहुधा त्यांना त्या विषयावर लेख लिहायचा असे. पुढे केव्हा तरी जेव्हा आम्ही दोघे अधिक जवळ आलो; तेव्हा एकदा मी त्याबद्दल त्यांना विचारले असता–'अशा बोलण्यातून माझी लेखाची तयारी पूर्ण होऊन जाते; माझ्या मांडणीतल्या कच्च्या जागा माझ्या लक्षात येतात, मग मी त्या काढून टाकू शकतो.' असा खुलासा त्यांनी केला होता. ते नांदेडहून आले की, ते तु.शं. कुळकर्णी यांच्याकडे उतरत. कुरंदकरांना पानवगैरे काही लागलं की, त्यांचा हा त्यांच्याबरोबर आलेला मित्र ते तत्परतेनं आणून देत असे. कुरुंदकरांच्या विद्वत्तेबद्दलचा आदरभाव त्यांच्या या मित्राच्या बारीकसारीक हालचालीतून, वागण्याबोलण्यातून प्रकट होत असे.

पुढे मीही मराठवाडा साहित्यपरिषदेच्या कार्यकारिणावर आलो. सर्व साहित्यसंस्थांचा संघ असलेल्या अ. भा. मराठी साहित्य महामंडळावर मी काही वर्षं त्यांच्याबरोबर सदस्यही होतो. म. सा. प.च्या कार्यकारिणीत आणि महामंडळात मी घेत असलेल्या भूमिकेत त्यांना काहीतरी तथ्य वाटत असावं. म्हणून कदाचित – मराठी एम.ए.ला रीतसर विद्यार्थी म्हणून आलेल्या आणि मर्ढेकरांवरच्या एकाही प्रश्नाचं उत्तर देऊ न शकलेल्या माझ्याबद्दल – त्यांचं मत बदलत गेलं असावं. एरव्ही कोणाचीही दखल न घेणारे कुरुंदकर आता माझ्याशी गंभीरपणे बोलू लागले. परिषदेच्या प्रश्नांवर माझ्याशी विचारविनिमय करू लागले. कुठल्याही नव्या व्यक्तीशी संबंध ठेवण्यापूर्वी ते त्या व्यक्तीला काळजीपूर्वक पारखून घेत. सर्वांनाच ते शिष्यासारखे वागवत नसत. आम्ही दोघे मित्र झालो, असं मी म्हणणार नाही. पण आता ते माझ्याशी आत्मीयतेनं

वागत-बोलत मात्र असत.

मी एकदा नांदेडला गेलो असताना त्यांच्या घरी दुपारच्या वेळी त्यांना भेटायला गेलो. ते अतिशय मोकळेपणानं बोलत होते. बोलता बोलता नुकताच झालेल्या होळी सणाचा विषय निघाला. कुरुंदकर या सणाची वैशिष्ट्यं सांगू लागले. मध्येच उठले. कपाटातून शोधून एक जुनाट पोथी काढली. म्हणाले, 'ही बघा! होळी-गीतांची पोथी!' त्यातली गीतं ते वाचूनही दाखवू लागले. ती सर्व स्त्रीपुरुषसंभोगवर्णनपर गीतं होती. मग म्हणाले, 'येथे अमूक अमूक कवी आहेत; त्यांना असं काही जमवायचा नाद आहे. त्यांच्याकडून मी ही पोथी एक नमुना म्हणून आपल्याही संग्रही असावी, म्हणून आणली; चांगलं-वाईट काहीही असो. शेवटी हाही आपल्या संस्कृतीचाच एक भाग आहे!'

हैदराबादच्या साहित्य संमेलनाचे वा.ल. कुळकर्णी अध्यक्ष असताना आम्ही सर्वजण हैदराबादला गेलो होतो. कुरुंदकरही आमच्याबरोबर होते. त्यांच्या मामाचं -नांदापूरकरांचं- घर तेथे असताना ते आम्हा सर्वांच्या बरोबर संमेलन-निवासस्थानी, एका शाळेत उतरले. संध्याकाळी आम्ही सर्वजण फिरायला बाहेर पडलो असताना आमचा एक मित्र प्रमाणाबाहेर पिऊन आमच्यात सामील झाला. तो सारखा बडबडत होता आणि कुरुंदकर त्याला सावरीत होते. 'आपण टँकबंड या तलावाकाठी जाऊ या; थंड हवेत त्याला जरा बरं वाटेल.' असं म्हणून कुरुंदकरांनी आम्हाला टँकबंडवर नेलं. नंतर निवासस्थानी आल्यावर हा मित्र तेथे बरंच ओकला. कुरुंदकर, चपळगावकर आणि यू.म. पठाण यांनी ते सर्व साफ केलं! हेही कुरुंदकरांचं एक रूप होतं.

कुरुंदकर ज्याला नीट पारखून जवळ करीत, त्याच्याशी त्यांचं वागणं समान पातळीवरचं असे. अपरिचित व्यक्ती जर त्यांच्या नजीक येण्याचा प्रयत्न करू लागली, तर त्याला तुसडेपणानं तोडूनही टाकीत असत. औरंगाबादी तु.शं. कुळकर्ण्यांकडे ते उतरलेले असताना आम्ही सर्वजण गप्पा मारण्यासाठी जमलो होतो. कुरुंदकर कॉटवर आडवे झालेले होते.एकजण त्यांना भेटायला आला. आडवे झालेल्या कुरुंदकरांनी कॉटवरची आपल्या पायांजवळ जागा दाखवून त्यांना ते म्हणाले, 'बसा तेथे! मग आपण बोलू.' आलेले गृहस्थही फटकळच होते. 'मी असा पायाजवळ बसत नसतो!' असं ते ताडकन म्हणाले. कुरुंदकर हसले, कॉटवर उठून बसले. त्यांना आपल्या शेजारी बसवलं. कोणाशी कसं, किती आणि केव्हा औपचारिक-

अनौपचारिक आणि तुटक वागायचं, याचं काही गणित त्यांच्याजवळ असे.

कुरुंदकरांच्या वैशिष्ट्यपूर्ण वर्तनासंबंधीचा आणखी एक प्रसंग. डॉ. बाबासाहेब मराठवाडा विद्यापीठातून प्रा. वा.ल. कुळकर्णी निवृत्त झाले आणि मराठी विषयाच्या प्राध्यापकाच्या एका जागेसाठी जाहिरात आली. अनंत भालेरावांनी या जागेसाठी प्रा. भगवंत देशमुखांना आणि नरहर कुरुंदकरांना अर्ज करायला सांगितलं. कुरुंदकर आम्हा सर्वांजवळ बोलले की, 'ही जागा विभागाच्याच सिनियर माणसाला मिळणार आहे, आम्ही अर्ज करणं निरर्थक आहे; पण आता अनंतरावांची आज्ञा! म्हणून मी अर्ज करून ठेवणार आहे. खरं म्हणजे भगवंतरावच अनंतरावांचा खरा कँडिडेट आहे. मी केवळ स्टेपनी आहे!'

इंटरव्ह्यूची तारीख आली. भगवंतराव-कुरुंदकर इंटरव्ह्यू द्यायला गेले. तेथे कुरुंदकरांचा इंटरव्ह्यू अतिशय आक्रमक झाला. रा.श्री. जोग, गं.ब. ग्रामोपाध्ये, म.भि. चिटणीस हे इंटरव्ह्यू कमेटीचे सदस्य होते. कुरुंदकरांना प्रश्न विचारताच ते उलट प्रश्नच कसा निरर्थक आहे, हे कमेटी सदस्यांना पटवून देऊ लागले! म.भि चिटणिसांनी विचारलं - 'तुम्हाला कोणती महानुभाव लिपी वाचता येते?' यावर 'ही जागा पोथ्या वाचण्यासाठी आहे, याची मला कल्पना नव्हती.' हे कुरुंदकरांचं उत्तर! सर्वजण कुरुंदकरांवर वैतागले. संध्याकाळी कुरुंदकरांनी स्वत:च ही सर्व हकीकत रंगवून सांगितली.

याचा एकदा मीही अनुभव घेतला होता. आमचे मैत्रीसदृश संबंध असतानाची गोष्ट. विद्यापीठानं माझी एकसदस्यीय समिती नेमून नांदेडच्या पीपल्स कॉलेजने त्यांना मान्यतेसाठी घातलेल्या अटींची पूर्तता केली की नाही, हे तपासायला नांदेडच्या पीपल्स कॉलेजला पाठवलं. तेव्हा कॉलेजचे प्राचार्य कुरुंदकर होते. मी कॉलेजला गेलो. गेल्यागेल्या मी कुरुंदकरांशी जवळिकीनं बोलण्यासाठी - 'कसं काय? काय म्हणताय?' अशी ऐसपैस सुरुवात केली. त्याकडे दुर्लक्ष करून ते म्हणाले - 'हे आमचे उपप्राचार्य! ते तुम्हाला हवी ती माहिती देतील.' नंतर ते उपप्राचार्यांना म्हणाले-'यांना हवी असलेली माहिती द्या!' मग उपप्राचार्य आणि मी, दोघे उठून उपप्राचार्यांच्या खोलीत गेलो. मी हवी ती सर्व माहिती करून घेतली. दुपार झाली होती. कुरुंदकरांनी विचारलं, 'काही शंका आहेत का?' माझं नकारार्थी उत्तर ऐकल्यावर ते उपप्राचार्यांना म्हणाले, 'तुम्ही यांना जेवायला घेऊन जा.' मी उपप्राचार्यांबरोबर जेवलो आणि कुरुंदकरांना पुन्हा न भेटताच औरंगाबादी निघून आलो! कुरुंदकरांबद्दलच्या या धक्कादायक अनुभवानं मी अस्वस्थ

झालो होतो. पण हे 'कुरुंदकर' आहेत, हे मी नंतर लक्षात घेऊन माझं समाधान करून घेतलं. या प्रसंगानंतर जेव्हा कुरुंदकर औरंगाबादी आले, तेव्हा ते माझ्याशी हास्यविनोद करीत पूर्ववत अनौपचारिकच वागले; जणू असं काही घडलंच नाही!

कराड साहित्य संमेलनात कुरुंदकरांनी अध्यक्षा दुर्गाबाई भागवतांच्या पायांना व्यासपीठावरच आदरपूर्वक स्पर्श केला होता. या प्रकारचा आणखी एक प्रसंग. गोवामुक्तिलढ्यात भाग घेतल्यामुळे गोव्यात बारा वर्षांची शिक्षा भोगत असणाऱ्या सुधाताई जोशी जेव्हा सुटून परत पुण्याला आल्या, तेव्हा त्यांचा भव्य सत्कार आयोजित केला गेला. परंतु त्यांनी तो स्वीकारण्यास स्पष्ट नकार दिला. तसेच पं. नेहरूंनी त्यांना देऊ केलेलं राज्यसभेचं सदस्यत्वही नाकारलं. कुरुंदकर पुण्याला महादेवशास्त्र्यांच्या घरी गेले आणि त्यांना म्हणाले, 'मी तुम्हाला नाही तर सुधाताईंना भेटायला आलो आहे.' ते सरळ सैपाकघरात गेले आणि त्यांनी सुधाताईंना साष्टांग प्रणिपात घातला. म्हणाले, 'सुधाताई, मी तुमच्या हातचा चहा प्यायला आलो आहे!' याच आदरभावनेने ते अनंत भालेरावांशीही वागत असत. आत्मप्रतिष्ठा सांभाळण्यात दक्ष असणारे कुरुंदकर ज्येष्ठाभिवादनाच्या परंपरा कटाक्षानं पाळत असत. तेव्हा कोणाशी केव्हा, कोठे आणि कसं वागायचं, याची कुरुंदकरांची काही सूत्रं होती आणि त्यांचं पालन ते जाणीवपूर्वक करीत.

आपल्या लेखनात-भाषणात धर्मातीत, पुरोगामी भूमिका घेणारे कुरुंदकर गळ्यात जानवं घालत. त्यांनी आपल्या मुलाची मुंजही केली होती. यासंबंधी जर कोणी स्पष्टीकरणं विचारली; तर न पटणारी, तऱ्हेवाईक कारणं सांगत. 'जानव्याला अडकवलेल्या किल्ल्या सुरक्षित राहतात, किल्ल्यांची सोय म्हणून मी जानवं घालतो!' हे त्यांचं स्पष्टीकरण असे. एकूण कुरुंदकरांच्या वर्तनात एक गुंतागुंतीचा अनाकलनीय भाग होता, असं म्हणावं लागतं.

कुरुंदकरांमध्ये जसा मूल्यांची प्रतिष्ठा सांभाळणारा एक विचारवंत होता, तसाच या त्या कारणांसाठी तडजोडी करणारा एक (चांगल्या अर्थाने) राजकारणीही होता. त्यांचे वडील हैदराबाद मुक्तिसंग्रामाच्या लढ्यात सहभागी झालेले होते. तेव्हा लहानपणापासून ते राजकारणाशी संबंधित राहिले होते. तारुण्याच्या उंबरठ्यावर असताना त्यांना मार्क्सवादाची भूल पडलेली होती. पुढे ते समाजवाद्यांचे नजिकचे म्हणून वावरले. राजकारणाशी तर संबंध होताच, पण ते उत्तम राजकीय विश्लेषकही होते; हे तर सर्वज्ञात आहे.

साहित्यपरिषदेत ते कार्यकारिणीवर असतानाची घटना. परिषदेची बंद

पडलेली पुस्तकप्रकाशन शाखा त्यांनी नव्याने सुरू करायला लावली. 'मराठवाड्याच्या उदयोन्मुख लेखककवींना आत्मविश्वास मिळवून देण्यासाठी त्यांचं निदान पहिलं पुस्तक परिषदेतर्फे प्रकाशित केलं गेलं पाहिजे; नवोदितांना उत्तेजन देणं हा परिषदेच्या घटनेप्रमाणे उद्दिष्टांचाच भाग आहे.' असा त्यांचा युक्तिवाद होता. हा ठराव कार्यकारिणीत मंजूर झाला. मग ते म्हणाले, 'आपण लेखक-कवी म्हणून स्त्रियांना फार कमी उत्तेजन देतो. या योजनेखाली प्रथम आपण अमूक एका कवयित्रीचा पहिला कवितासंग्रह प्रकाशित करण्यासाठी घ्यावा, अशी माझी सूचना आहे.' आणि तीही मंजूर झाली. यथावकाश त्या नवोदित कवयित्रीचा कवितासंग्रहही परिषदेने प्रकाशित केला. त्याला अनेक वर्षं झाली, आजही या कवयित्रीच्या कवितासंग्रहाच्या बहुतेक प्रती परिषदेच्या भांडारात पडून आहेत! संस्थेच्या सार्वजनिक पैशाचा असा विनियोग कुरुंदकरांनी का करवून घेतला, हे अनाकलनीय आहे. पण कुरुंदकरांबद्दल याही उलट अनुभव येत.

कुरुंदकर परिषदेचे अध्यक्ष आणि मी प्रतिष्ठानचा संपादक होतो. 'प्रतिष्ठान' मासिक केवळ प्रादेशिक न राहता संपूर्ण महाराष्ट्राचं वाङ्मयीन नियतकालिक बनावं, अशा भूमिकेतून मी त्याला रूप देत होतो. त्यासाठी महाराष्ट्र-विदर्भातल्या लेखकांचं साहित्य मागवून घेऊन ते छापत होतो. मराठवाड्यातल्या चांगल्या लेखकांचं साहित्यही नेहमीप्रमाणे छापलं जात होतं. पण जे लेखनाची नुकताच उमेदवारी करू लागले होते, अशांचं साहित्य मात्र नाकारत होतो. माझ्या या भूमिकेबद्दल लेखकांची ओरड होत होती. कुरुंदकरांकडे तक्रारी जात होत्या. कुरुंदकर मला म्हणाले, 'मराठवाड्यातल्या लेखकांचं साहित्य काहीसं कमी दर्जाचं असलं, तरी ते छापलं पाहिजे; कारण हे मासिक मराठवाड्यातल्या लेखकांसाठी सुरू करण्यात आलं आहे. अर्थात तुम्ही संपादक आहात, यासंबंधीचा निर्णय तुम्ही घ्यायचा आहे.' तरीही मी माझं धोरण चालूच ठेवलं. अशातच आणखी एक घटना घडली. माझे एक विद्यार्थी आणि समीक्षक प्रा. बाळकृष्ण कवठेकर यांनी 'प्रतिष्ठान' साठी कविवर्य वा.रा. कांत यांच्यावरचा त्यांचा एक लेख प्रसिद्धीसाठी आणून दिला. त्यात कांतांच्या कवितेतील काही उणिवा दाखवल्या होत्या. तसा तो कांतांवर टीका करणाराच लेख होता. तो लेख समाविष्ट असलेला प्रतिष्ठानचा अंक प्रसिद्ध झाल्याबरोबर त्यावर मराठवाडाभर गहजब झाला! मराठवाड्याच्या मुंबईतल्या लेखकमंडळींनी अनंत भालेराव आणि नरहर कुरुंदकर यांना पत्रं लिहून आपला संताप व्यक्त केला आणि 'रसाळांना

संपादकपदावरून तात्काळ दूर करा,' अशी मागणी केली. खुद्द भगवंत देशमुख आणि अनंत भालेराव यांनीही नाराजी प्रकट केली. कांतांनीही कुरुंदकरांना पत्र पाठवून आपण दुखावलो गेलो असल्याचं म्हटलं. या वेळी फक्त कुरुंदकर माझ्या बाजूने उभे राहिले. परंतु ते मला खाजगीत म्हणाले, 'तुम्ही तो लेख छापला नसता, तर बरं झालं असतं. नाही म्हटलं तरी आपणच आपल्या कवीची बदनामी होईल, अशी टीका कशाला छापायची? पण मी परिषदेचा अध्यक्ष आहे आणि तुम्ही माझे एक सहकारी म्हणून प्रतिष्ठानचं संपादन करता आहात. माझ्या सहकाऱ्याच्या मागे उभं राहणं माझं कर्तव्यच आहे! यासंबंधी तुम्ही कोणताही निर्णय घ्या. मी तुमच्याबरोबर आहे.'

त्यानंतर कुरुंदकरांनी कांतांच्या पत्राला आपल्या आक्रमक शैलीत उत्तर लिहिलं. पोष्टात टाकण्यापूर्वी त्यांनी ते मला वाचायला दिलं. त्यात असं म्हटले होतं की, 'एकदा तुमची निर्मिती प्रसिद्ध झाली की, ती वाचकांची होते. मग वाचकाला तिच्याबद्दल आपापली अनुकूल-प्रतिकूल मते मांडण्याचा हक्क प्राप्त होतो. तसा एकाने तो बजावला आहे. दुसरे असे की, मराठवाड्यात संत एकनाथांनंतर तुम्हीच सर्वात मोठे कवी आहात. पण कुसुमाग्रज, बोरकर आणि आजचे करंदीकर-पाडगावकर यांच्या संदर्भात तुमचे स्थान काय? याचाही तुम्ही विचार करावा!'

पुढे साहित्यपरिषदेच्या कार्यकारिणीतही कुरुंदकरांनी याची चर्चा होऊ दिली नाही.

मराठवाड्यातील लेखकांचा कुरुंदकरांवर अतिशय विश्वास असे. कुठलाही नवोदित लेखक त्यांच्याकडे आपलं लेखन दाखवायला जाई. कुरुंदकर त्याच्याशी अतिशय प्रेमानं वागत. त्याला मार्गदर्शन करीत. त्याच्या पुस्तकाला प्रस्तावनाही लिहीत. मराठवाड्यातील लेखकांत मुळात नसलेला आत्मविश्वास कुरुंदकरांनी जागा केला. कुरुंदकरांमुळे मराठवाड्यात एक सकस वाङ्मयीन वातावरण तयार झालं. परिषदेच्या एका निवडणुकीत आम्हा सर्वांचा पराभव करून वेगळीच टीम विजयी झाली. गंमत म्हणजे आमच्या बरोबर असणारे कुरुंदकरच त्यांना परिषदेचे अध्यक्ष म्हणून हवे होते!

दहा एक वर्षं अभ्यास करून मी पीएच्.डी. झालो. माझा प्रबंधाचा विषय 'कविता आणि प्रतिमा' असा तात्त्विक होता. त्यामुळे मी त्यात खरोखरीच काही नवं सैद्धांतिक मांडलं आहे की नाही, यासंबंधी अनेकांना कुतूहल होतं. कुरुंदकरांनीही माझ्या प्रबंधाची प्रत मागवून घेतली. कुरुंदकरांसारख्या विद्वानाच्या मताबद्दल मलाही जिज्ञासा होती. कुरुंदकरांनी पंचवीसएक

पानांचं, फुल्स्केप कागदांवर प्रबंधावर आक्षेप घेणारं प्रदीर्घ पत्र मला लिहिलं. त्यात काही महत्त्वाचे आक्षेप होते. मी ते पत्र कुरुंदकरांच्या निधनानंतरच्या प्रतिष्ठानच्या कुरुंदकरविशेषांकात प्रसिद्ध केलं.

नारायण सुर्व्यांच्या नुकताच प्रसिद्ध झालेल्या 'माझे विद्यापीठ' या कवितासंग्रहावर त्याच्या वाङ्मयीन गुणवत्तेबद्दल माझ्यात आणि कुरुंदकरांत 'प्रतिष्ठान'मधून वाद झाला. आपापल्या वाङ्मयीन भूमिकांमधून आम्ही या कवितासंग्रहावर लेख लिहिले. परंतु या परस्परविरोधी लेखांमुळे आमच्यात कुठलीही कटुता आली नाही.

कुरुंदकर हे अतिशय लोकप्रिय वक्ते होते. एक व्याख्याते म्हणून त्यांनी महाराष्ट्रभर भ्रमण केलं. आपलं प्रत्येक विधान खात्रीशीर असल्याचं आश्वासन देणारा ठामपणा त्यांच्या बोलण्यात असे. त्यांच्या विधानांवर ते साशंकतेची जराही छाया पडू देत नसत. त्यामुळे श्रोता ते बोलणं तात्काळ स्वीकारीत असे. त्यांच्या वक्तृत्वातल्या या वैशिष्ट्यामुळे ते प्रचंड लोकप्रिय झाले. आपणांस कोणी तरी काही तरी खात्रीशीर असं सांगावं आणि आपला संभ्रम नाहीसा करावा, अशीच माणसाची इच्छा असते. ती कुरुंदकरांच्या भाषणातून तृप्त होत असे. मी त्यांचं एकच साशंकतापूर्वक केलेलं व्याख्यान ऐकलं. आमच्या मराठी विभागात समीक्षेतील काही प्रश्नांवर 'विस्तारित व्याख्यानमाला'च्या योजनेत त्यांना आमंत्रित केलं होतं. त्यांच्या पहिल्या व्याख्यानात ते चाचपडत बोलत होते. नेहमीची ठामपणे केलेली विधानं कुठेच नव्हती. घरी गेल्यावर तु.शं. कुळकर्णी यांनी त्यांच्या हे निदर्शनास आणून दिलं. कुरुंदकरांनाही ते जाणवलं असणार. त्यांनी दुसऱ्या व्याख्यानाची नीट पूर्वतयारी केली आणि ते व्याख्यान त्यांच्या नेहमीच्या शैलीत झालं!

कदाचित ही व्याख्यानं तात्त्विक समीक्षेवर असल्यामुळेही असं झालेलं असू शकतं. त्यांच्या 'रूपवेध' या ग्रंथावर मे.पुं. रेग्यांनी कठोर टीका केल्यानंतर कुरुंदकरांनी नंतर सौंदर्यशास्त्र-सैद्धांतिक समीक्षा यांवर काहीच लिहिलं नाही. ते अन्य विषयांवर लिहीत राहिले. कदाचित या विषयासंबंधीचा त्यांचा आत्मविश्वास गेलेला असणार.

कुरुंदकरांसंबंधी मला एक प्रश्न पडलेला असतो. ते व्याख्यानासाठी इतके फिरत असत की, ते आपल्या अनेक विषयांवरच्या वाचनाला-चिंतनाला वेळ कुठून आणि कसा देत असतील? प्रारंभी जेव्हा वक्ता म्हणून त्यांचा लौकिक झाला नव्हता, तेव्हा त्यांनी भरपूर वेळ दिलेला असणार. वाङ्मय, समीक्षा, तत्त्वज्ञान, भारतीय काव्यशास्त्र, इतिहास, राजकीय तत्त्वज्ञान, संगीतकला,

हिंदू-इस्लामसह विविध धर्मांचं तत्त्वज्ञान, प्रत्यक्ष समकालीन राजकारण आणि जिवंत सामाजिक प्रश्न इत्यादी सर्वांचा व्यासंग करण्याइतकी सवड त्यांनी कशी काढली असेल? त्यांची असाधारण बुद्धिमत्ता गृहीत धरूनही मला या प्रश्नाचं उत्तर मिळत नाही. मला ते सॉक्रेटिस-ॲरिस्टॉटल या प्राचीन ग्रीक तत्त्वज्ञांसारखे वाटतात! एकेक ग्रीक तत्त्वज्ञ आपल्या आयुष्यात अनेक शास्त्रांत नवनव्या गोष्टींची भर घालीत असे. कुरुंदकरही तशाच आवाक्याने विविध ज्ञानक्षेत्रांत रममाण होत होते. यात मला कुरुंदकरांनी भारतातील इस्लामच्या प्रश्नावर केलेलं लेखन सर्वात अधिक मौलिक वाटलेलं आहे. अनेक ज्ञानक्षेत्रांत अवगाहन करण्याऐवजी जर कुरुंदकरांनी आपल्या अभ्यासचिंतनासाठी एखाददोन विषयच निवडले असते तर? त्या विषयांच्या तज्ज्ञांमध्ये कुरुंदकरांचं काय स्थान असतं? माझ्या दृष्टीने ते अशा मर्यादित क्षेत्रात मूलभूत विचार करणारे एक मोठे विचारवंत मानले गेले असते. परंतु विचारवंत म्हणून ते आजच्या इतके 'लोकप्रिय' मात्र नसते!

कुरुंदकर अचानक गेले. ते गेले, तेव्हा मी महिन्यासाठी शिवाजी विद्यापीठाच्या मराठी विभागात 'पाहुणा व्याख्याता' म्हणून गेलो होतो. सकाळी वृत्तपत्रातून बातमी वाचली, अस्वस्थ वाटलं. मराठी विभागात गेलो, तेथे सर्व विद्यार्थी-प्राध्यापक जमले. शोकसभा भरली. मी बोलायला उभा राहिलो. मला बोलताच येईना. कंठ भरून आला. डोळे वाहू लागले. कुरुंदकरांशी असलेल्या माझ्या सबंधातली सर्वच गोड-कडू वळणं आठवू लागली!

दुसऱ्या दिवशी 'सकाळ'च्या कोल्हापूर आवृत्तीत माझा छोटासा लेख प्रसिद्ध झाला. 'अनेक ज्ञानक्षेत्रांत रममाण झालेला, ग्रीक विद्वत्-परंपरेतला या शतकात महाराष्ट्रात झालेला एकमेव ज्ञानयोगी!' असं त्यात मी म्हटलं होतं.

◈

९.

कांत : एक अंतर्बाह्य कवी

कांतांचं नाव मी औरंगाबादला भरलेल्या मराठवाडा साहित्य संमेलनात प्रथम ऐकलं. मी जरी दहा वर्षांचा होतो, तरी वडिलांबरोबर मीही संमेलनाचे सर्व कार्यक्रम ऐकले. समारोपप्रसंगी कांतांना आपला कवितासंग्रह प्रकाशित करण्यासाठी संमेलनातर्फे तीनशे रुपयांचं आर्थिक साह्य जाहीर करण्यात आलं. तेव्हा माझ्या कानावर हे नाव पडलं. कांतही या संमेलनाला हजर असावेत.

कांतांना मी प्रथम प्रत्यक्षात पाहिलं ते औरंगाबादच्या नभोवाणी केंद्रावर ते मराठीचे कार्यक्रमप्रमुख म्हणून आले तेव्हा. त्यांच्या आधी ताम्हणे नावाचे अधिकारी हे पद सांभाळायचे. त्यावेळी औरंगाबाद हे चाळीसएक हजारांचं छोटं शहर. नभोवाणीच्या कार्यक्रमांना पुरतील इतके लेखककवी आणि गायक-वादक यांसारखे कलावंत औरंगाबादेत नव्हतेच. नभोवाणी केंद्र स्थापन झाल्यापासून नभोवाणीसाठी श्रुतिका लिहिणं आणि नभोवाणीसाठी त्या बसवणं याची मुख्य जबाबदारी माझ्या वडिलांवर -भाऊंवर-पडली होती. त्यांना नाटकांत अतिशय रस असे. अनेक अडथळे पार करीत ते रेडिओसाठी श्रुतिका बसवीत. त्या काळी रेकॉर्डिंगची सोय नसल्यामुळे नभोवाणीवर सर्व कार्यक्रम प्रत्यक्षात प्रक्षेपित केले जात असत. त्यासाठी आधी कार्यक्रमांच्या तालमी घ्याव्या लागत आणि या श्रुतिकांच्या तालमी आमच्या घरीच होत. या श्रुतिकांत काम करायला स्त्रिया अजिबात मिळत नसत. या छोट्या गावात नाटकात कामं करणाऱ्या स्त्रियांबद्दल कंड्या पिकवल्या जात असत. त्यामुळे बदनामीच्या भीतीपोटी स्त्रिया या अशा कामाला नकार देत. भाऊंना मिनतवाऱ्या करून त्यांना आणि त्यांच्या कुटुंबीयांना तयार करावं लागत असे. तालीम झाल्यावर त्यांना घरी पोचवण्याची जबाबदारी घ्यावी लागत असे.

काही स्त्रियांना सोबत म्हणून कोणी तरी पुरुषमाणूस तालमीच्या ठिकाणी हजर रहात असे. या तालमी पहायला आणि त्या योग्य प्रकारे चालल्या आहेत काय, हे पहायला नभोवाणीचे पहिले कार्यक्रम अधिकारी असलेले ताम्हणे आमच्या घरी येत. ते गंभीर प्रकृतीचे, मितभाषी होते. त्यांचा दराराही वाटत असे. त्यांच्याकडून अनुकूल अभिप्राय मिळवणं अवघड गोष्ट असे. ते बदलून गेल्यावर त्यांच्या जागी कांत आले आणि तेही तालमी बघायला आमच्या घरी येऊ लागले. त्यांचं वागणं बोलणं ताम्हण्यांच्या अगदी विरुद्ध. तालमीला ते मोकळेपणानं दाद देत असत. त्यांच्या या मोकळ्या स्वभावामुळे त्यांची आणि माझ्या वडिलांची मैत्री जुळून आली.

कांत हे रंगानं काहीसे सावळेच, उंचीही जेमतेम पाच फूट आणि दोनतीन इंच एवढीच. अंगानं सडसडीत. धरधरीत नाक, तेजस्वी डोळे आणि कानापर्यंत वाढवलेल्या काहीशा कुरळ्या केसांचा ते उलटे फिरवून पाडलेला भांग असं त्यांचं रूप पाहणाऱ्याचे लक्ष वेधून घेई. त्यांचा पोषाख नीटनेटका आणि पाश्चात्त्य धर्तीचा असे. ते सामान्यत: सुटात असत. काही वेळा पँटमध्ये खोचलेला शर्ट आणि टाय या पोषाखातही ते असत. त्यांचा आवाज अतिशय मृदू, काहीसा किनरा आणि कानांना सुखावणारा; बोलणं खालच्या पट्टीतलं. ते त्यांच्या मृदू स्वरात बोलायला लागले की, हे नक्कीच 'कवी' असणार असं वाटायचं. एकूण कांतांचं दर्शन अतिशय आकर्षक आणि पहाणाऱ्याला सुखावणारं होतं.

प्रथमदर्शनी कांत हे मराठवाड्याचे-नांदेडचे-आहेत, असं वाटतच नसे. ते पुण्यामुंबईकडून आले असावेत, असाच ग्रह होई. त्या वेळचा मराठवाडा हा एकूण महाराष्ट्रापेक्षा एकदम वेगळा. मराठवाड्यातील माणसाचं रहाणसहाण, त्याच्या रीतीभाती वेगळ्या, जगणं ऐसपैस, त्यात शिस्तीचा अभाव, जगण्यात वेळेचं महत्त्व नाही. सर्व गोष्टी संथ गतीनं चालणार. मराठवाडी माणसाचं मराठी बोलणेही एकदम वेगळं. त्यात नांदेड-परभणीचं मराठीही एकदम वेगळंच. सर्वांच्या बोलण्यात उर्दू शब्दांचा भरणा प्रचंड. या सर्वांपासून कटाक्षानं दूर राहणारे कांत नांदेडचे असूनही मराठवाड्याचे वाटतच नसत. आपल्या किनऱ्या, मृदू आवाजात ते 'पुणेरी' मराठीत बोलू लागले की, त्यांच्या 'मराठवाडी' असण्यावरचा विश्वास उडून जाई. खरं म्हणजे ते उर्दू माध्यमातून शिकलेले होते. उर्दूवर त्यांचं प्रभुत्वही होतं. त्यांचं उर्दू कारकुनी पठडीतलं नव्हतं. ते वाङ्मयीन संस्कार झालेलं अभिजात स्वरूपाचं होतं. कांतांचं उर्दू वाङ्मयाचं वाचन समृद्ध होतं. परंतु त्यांच्या बोलण्यात एकही

उर्दू शब्द नसे. इथल्या मराठी बोलण्यातील उच्चारपद्धती शब्दांतील हेल, आघात आणि उर्दूमिश्रित भाषा यांपासून कांतांनी आपलं मराठी वेगळं ठेवलं होतं. त्यामुळे मराठवाड्यातल्या माणसाला कांत हे आपल्यापैकी आहेत, असं वाटतच नसे.

कांतांचे समकालीन असलेले मराठवाड्यातील दुसरे कवी म्हणजे बी. रघुनाथ. दोघांच्या दिसण्यात, वागण्यात आणि रहाणीमानात कमालीची तफावत. असं असलं, तरी दोघांनीही आपल्या निर्मितीतून मराठवाड्यात आधुनिक कविता रुजवली. पण कांतांच्या कवितेचं नातं कुसमाग्रज-बोरकरांच्या कवितेशी जवळचं. ते कुसुमाग्रजांच्या संप्रदायातले कवी म्हणून ओळखले जायचे. त्यामुळे 'कुसुमाग्रज-बोरकर -कांत' असा तिघांचा एकत्र उल्लेख केला जात असे. त्यांचा पाश्चात्त्य पद्धतीचा पोषाख, त्यांचं पुणेरी मराठीतलं बोलणं आणि त्यांची कुसुमाग्रजपरंपरेतली कविता या सर्वांमुळे ते काहीसे परकेच वाटत. या उलट बी. रघुनाथांची कविता मराठवाड्याच्या मध्ययुगीन संस्कृतीचं रंगरूप घेऊन आलेली, एका अर्थी ती त्यांच्या कथेसारखीच प्रादेशिक स्वरूपाची. मराठी काव्यात ती कुठल्याही परंपरेत बसू शकणार नाही अशी. मराठीत अशा कवितेची परंपरा नसल्याने कवी या नात्याने बी. रघुनाथांच्या कवितेची तुलनेनं कमी दखल घेतली गेली.

परंतु कांतांची कविता पश्चिम महाराष्ट्राच्या काव्यपरंपरेशी केवळ नातं सांगणारी नव्हती. निझामी सत्तेनं हैदराबाद संस्थानात सामान्य माणसावर जे अनेक निर्बंध लादले होते; मराठी भाषेची जी गळचेपी केली होती तिचे तीव्र पडसाद कांतांच्याही कवितेत उमटत होते. पण तरीही बी. रघुनाथांच्या तुलनेत कांत परकेच राहिले. गंमत अशी की बी. रघुनाथांच्या काव्यात 'मराठवाडा' उमटत असूनही कवी म्हणून कांतांपेक्षा त्यांना कमी महत्त्व दिले गेले आणि कांतांनी आपल्या कवितेतून मराठवाड्यावरच्या अन्यायाविरूद्ध आवाज उठवूनही ते मराठवाड्याच्या वाङ्मयीन वर्तुळात परकेच मानले गेले.

आपण 'कवी' आहोत आणि त्यामुळे आपण इतरांपेक्षा वेगळे आहोत, याची तीव्र जाणीव बोरकरांप्रमाणे कांतांनाही होती. बोरकर जसं आपलं दिसणं, आपला पोषाख, आपलं वागणं बोलणं या सर्वांतून आपलं 'कवीपण' सांभाळीत; तसंच कांतही सांभाळीत. परंतु त्यांना असलेल्या स्वतःच्या कवीपणाच्या जाणिवेमुळे त्यांच्या व्यक्तिमत्त्वात शिष्टपणा किंवा आढ्यता कधी आली नाही.

सरकारी हायस्कूलमधील मराठीचे शिक्षक असलेले वसंतराव धारवाडकर

हेही वाङ्मयप्रेमामुळे कांतांप्रमाणेच माझ्या वडिलांचे मित्र होते. ते मराठीत एम्.ए. झाले असल्यामुळे सरकारी इंटरमेजिएट कॉलेजात मराठी शिकवण्याचे काही तास त्यांना दिले गेले होते. ते स्वत:चा उल्लेख कटाक्षानं 'प्रोफेसर धारवाडकर' असा करीत. प्रोफेसर असल्यामुळे स्वाभाविकपणे ते बहुतेक सुटातच असत. औरंगाबादच्या सरस्वती भुवन हायस्कूलमध्ये शिक्षक असलेले माझे वडील न.मा. कुळकर्णी हे मराठवाड्यातल्या चारचौघा मध्यमवर्गीयांसारखा धोतर, पर्शियन धर्तीचा कोट आणि टोपी असा पोषाख करीत. कांतांना मात्र त्यांचा हा पोषाख खुपायचा. त्यांचा पोषाख बदलायचा कांतांनी चंगच बांधला! प्रो. धारवाडकरांचीही त्यांना साथ असे. त्यामुळे तेही शर्ट पँट कोट या पोषाखात आले. परंतु त्यांना या पोषाखात अस्वस्थ वाटायचं.

कांतांना पानतंबाखूचं आणि सिगारेटचं अशी दोन्ही व्यसनं होती.ते सिगरेट तर ओढीतच पण कधी कधी ते सिगारेटऐवजी पाईपही वापरीत. त्यांचं स्टाईलमध्ये पाईप ओढणं त्यांच्या व्यक्तिमत्त्वाला शोभून दिसत असे. कांत घरी आले की, त्यांच्या पानतंबाखूची सोय करावी लागत असे. मग आमच्या घरी पानतंबाखूचा डबाच ठेवला जाऊ लागला. 'माणसाला कसलं तरी व्यसन हवंच' असा युक्तिवाद करून कांत भाऊंना पानतंबाखू घ्यायचा आग्रह करीत. शेवटी कांतांमुळे सिगरेटचं जरी नसलं तरी पानतंबाखूचं व्यसन त्यांनाही चिकटलं.

कांतांच्या सहवासात भाऊ आले आणि त्यांचं नामांतरही केलं गेलं! ते शाळेत आणि मित्रपरिवारात 'नरहरराव' या नावानं संबोधले जात. त्यावेळी मराठवाड्यात सर्वजण एकमेकांना पहिल्या नावानंच संबोधत असत. आडनावानं संबोधण्याची रीत फार नंतर आली. पण हे जुनाट नाव कांतांना काही भावत नव्हतं! कांत स्वत:ही 'वामनराव' होते. पण त्यांना सर्वजण 'कांत'च म्हणत. आपल्या मित्राला 'नरहरराव' म्हणणं त्यांना प्रशस्त वाटत नसावं. त्यांनी 'नरहर माणिक'चं 'न.मा.' करून टाकलं. आणि याच नावांन त्यांना हाक मारायला सुरवात केली. हळू हळू त्यांचं हेच नाव पुढे सर्वांच्याच तोंडी येऊ लागलं.

हैदराबाद संस्थान मुक्त होण्यापूर्वी संस्थानात उर्दूचं प्राबल्य होतं. शाळांतून मराठी केवळ तृतीय भाषा म्हणून शिकवली जात असे. वृत्तपत्रं, मासिकं चालवायला, प्रकाशनव्यवसायाला बंदी होती. म्हणून वाङ्मयप्रेमापोटी औरंगाबादमध्ये अनेक छोटीमोठी वाङ्मयमंडळं चालवली जात असत.

त्यांच्या आठ-पंधरा दिवसांनी बैठका होत. भाऊ, कांत, प्रो. धारवाडकर यांचं 'विचारविकासमंडळ' नावाचं असंच एक मंडळ होतं. त्याच्या आठवड्याला बैठका होत. मंडळाचा प्रत्येक सदस्य कुठल्या ना कुठल्या साप्ताहिकाचा, मासिकाचा वर्गणीदार असे. प्रत्येकजण आपलं मासिक-साप्ताहिक वाचून झालं की, ते इतरांमध्ये फिरवत असे. मग यातल्या महत्त्वाच्या वाङ्मयावर मंडळाच्या बैठकांत चर्चा होत असे. या बैठका आलटून पालटून सर्वच सदस्यांच्या घरी होत. कोणाची जर काही अडचण असेल, तर मग ती बैठक आमच्या घरी घेतली जात असे. मला दूरवर बसून बैठकीत होणारी चर्चा ऐकण्याला परवानगी असे. तो युद्धकाळ असल्यामुळे साखरेवर रेशनिंग होतं. रेशनिंगची साखर घरच्या चहालाच पुरत नसे. मग बैठकीतल्या दहाबारा मंडळींना चहा देणं कठीणच असे. बैठकीच्या पूर्वी मला वडील प्रत्येकाच्या घरी पाठवत आणि प्रत्येकाकडून दोन दोन चमचे साखर गोळा करायला सांगत.

औरंगाबादला महाराष्ट्र-विदर्भातून क्वचितच लेखक येत असत. असा एखादा लेखक आला, तर त्याला या मंडळात आमंत्रण देत. आमच्या घरी एकदा मामा वरेरकर आले आणि नंतर केव्हा तरी बी. रघुनाथही आले. मामा आल्यावर त्यांनी बोलण्याची सूत्रं आपल्या हातात घेतली. त्यामुळे इतरांना बोलण्याची संधीच मिळाली नाही. याउलट बी. रघुनाथांसंबंधीचा अनुभव. ते आल्यावर 'हो-नाही' या दोन शब्दांशिवाय ते इतर एक शब्दही बोलले नाहीत. त्यामुळे बैठकीत अधूनमधून जीवघेणी शांतता पसरत असे! हैदराबाद संस्थान मुक्त झालं आणि हळूहळू ही मंडळं बंद पडत गेली.

अशा बैठकींशिवाय कांत प्रो. धारवाडकरांबरोबर आमच्याकडे आठवड्यातून दोनतीन वेळा येत. सायंकाळी सहा-सात ही त्यांच्या येण्याची वेळ असे. घरात एकही खुर्ची नसे. बैठकीत सतरंजी पसरलेली असे. पाठ टेकवून बसण्यासाठी एक वळकटी - गुंडाळी केलेली गादी - भिंतीला लावून ठेवलेली असे. सुटातले कांत या वळकटीला टेकून अवघडून बसत. मग हळू हळू आपले पाय पसरीत आणि आरामात बसत. साखरटंचाईमुळे चहापाण्याचा प्रश्न नसे. पानतंबाखूचा डबा तेवढा हजर असे. मग पान जमवलं जाई. गप्पांना रंग चढे. आमच्या घरात वीज नव्हती. एक भलामोठा पितळी स्टँड मध्यभागी लावून ठेवला जाई. या स्टँडच्या प्रकाशात कधी कधी कांत आपल्या मधुर, किनऱ्या आवाजात कविता वाचत. कांत कविता गळ्यावर मात्र म्हणत नसत. कवितेची वही किंवा कागद उजव्या हातात घेऊन डाव्या

हाताच्या, बोटांच्या आणि मानेच्या लयबद्ध हालचाली करीत ते कविता वाचत. त्या वाचत असताना त्यांची भली थोरली सावली मागच्या भिंतीवर उमटत असे. या सावलीकडे पहात, सावलीत दिसणाऱ्या त्यांच्या हाताच्या, बोटांच्या आणि मानेच्या लयबद्ध आणि मोहक हालचाली निरखीत मी दूर बसून त्या कविता ऐकत असे.

जाहीर कविसंमेलनात मात्र कांतांना आपलं कवितावाचन लोकप्रिय करता आलं नाही. ते अशा ठिकाणी हमखास अयशस्वी होत असत. याला त्यांचा किनरा आवाज जबाबदार असे. इतर कवी खड्या आवाजात नाटकी पद्धतीनं कविता वाचत. या पार्श्वभूमीवर कांतांचं कवितावाचन सपक वाटत असे. छोट्या बैठकीत मात्र कांत काव्यवाचनात बाजी मारीत.

कांत नभोवाणीवर असताना त्यांनी नभोवाणीसाठी कितीतरी कविसंमेलनं घेतली. या कविसंमेलनांसाठी यशवंतांपासून ते मंगेश पाडगावकरांपर्यंत अनेक कवी औरंगाबादला येत. मुख्यत: अशा कविसंमेलनात कांत स्थानिक कवींना सहभागी करून घेत. एरव्ही प्रयत्न करूनही मराठवाड्याबाहेर या कवींना 'कवी' म्हणून ओळख मिळत नसे. कांतांमुळे त्यांना असा वाव मिळत असल्यामुळे हे कवी कांतांवर संतुष्ट असत.

१९४८ च्या सप्टेंबरमध्ये हैदराबाद संस्थान निझामी सत्तेपासून मुक्त झालं होतं. आता वाङ्मयीन उपक्रमांना कसलाही अडथळा राहिला नव्हता. कांतांचा कवितासंग्रह प्रसिद्ध होणं गरजेचं होतं. पाचसहा वर्षांपूर्वी औरंगाबादेत भरलेल्या मराठवाडा साहित्य संमेलनातर्फे त्यांच्या काव्यसंग्रहाच्या प्रकाशनासाठी तीनशे रुपयांचं साह्य करण्याची घोषणा झाली असली, तरी कवितासंग्रह त्यावेळी निघू शकला नसल्यामुळे ते पैसे बहुतेक मिळाले नसावेत. अशा परिस्थितीत हा कवितासंग्रह आपणच प्रसिद्ध करावा, असं या तीन मित्रांनी ठरवलं. 'प्रतिभा प्रकाशन' हे या संस्थेचं नाव निश्चित करण्यात आलं. पुस्तकाची संहिताही 'रुद्रवीणा' या नावासह तयारच होती. पण पुस्तक प्रकाशनासाठी लागणारा पैसा कोठे होता? मग मित्रमंडळींकडून त्यासाठी पैसे जमा करण्यात आले. भाऊंना 'प्रकाशक' केलं गेलं. त्यांनी मुखपृष्ठासाठी दीनानाथ दलालांकडून चित्र मिळवलं. नवशक्तीचे त्यावेळचे संपादक प्रभाकर पाध्ये यांची प्रस्तावना मिळवली. औरंगाबादमध्ये केवळ ट्रेडल मशीनचे प्रेस असल्याने येथे पुस्तकछपाई शक्य नव्हती. त्यासाठी भाऊ नागपूरला गेले. तेथे या सर्वांचे मित्र असलेल्या स.मा. गर्गे यांच्याकडे उतरले. त्यांच्या मदतीनं कांतांचा 'रुद्रवीणा' हा कवितासंग्रह छापून घेतला.

मराठवाडा मुक्त झाल्यावर औरंगाबाद 'नभोवाणी'चं नाव 'औरंगाबाद आकाशवाणी' केलं गेलं. या आकाशवाणीकेंद्रावर कांतांनी मराठी लेखकांची 'मी का लिहितो?' नामक भाषणमालिका घडवून आणली. यात न.चिं. केळकरांपासून ते बा.सी. मर्ढेकरांपर्यंत अनेक लेखककवींची भाषणं प्रक्षेपित झाली.ती पुस्तकरूपानं प्रसिद्ध करण्यासाठी प्रतिभा प्रकाशनाला कांतांनी परवानगीही मिळवून दिली.

एका 'मागासलेल्या' विभागातल्या औरंगाबाद नभोवाणीकेंद्राला केवळ कांतांमुळे एक वाङ्मयीन दर्जा प्राप्त झाला. या केंद्राच्या कार्यक्रमांना लेखककवींचा आणि वाङ्मयरसिकांचा श्रोतृवर्ग लाभला. कांतांनी आयोजित केलेल्या कार्यक्रमांबद्दल लेखककवींची स्तुतिपर पत्रं आली की, कांत आमच्याकडच्या बैठकीत त्यांचा अभिमानानं उल्लेख करीत.

१९५०च्या सुमारास औरंगाबादचं आकाशवाणी केंद्र पुण्याला हलवलं गेलं. कांतांची नागपूरला बदली झाली. मग प्रतिभा प्रकाशनचा कारभारही बंद पडला. नंतर कांतांसह कोणीच त्याची वास्तपुस्त केली नाही. येथून बदलून गेल्यावर कांत अनेक वर्षं औरंगाबादला आलेच नाहीत.'रुद्रवीणा' या संग्रहाच्या तीनशेएक प्रती आमच्या घरी विक्रीविना तशाच पडून होत्या. भाऊ दर सहाएक महिन्यांनी त्या खोक्यातून काढत. त्या पुसून आणि खोक्यात जंतुनाशक पावडर टाकून पुन्हा ठेवून देत. 'मी का लिहितो?' हे पुस्तक औरंगाबादमध्येच छापलं गेलं होतं. परंतु छपाईचं बिल चुकतं न केल्यामुळे त्याच्या प्रती प्रेसने दिल्याच नाहीत. यात दोनतीन वर्षं गेली. शेवटी पुण्याच्या कुठल्या तरी ग्रंथविक्रेत्यानं 'रुद्रवीणे'च्या प्रती विकत घेतल्या. त्यातून येथल्या प्रेसचं बिल काही प्रमाणात चुकतं केलं गेलं. बिलाच्या उरलेल्या रकमेपोटी 'मी का लिहितो?'च्या प्रती प्रेसने स्वतःकडे ठेवून घेतल्या. शेवटी भाऊ प्रकाशनव्यवसायातून मुक्त झाले!

१९५० साली कांतांनी औरंगाबाद सोडल्यानंतर भाऊंनी आपला पुराणा धोतर-कोट-टोपी हाच पोषाख पुन्हा परिधान करायला प्रारंभ केला. काही कौटुंबिक अडचणींमुळे त्रस्त झालेल्या भाऊंचा वाङ्मयाशीही संबंध तुटत गेला. काही काळानं भाऊंच्या एका ऑपरेशनप्रसंगी डॉक्टरांच्या सल्ल्यानं भाऊंनी तंबाखू खाणंही सोडून दिलं. कांतांचा आणि त्यांचा संबंध पूर्णपणे संपुष्टात आला. पुढे कांत बऱ्याचदा औरंगाबादी आले, पण ते भाऊंना भेटण्यासाठी कधीही आमच्या घरी आले नाहीत.

औरंगाबाद सोडल्यावर कांतांची कविता बदलत गेली. औरंगाबाद

सोडल्या सोडल्या हैदराबाद येथे भरलेल्या एका कविसंमेलनात कांतांनी मर्ढेकर आणि नवकविता यावर कडक टीका केली होती. परंतु हळूहळू ती कुसमाग्रजप्रभावातून बाहेर पडत गेली आणि नवकवितेकडे झुकत गेली. कांत मौज प्रकाशनगृहाचे 'मान्यवर कवी' बनले. 'दोनुली'सारखा काव्यरचनेतला प्रयोगही त्यांनी केला. पु.शि. रेग्यांच्या 'प्रियाळ' या संग्रहावर त्यांनी अनुकूल स्वरात लेखही लिहिला. कांत 'कवी' या नात्यानं 'मुंबईकर' बनले आणि तेथल्या वाङ्मयीन वातावरणाशी पूर्णतः समरस होऊन गेले.

कांत मराठवाड्यातले असूनही त्यांनी येथील वाङ्मयीन चळवळींपासून स्वतःला कटाक्षानं दूर ठेवलं. मराठवाडा साहित्यपरिषदेचं सदस्यत्वही त्यांनी घेतलं नाही. त्यामुळे इच्छा असूनही परिषदेच्या कार्यकर्त्यांना त्यांना मराठवाडा साहित्य संमेलनाचं अध्यक्षपद देता येत नव्हतं. शेवटी त्यांना परिषदेचं सभासद करून घेण्यात येऊन परभणी येथे साहित्य संमेलनाचं अध्यक्ष केलं गेलं.

उत्तर काळात माझ्या वडलांचे मित्र असलेल्या कांतांचा आणि माझा स्नेह जमला! आता मी विद्यापीठात व्याख्याता होतो. प्रतिष्ठान मासिकाचा संपादक होतो आणि समीक्षाही लिहीत असे. माझा 'कविता आणि प्रतिमा' हा ग्रंथ प्रकाशित झाला होता. माझ्या वाङ्मयाशी असलेल्या संबंधामुळे मी आणि कांत अधिक जवळ येत गेलो. कांतांच्या एका काव्यसंग्रहाला सरकारी पारितोषिक मिळालं होतं. त्यासंबंधीचा कार्यक्रम औरंगाबादी होता. ते येथल्या स्टेशनजवळच्या हॉलिडे कँपमध्ये उतरले होते. त्यावेळी कांतांनी मला भेटायला बोलावून घेतलं. आम्ही दोनएक तास वाङ्मयावर बोललो. कांतांचं इंग्रजी वाङ्मयाचं वाचन अद्ययावत होतं. इंग्लंडमध्ये सुरू असलेल्या अँग्री जनरेशन चळवळीबद्दल – विशषतः ओसबोर्नच्या 'लुक बॅक इन् अँगर' या नाटकाबद्दल आम्ही बोललो.

संमलनाचे अध्यक्ष झाल्यानंतर औरंगाबादला ते बऱ्याचदा आले. या सर्व प्रसंगी आमच्या मनमोकळ्या भेटी–गप्पा होत गेल्या.

कांतांचा मोठा मुलगा रवी हा औरंगाबादी नोकरीनिमित्त होता. वयाची पंचाहत्तरी ओलांडलेले कांत औरंगाबादला मुलाकडे आले असताना मराठवाडा दैनिकासाठी मी, प्रा. भगवंतराव देशमुख, नरेंद्र चपळगावकर अशा चारपाच जणांनी त्यांची मुलाखत घेतली. कांत आता थकलेले होते. त्यांच्या डोळ्यांतलं तेज निमालं होतं. त्यांच्या किनऱ्या, मधुर आवाजात कंप आला होता. परंतु त्यांच्या पोषाख मात्र बदललेला नव्हता. आम्ही सर्वांनी

कांतांची दीर्घ मुलाखत घेतली. त्यांना अनेक अडचणीचे प्रश्न विचारले. त्यांनी उत्साहानं ही मुलाखत दिली. मुलाखतीच्या शेवटी त्यांनी आपल्या थकलेल्या, कापऱ्या आवाजात 'मावळतीचे शब्द' या संग्रहातील वृद्धत्वाच्या काही कविता वाचल्या. त्या ऐकताना आम्हा सर्वांनाच गलबलून आलं.

◈

१०.

तर्कवादी प्रा. भालचंद्रमहाराज कहाळेकर

औरंगाबादला असताना मी भालचंद्रमहाराज कहाळेकरांचं नावही ऐकलं नव्हतं. मराठवाड्यातल्या वाङ्मयजगताची पुरेशी माहिती मला होती. त्यामुळे हैदराबादला मराठीचे कोण कोण प्राध्यापक आहेत, हे मला माहीत होतं. नांदापूरकर, र.म. भुसारी, रा.बा. माढेकर, भगवंत देशमुख आणि श्रीधरराव कुळकर्णी यांची नावं तेवढी कानावर पडली होती. त्यात भगवंत देशमुख तर मुळातले औरंगाबादचेच. विद्यार्थीदशेत ते औरंगाबादला आमच्या घरासमोरच रहात होते. त्यावेळी त्यांचं आमच्या घरी जाणंयेणंही होतं. त्याला खूप वर्षं झाली असली आणि आता त्यांची प्रतिमा जरी पुसट झाली असली, तरी त्यांचं स्मरण कायम होतं.

मी हैदराबादला मराठीत एम्.ए. करायला गेलो. एम्.ए.चा पहिलाच तास होता. डॉ. नांदापूरकर तो घेणार होते. ते नुकतेच सेवानिवृत्त झाले होते. तरीही उस्मानिया विद्यापीठाने त्यांना काही तास दिले होते. विद्यापीठाच्या इमारतीत मराठी विभाग दुसऱ्या मजल्यावर होता. नांदापूरकरांना हृदयविकाराचा त्रास असल्यामुळे त्यांना पहिल्याच मजल्यावर खोली दिली गेली होती.

पहिल्या तासासाठी मी नांदापूरकरांच्या खोलीसमोर गेलो. त्यांनी मला आत बोलावलं. नांदापूरकरांसमोर दोन व्यक्ती बसलेल्या होत्या. त्यांपैकी एक भगवंत देशमुख होते. त्यांना मी आधीच त्यांच्या घरी जाऊन भेटलो असल्यामुळे त्यांना मी ओळखत होतो.ही दुसरी अंदाजे पाच फूट दोनएक इंच उंचीची काहीशी स्थूल शरीरयष्टीची अनोळखी व्यक्ती खादीच्या जाड्याभरड्या पांढऱ्या शुभ्र पोषाखात होती. डोक्यावर गांधी टोपी, अंगात सदरा आणि खाली धोतर असा त्यांचा पोषाख होता. डोळ्यांवर जाड भिंगाचा

चष्मा आणि गोऱ्या चेहऱ्यावर उग्र भाव. प्रथम दर्शनी मला त्यांचं असं रूप दिसलं. मी मागच्या एका खुर्चीत बसून त्यांची चर्चा ऐकत होतो. भगवंत देशमुखांनी कसलं तरी विधान केलं. त्यावर आक्रमक स्वरात हे खादीधारी गृहस्थ तावातावानं भगवंतरावांचे विधान खोडू लागले. त्यावर भगवंतरावांनी (त्यांच्या नेहमीच्या पद्धतीप्रमाणे) अपराधी स्वरात 'पहा बुवा, मला मात्र असंच वाटतं;' असं म्हटलं आणि त्यावेळी आपल्या दोन शिष्यांची ही गंमत पहात नांदापूरकर मिस्किलपणे हसत होते.

हे उग्र चेहऱ्याचे खादीधारी गृहस्थ म्हणजे भालचंद्रमहाराज कहाळेकर! हे मला नंतर कळालं. तसंच त्यांच्याबद्दल बरीच माहितीही मिळाली. भगवंतरावांच्या आधी हे मराठीत एम्.ए. झालेले होते आणि भगवंतरावांचे ते परमस्नेहीही होते. मराठी एम. ए.ला मास्तरकीशिवाय दुसरी नोकरीच मिळत नसे. कारण कॉलेजं फक्त हैदराबादला. हैदराबादबाहेर फक्त तीन कॉलेजं. त्यात औरंगाबादला आणि गुलबर्ग्यालाच मराठीची जागा! त्यामुळे मराठी प्राध्यापकाच्या एकूण जागा किती? त्या वेळी प्राध्यापकाची नोकरी दुर्मीळ होती. मग मराठी एम्.ए. झालेले लॉ करत. कहाळेकरांनीही नंतर एलएल. बी. पदवी संपादन केली होती. भगवंतराव प्रथम श्रेणीत एम्.ए. होऊनही प्राध्यापकी मिळण्याची शक्यता नसल्याने लॉ क्लासला जात होते. अशात उस्मानिया विद्यापीठाच्या गुलबर्गा कॉलेजसाठी मराठी प्राध्यापकाची एक जागा निघाली. हैदराबाद संस्थानातली सगळी कॉलेजं ही उस्मानिया विद्यापीठाचे घटकच होती. म्हणून गुलबर्गा कॉलेजची मराठीची जागा विद्यापीठ भरणार होतं. त्या जागेसाठी कहाळेकर आणि भगवंतराव अशा दोघांनीही अर्ज केले. परंतु प्रत्यक्ष इंटरव्ह्यूसाठी कहाळेकर गेलेच नाहीत, ती जागा प्रथम श्रेणीत आलेल्या आपल्या मित्राला मिळावी म्हणून! या निवडीसाठी भगवंतराव एकटेच उमेदवार होते आणि तेही प्रथम श्रेणीचे! त्यामुळे भगवंतराव गुलबर्गा कॉलेजचे प्राध्यापक झाले! यथावकाश कहाळेकरही उस्मानिया विद्यापीठाचे मराठीचे प्राध्यापक झाले. मी एम्.ए.ला जेव्हा गेलो, तेव्हा ते निझाम कॉलेजमध्ये मराठी शिकवत असत आणि काही तास ते विद्यापीठात एम्.ए.लाही शिकवत असत. प्रथम वर्ष एम्.ए.ला ते शिकवत नसल्यामुळे त्या वर्षी शिक्षक या नात्याने त्यांची ओळख झालीच नाही.

हैदराबादमध्ये मी उस्मानिया विद्यापीठाच्या होस्टेलमध्ये रहात असे. हैदराबाद शहरापासून विद्यापीठ परिसर सहा-सात किलोमीटर अंतरावर होता. त्यामुळे माझा शहराशी तसा कमीच संबंध येई. असं असलं, तरी मी

शहरातील इसामिया बाजारमध्ये असलेल्या मराठवाडा साहित्यपरिषदेच्या कार्यक्रमांना जात असे. तेथे कहाळेकरांचं दर्शन हमखास होई. भाषणाचे कार्यक्रम असले, तर शेवटी आभारप्रदर्शनाचं काम भालचंद्रमहाराज कहाळेकरांकडेच असे. आणि हे काम ते अतिशय आकर्षकपणे पार पाडीत असत. त्यामुळे त्यांचे भगवंतराव–अनंतराव भालेरावांसारखे मित्र विनोदाने त्यांना 'आभारचंद्र' कहाळेकर या नावानं संबोधत असत. या वर्षभरात अनेक वेळा त्यांचं आभारप्रदर्शन ऐकण्याचा योग आला. या आभारप्रदर्शनात ते अनेकदा अतिशय चतुरपणे वक्त्याचं म्हणणं खोडून काढत असत. पण तेही अशा पद्धतीने की, त्याचा वक्त्याला अपमान वाटणार नाही! त्यांचे युक्तिवाद अतिशय बिनतोड असत. ते ऐकताना वाचक स्तिमित होऊन जाई. त्यामुळे त्यांचं आभारप्रदर्शन असलं की, एरव्ही या प्रसंगी उठून जाणारे श्रोते कार्यक्रम संपेपर्यंत बसून रहात. त्यांच्या आभारप्रदर्शनामुळे पुढच्या वर्षी होणाऱ्या त्यांच्या वर्गातल्या व्याख्यानांबद्दल उत्सुकता लागून राही.

एम्.ए. द्वितीय वर्षाला ते आम्हाला शिकवायला आले. एम्.ए.ला मी आणि उषा भोसेकर असे दोनच विद्यार्थी! एम्.ए.ला खाजगीरीत्या मात्र खूपच विद्यार्थी बसत. ते प्रामुख्याने शिक्षक असत. त्यामुळे परीक्षेला शंभरसव्वाशेची संख्या असे. या वर्षी कहाळेकरांनी आम्हाला बा.भ. बोरकरांचा 'आनंदभैरवी' आणि नंतर बा.सी. मर्ढेकरांचा 'आणखी काही कविता' असे दोन कवितासंग्रह शिकवले.

ज्या काळात बोरकरांची प्रतिभा (काही काळापुरती) क्षीण झाली होती, त्या काळात लिहिलेल्या कवितांचा 'आनंदभैरवी' हा संग्रह! याची खुद्द बोरकरांनाही कल्पना होती. कारण त्यांनी या कवितासंग्रहाच्या प्रारंभी 'माझ्या भावसंगीताची ही भैरवीही असेल, पण मी ती आनंदाने गायलेली आहे.' असं म्हटलेलं आहे! असा हा संग्रह शिकवताना कहाळेकरांच्या विश्लेषकबुद्धीला कमालीची धार आली होती. त्यांनी या कवितेच्या अक्षरश: चिंधड्या उडवल्या. कविता कशी आणि केव्हा 'वाईट' होते, 'वाईट' कवितेची लक्षणं कोणती, कवितेबद्दल असे नकारात्मक सिद्धांत मी त्यांच्याकडून शिकलो! अर्थात त्याचाही फायदा झाला.

यानंतर त्यांनी मर्ढेकरांचा 'आणखी काही कविता' हा संग्रह शिकवला. बोरकर शिकवताना त्यांनी व्याख्यानपद्धतीचा अवलंब केला होता. या वेळी मात्र त्यांनी प्रश्नोत्तररूपी चर्चेचा मार्ग निवडला. वर्गात ते सांगायचे की, "उद्या मर्ढेकरांची ही कविता नीट वाचून आणि तिच्यावर नीट विचार करून

या. उद्या आपण तिच्यावर चर्चा करू.'' मी त्यांनी सांगितलेल्या कवितेचा गंभीरपणे विचार करून वर्गात जात असे. मग ते विचारीत अमूक एक शब्द येथेच का आला आहे? हाच शब्द का? याऐवजी दुसरा अमूक एक समानार्थी शब्द जर वापरला असता, तर कवितेचं स्वरूप बदललं असतं का? कविता अधिक अर्थपूर्ण झाली असती की तिच्यात काही उणीव निर्माण झाली असती? शेवटी ही कविता काय सांगते? असे अनेक प्रश्न ते उपस्थित करायचे. मी त्यांचा प्रत्येक प्रश्न एक आव्हान म्हणून घेऊन त्यांच्याशी वाद घालत असे. मी त्यांच्याशी घातलेल्या वादानं ते सुखावून जात. ''तुम्ही नीट विचार करीत आहात'', असं कधीमधी उत्तेजनपर बोलत. कॉलेजात प्रा. म.भि. चिटणीस आणि प्रा. मे.पुं. रेगे यांच्यामुळे नीट विचार कसा करावा याचं मला बरंच आकलन झालं होतं. आता भालचंद्रमहाराज कहाळेकर! कवितेच्या आंतररचनेचं विश्लेषण कसं करायचं, हे मी येथेच शिकलो!

कहाळेकरांच्या 'मर्ढेकर' शिकवण्यामुळे माझे त्यांच्याशी अधिक निकटचे संबंध आले.

एम्.ए.ची परीक्षा झाली. मी औरंगाबादी परतलो. दोन महिन्यांनी रिझल्ट लागला. मी प्रथम श्रेणीत प्रथम आलो होतो. याच वेळी उस्मानिया विद्यापीठानं मराठी लेक्चररची एक जागा जाहीर केली. मी अर्ज केला. इंटरव्ह्यूसाठी मी हैदराबादेस गेलो आणि सरळ कहाळेकरांच्या घरीच उतरलो. माझ्या कुटुंबाच्या आर्थिक परिस्थितीमुळे मला नोकरीची अतिशय गरज होती. ती मिळेल की नाही, अशा विचारानं मी बराच विचलित झालो होतो. त्यामुळे माझा इंटरव्ह्यू अतिशय वाईट झाला. मी इंटरव्ह्यू देऊन परतलो. कहाळेकरांनी तो कसा झाला, म्हणून विचारलं. त्यावर- चांगला झाला नाही, असं मी सरळ सांगून टाकलं. सायंकाळपर्यंत त्यांना माझी निवड झाली नसल्याचं कळलंच असणार. पण ते त्याबद्दल काहीच बोलले नाहीत.

उस्मानिया विद्यापीठाच्या हैदराबादेतील काही कॉलेजांत तासिका तत्त्वांवर शिकवण्याचं काम मला देण्यात आलं. मी हैदराबादेत परतलो. गौळीगुड्यातील नाईकांच्या बंगल्याच्या आवारात कहाळेकर रहात असत. मी आणि माझे मित्र वसंत चिंचोलीकर असे दोघे कहाळेकरांच्या शेजारी असलेल्या दोन खोल्यांत भाड्यानं राहू लागलो. आम्हांला या खोल्या कहाळेकरांनीच मिळवून दिल्या होत्या. वसंत चिंचोलीकर माझ्यासारखेच तासिकातत्त्वावर शिकवण्याचं काम करीत असत. मला निझाम कॉलेजात

सायंकाळच्या वर्गांना शिकवण्याचं काम मिळालं. कहाळेकरांनाही याच कॉलेजात सायंकाळच्या वर्गांना शिकवण्याचं काम होतं. आम्ही कॉलेजात बरोबरच जात असू. कहाळेकरांचा शेजार आणि त्यांचा असा सहवास याचा मला खूप फायदा झाला. आमच्या वाङ्मयावर होणाऱ्या चर्चा बरंच शिकवून जात. हैदराबादेत मी समीक्षेच्या इंग्रजी पुस्तकांचा अभ्यास चालू ठेवला होता. या पुस्तकांच्या मी इंग्रजीत नोट्स काढत असे. नोट्स इंग्रजीत न काढता इंग्रजी वाक्यांची मराठीत भाषांतरं करून ती उतरवावीत, असा कहाळेकरांचा सल्ला असे. पण हे अतिशय वेळ घेणारं असल्यामुळे मी तसा अभ्यास केला नाही.

हैदराबादेत माझा हा मुक्काम तीन महिने होता. नंतर मला औरंगाबादेतच शासकीय ज्ञानविज्ञान महाविद्यालयात नोकरी मिळाली आणि मी स्थिरावलो. तीन वर्षांनंतर मला डॉ. बाबासाहेब आंबेडकर मराठवाडा विद्यापीठात लेक्चररची नोकरी लागली. या तीनएक वर्षांत कहाळेकर अनेकदा औरंगाबादी आले. औरंगाबादेत ते सन्मित्र कॉलनीत अनंत भालेरावांच्या शेजारी त्यांच्या शिष्यासारखे असलेल्या द.रा. मेढेकर यांच्याकडे उतरत असत. रोज सायंकाळी आम्हा सर्वांची बैठक सन्मित्र कॉलनीतल्या – एक तर अनंतरावांच्या घरी किंवा याच कॉलनीत असलेल्या साहित्यपरिषदेत असे.अशा बैठकीतल्या चर्चांत कहाळेकरांच्या वरच्या पट्टीतल्या आक्रमक बोलण्यातून केलेल्या बिनतोड युक्तिवादांचा लाभ होत असे.

मी 'कवितेतील प्रतिमासृष्टी' या विषयावर पीएच्.डी.साठी अभ्यास सुरू केला होता. ते एकदा औरंगाबादी आले. माझ्या पीएच्.डी.च्या अभ्यासाची त्यांनी चौकशी केली. 'प्रतिमेची तुमची संकल्पना तरी सांगा.' त्यांनी विचारलं. मी ती सांगितली. वस्तुनामे प्रतिमा होतात, असं काही तरी मी त्या वेळी सांगितलं. यावर काही क्षणांनी ते म्हणाले, ' 'राजा' हे नाम प्रतिमा होते का? 'राजा' म्हटल्यावर आपल्या मनात कोणतं संवेदनाचित्र उभे राहतं?' त्यांनी उपस्थित केलेल्या शंकेमुळे मी गडबडून गेलो. मी काहीच बोलू शकलो नाही. आपल्याला बरीच तयारी करावी लागणार आहे, हे मात्र मी मनोमन जाणलं. यथावकाश मी पीएच्.डी झालो. कवितेतल्या प्रतिमांसंबंधीची किंबहुना कवितेच्या अंत:स्वरूपासंबंधीची केवळ तात्त्विक मीमांसा करणारा माझा प्रबंध होता. सामान्यपणे पीएच्.डी.साठी तात्त्विक प्रश्नांवर प्रबंधलेखन केलं जात नसे. त्यामुळे माझ्या प्रबंधाबद्दल अनेकांना कुतूहल होतं. कहाळेकरांनीही हैदराबादला माझ्या प्रबंधाची प्रत मागून

घेतली. काही दिवसांनी त्यांचं दीर्घ पत्र आलं. एम्.ए.च्या वर्गातल्या चर्चांत 'तुम्ही नीट विचार करता आहात,' एवढंच तटस्थपणे बोलणाऱ्या आणि नंतर माझ्या प्रतिमेसंबंधीच्या संकल्पनेला एका विधानात पार उडवून लावणाऱ्या कहाळेकरांनी आता माझं तोंड भरून कौतुक केलं होतं! पत्रात त्यांनी लिहिलं होतं– 'वाङ्मयाच्या स्वरूपासबंधीचा आपला विचार मांडण्याऐवजी वाङ्मयासंबंधी नरहर (कुरुंदकर) केवळ नकारात्मक विधानं करतो; तुम्ही मात्र कवितेसंबंधी आणि प्रतिमा या घटकाविषयी नेमकी विधायक भूमिका घेतली आहे. हे मला फार आवडले आहे. आता तुमच्या या भूमिकेबद्दल मतभेद दर्शविलेही जातील, उणिवा मांडल्या जातील. पण हे आवश्यकच असतं. मी औरंगाबादी आलो की, आपण यावर अधिक बोलू.' परंतु माझ्या प्रबंधावर त्यांच्याशी चर्चा करण्याचा योग कधीच आला नाही. त्यानंतर ते औरंगाबादला आलेच नाहीत. काही दिवसांतच कहाळेकर या जगातून कायमचे निघून गेले.

आता जेव्हा मी कहाळेकरांसंबंधी विचार करतो, तेव्हा लक्षात येतं की, कुठल्याही चर्चेत तेही सतत नकारात्मक भूमिकाच घेत आले; मांडल्या जाणाऱ्या भूमिकेतील उणिवांची आणि विसंगतीची छिद्रं त्यांना चटकन दिसायची आणि तीच ती नजरेला आणून द्यायचे. त्यांनी वाङ्मयासंबंधी कधीच काहीही लिहिलं नाही; यामागेही कदाचित हेच कारण असेल!

मुळात कुठल्या तरी पीठाच्या 'महाराज' घराण्यातले असणारे, परंतु परमेश्वराचं अस्तित्व नाकारणारे, तरीही श्रद्धायुक्त जीवन जगणाऱ्या गांधींना मानणारे, संपूर्णतः बुद्धिवादी–इहवादी असणारे भालचंद्रमहाराज कहाळेकर हे शिक्षक म्हणून मला लाभले; त्यांचा काही काळ निकटचा सहवासही मिळाला. यातून खूप शिकता आलं, याचं मला अतिशय समाधान आहे.

◈

११.
कोशकर्ते स.मा. गर्गे

स.मा. गर्ग्यांना मी जेव्हा पाहिलं, तेव्हा मी नऊ-दहा वर्षांचा असेन. ते पहिल्यांदाच आमच्या घरी आले होते. 'आहेत का न.मा. घरी?' असं त्यांनी दारातून विचारलं होतं. उंच आणि शिडशिडीत शरीरयष्टी, गोरापान रंग, नाकावर चष्मा, अंगावर खादीचा सदरा आणि पायजामा - असं त्यांचं पहिलं दर्शन मला झालं. यापूर्वी मी कधी त्यांना पाहिलं नव्हतं. मी जरी वयानं लहान असलो, तरी वडिलांच्या सर्व मित्रांना, परिचितांना मी ओळखत असे. या सर्व मित्रमंडळीचं एक छोटंसं वाङ्मयमंडळ होतं. माझे वडील- भाऊ- या मंडळाचं कामकाज पहात. सर्वजण एकेक मासिक-साप्ताहिक घेत असत आणि मग ती सर्व आपसात वाचायला फिरवली जात. ही मासिकं-साप्ताहिकं एकमेकांकडे पोचवणं हे माझं काम होतं. म्हणून ही सर्व मित्रमंडळी माझ्या नीट ओळखीची होती. त्यामुळे हे गोरेपान, सुंदर काका हे भाऊंचे नवे मित्र आहेत, हे माझ्या लक्षात आलं. नंतर गर्गेकाकाही वाङ्मय मंडळाच्या बैठकांना नियमितपणे यायला लागले आणि माझंही त्यांच्याकडे येणंजाणं सुरू झालं. तेव्हा ते गुलमंडीजवळच्या रंगार गल्लीत एका छोट्याशा पण सुंदर घराच्या माडीवर रहात असत. मला त्यांचं हे घर फार आवडत असे. मंडळाच्या बैठकींशिवाय अन्य वेळीही ते आमच्याकडे येत. वाङ्मय, राजकारण, समाजकारण यांवर त्यांच्या चर्चा होत. गर्गेकाका अतिशय ठामपणे आपली मतं मांडत. त्यावरून हे काका खूप वाचत असले पाहिजेत, असा कयास मी बांधला. मला यातलं जरी काही कळत नसलं; तरी चर्चा करणारे गर्ग्यांच्या मतांना जे महत्त्व देत, ते मलाही कळत असे.

वाङ्मयीन वर्तुळाबरोबरच औरंगाबादेत रॉयवाद्यांचंही एक वर्तुळ होतं.

हैदराबाद मुक्तिसंग्रामाचे वरिष्ठ नेते गोविंदभाई श्रॉफ यांचे धाकटे बंधू गोपाळभाई श्रॉफ हे या वर्तुळाचे प्रमुख होते. औरंगाबादमधले अनेक तरुण मानवेंद्रनाथ रॉयच्या विचारांनी भारावलेले होते. स.मा. गर्ग्यांचाही समावेश त्यांमध्ये होता. गर्गे औरंगाबादेत आले आणि येथल्या वाङ्मयीन आणि वैचारिक जगतातली एक प्रमुख व्यक्ती म्हणून ओळखले जाऊ लागले.

बीड जिल्ह्यातल्या केज तालुक्यातलं लहुरी हे गर्ग्यांचं गाव. ते बीडहून मॅट्रिक झाले आणि लॉचं शिक्षण घेण्यासाठी हैदराबादला गेले. लॉ करत असतानाच तेथे विद्यार्थ्यांचा 'वंदे मातरम्' सत्याग्रह झाला. त्यात गर्ग्यांनी भाग घेतला असल्यामुळे त्यांनाही इतर सत्याग्रहींबरोबरच कॉलेजातून काढून टाकलं. त्यामुळे मॅट्रिकच्या सर्टिफिकेटशिवाय त्यांच्याजवळ दुसरं काहीच नव्हतं. ते औरंगाबादेत आले आणि येथल्या सरस्वती भुवन या राष्ट्रीय शाळेत त्यांनी शिक्षकाची नोकरी पत्करली. माझे वडील याच शाळेत शिक्षक असल्यामुळे आणि या दोघांनाही वाङ्मयात रस असल्यामुळे त्यांची मैत्री झाली. हैदराबाद संस्थानात निझाम सरकारच्या आशीर्वादानं हिंदूविरुद्ध रझाकारांची हिंसक चळवळ सुरू झाली. लहुरी येथील गर्ग्यांचं घर रझाकारांनी लुटलं. निझामी सत्तेची पुष्कळच झळ गर्ग्यांना आणि त्यांच्या कुटुंबीयांना लागली.

शिक्षक झालेले स.मा. गर्गे आमच्याही वर्गाला शिकवत असल्यामुळे मी त्यांचा विद्यार्थी होतो. त्यांचं शिकवणं बरंचसं बोजड असे. मुलांच्या आकलनपातळीवर जाऊन शिकवणं त्यांना जमत नसे. त्यांना शिकवण्यात अजिबात रस नसावा. अनेकदा ते रजेवरच्या शिक्षकाच्या तासावर बदली शिक्षक म्हणून वर्गावर येते. येताना स्वतःच्या वाचनासाठी एखादं पुस्तक आणि एक रूळ घेऊन येत. वर्गात आल्यावर ते मुलांना आपापली पुस्तकं काढून अभ्यास करायला सांगत. 'गडबडगोंधळ करायचा नाही, शांतपणे अभ्यास करायचा!' असा मुलांना दम भरत. मुलं त्यांना घाबरत असल्यामुळे फारशी गडबड करीत नसत. मुलांनी थोडा जरी शांतताभंग केला तर ते टेबलावर रूळ आपटत असत. मुलं तात्काळ चुपचाप बसत असत.

१९४४ साली औरंगाबादेत मराठवाडा साहित्यपरिषदेचं तिसरं साहित्य संमेलन झालं. स. मा. गर्गे या साहित्य संमेलनाचे चिटणीस होते. हे संमेलन गर्ग्यांच्या जीवनात एक महत्त्वाचं परिवर्तन घडवून आणणारं ठरलं. तसंच हे संमेलन गर्ग्यांच्या कार्यपद्धतीचा कस लावणारंही ठरलं. या संमेलनात अनेक नाट्यपूर्ण घटना घडल्या. अनेक अडचणींवर मात करून गर्ग्यांनी हे संमेलन

यशस्वी करून दाखवलं.

निझाम सरकार कुठलीही राजकीय संस्था काढायला आणि नवा धार्मिक उत्सव सुरू करायला परवानगी देत नसे. वाङ्मयाच्या क्षेत्रात काम करायला परवानगीची गरज जरी असली, तरी ती मिळणं तुलनेनं सोपं होतं. त्या काळात राजकीय संस्था काढता येत नव्हत्या. निदान वाङ्मयीन संस्था स्थापन करून तिच्याद्वारा अप्रत्यक्षपणे राजकीय जागृती करू – असा विचार मराठवाड्यातले राजकीय पुढारी आणि साहित्यप्रेमी यांच्या मनात आला. त्यासाठी त्यांनी १९४३ साली नांदेडला साहित्य संमेलन घेतलं. या आधी हैदराबादला विदर्भ साहित्य संघाच्या वतीने 'निझाम प्रांतीय मराठी साहित्य संमेलन' भरवलं गेलं होतं. नांदेडला भरवल्या गेलेल्या साहित्य संमेलनात त्यांनी मराठवाडा साहित्यपरिषदेची स्थापना केली. तसंच हैदराबादच्या 'निझाम प्रांतीय मराठी साहित्य संमेलना'ला 'पहिले मराठवाडा साहित्य संमेलन' आणि नांदेडच्या या संमेलनाला 'दुसरे मराठवाडा साहित्य संमेलन' मानण्यात यावे, असंही ठरलं.

नव्यानं स्थापन झालेल्या मराठवाडा साहित्यपरिषद या संस्थेला निझाम सरकारनं ही केवळ वाङ्मयीन कार्य करणारी संस्था आहे, म्हणून मान्यता दिली. ही संस्था स्थापन झाल्यावर काही मोठ्या गावांतून मराठवाडा साहित्यपरिषदेच्या शाखा स्थापन केल्या गेल्या. त्याबरोबरच, पुण्याच्या महाराष्ट्र साहित्यपरिषदेच्या मराठी परीक्षांचे वर्ग मराठवाडा साहित्यपरिषदेमार्फत जागोजाग चालू करण्यात आले. प्राज्ञ, विशारदसारख्या परीक्षांना केवळ मुलंच नाही तर मोठी माणसंही बसू लागली. औरंगाबादमध्ये माझे वडील, स.मा. गर्गे, ज.प. मुळे हे या परीक्षांसाठीचे वर्ग घेऊ लागले. स.मा. गर्गे मराठवाडा साहित्यपरिषदेच्या कार्यात पूर्णत: गुंतून गेले. नांदेडच्या दुसऱ्या मराठवाडा साहित्य संमेलनानंतर जेव्हा औरंगाबादला तिसरं मराठवाडा साहित्य संमेलन घेण्याचं ठरलं, तेव्हा या संमेलनाची सूत्रं सांभाळण्यासाठी स. मा. गर्ग्यांशिवाय दुसरी कार्यक्षम व्यक्ती मिळणं अशक्यच होतं. गर्ग्यांनी या संमेलनाचा चिटणीस म्हणून पदभार स्वीकारला.

औरंगाबादला भरणाऱ्या साहित्य संमेलनाचे अध्यक्ष कोण, हा प्रश्न उभा राहिला. निझाम प्रांतीय साहित्य संमेलन या नावानं हैदराबाद शहरात विदर्भाचे बाबासाहेब खापर्डे यांच्या अध्यक्षतेखाली पहिलं साहित्य संमेलन भरवलं गेलं होतं. बाबासाहेब खापर्डे हे विदर्भातले, म्हणून निझाम सरकारनं त्यांच्या नावाला मान्यता दिली होती. ब्रिटिश सरकारनं निझाम सरकारला

बरंच कर्ज दिलं होतं. हे कर्ज थकल्यावर ब्रिटिश सरकारनं या दिलेल्या कर्जापोटी विदर्भ प्रांत निझाम सरकारच्या ताब्यातून काढून स्वत:कडे घेतला आणि 'आम्ही दिलेलं कर्ज फेडून हा प्रांत तुम्ही परत मिळवू शकता,' असं आशेचं गाजर ब्रिटिश सरकारनं निझामापुढे धरलं. त्यामुळे हा प्रांत आपलाच, असं निझाम सरकार धरून चाललं होतं. बाबासाहेब खापर्डे हे विदर्भातले, म्हणजेच ते 'मुलकी'- म्हणजे निझाम सरकारची 'प्रजा' - ठरत होते. आपल्या प्रजाजनाला संमेलनाध्यक्ष करणं निझाम सरकारला मंजूर असल्यामुळे बाबासाहेब खापर्डे हे हैदराबादच्या संमेलनाचे अध्यक्ष होऊ शकले. नांदेडला पुन्हा हाच प्रश्न उपस्थित झाला. निझामाचे दिवाण (मुख्यमंत्री) असलेले नवाब हैदरी हे इतिहासाचे अभ्यासक होते आणि त्यांना दत्तो वामन पोतदारांबद्दल आदर होता. त्यामुळे आपल्या भाषणात निझामी सत्तेविरुद्ध काहीही बोलणार नाही, या अटीवर दत्तो वामन पोतदारांना नांदेडच्या संमेलनाचे अध्यक्ष होता आले. औरंगाबाद संमेलनातही पुन्हा हाच प्रश्न. येथे 'निझाम सरकारचे प्रजाजन' असलेल्या विदर्भाच्या ग.त्र्यं. माडखोलकरांचं अध्यक्षपद निझाम सरकारने मान्य केलं.

संमेलनासाठी सरस्वती भुवन शाळेची इमारत घेतली गेली.शाळेच्या खोल्यांत प्रतिनिधिनिवासाची सोय केली गेली. तट्ट्याचे संडास आणि स्नानगृह उभे केले गेले. तट्ट्या लावून असेच एक भोजनगृह बनवलं गेलं. प्रचंड मोठ्या चुलाण्यावर गूळ बनवण्याच्या कढईत स्नानाचं पाणी तापवत ठेवलं. अशी सर्व तयारी केली गेली. चंद्रकोरीच्या आकाराच्या या शाळेच्या इमारतीच्या दर्शनी भागात इमारतीच्या वरच्या टोकावर 'माझा मराठीचा बोलू कौतुके । परि अमृतातेही पैजा जिंके' ही अक्षरं प्रचंड मोठ्या आकारात रंगवली गेली. या शाळेच्या सभागृहाचं अर्धवटच बांधकाम झालेलं होतं. वर छत नव्हतं. विनागिलाव्याच्या केवळ भिंती उभ्या होत्या. जमिनीवर फरशी वगैरे काही नव्हतं. परंतु हे सभागृह मुळात मोठ्या आकारमानाचं असल्यामुळे संमेलन येथेच घ्यायचं ठरवलं गेलं. त्यासाठी लाकडी स्टेज उभारलं गेलं. ही सर्व तयारी करण्यासाठी गर्ग्यांची खूपच धावपळ होत असे. संमेलनाचे स्वागताध्यक्ष औरंगाबादेतील सुप्रसिद्ध वकील ह.ग. वैष्णव होते. या संमेलनात लक्ष घालण्याइतकी त्यांना सवडच नसे. त्यामुळे उपस्थित होणाऱ्या समस्यांवरच्या निर्णयापासून ते प्रत्यक्षात काम करवून घेण्यापर्यंत सर्वच गर्ग्यांना करावं लागत असे.

संमेलनाची सर्व तयारी झाल्यानंतर मात्र संमेलनात एकेक विघ्न यायला

सुरवात झाली!

संमेलनाचं उद्घाटन सुप्रसिद्ध समीक्षक न.र. फाटक यांच्या हस्ते होणार होते. सकाळी रेल्वेने ते औरंगाबादी पोचणार होते. त्यांना घेण्यासाठी गर्ग्यांनी एक स्वयंसेवक स्टेशनवर पाठवला होता. पण तो फाटकांना ओळखू शकला नाही आणि तो फाटकांना न घेता तसाच परत आला. परंतु याची गर्ग्यांना कल्पना नव्हती. फाटक स्वत: संमेलनस्थळी आले. स्वागतकक्षात गेले. तेथेही त्यांना कोणी ओळखलं नाही. एका स्वयंसेवकाने त्यांना संमेलनशुल्क भरायला सांगितलं! रागावलेले फाटक जवळच काठियावाड लॉजमध्ये जाऊन उतरले. त्यांना घेण्यासाठी पाठवलेल्या स्वयंसेवकाला फाटक सापडलेच नाहीत, नंतर ते संमेलनस्थळी आले असताना त्यांना संमेलनशुल्क भरायला सांगितले – हे सर्व गर्ग्यांना कळालं. ते कुठेतरी लॉजमध्ये उतरले असतील, असा गर्ग्यांनी अंदाज बांधला. ते स्वत: त्यांच्या शोधार्थ निघाले आणि काठियावाड लॉजमध्ये येऊन पोचले! फाटक परत जाण्याची भाषा करू लागले. ‘‘आम्हा मराठवाड्यातील लोकांनी पुण्यामुंबईचे लेखक कधी पाहिले नसल्यामुळे आम्ही तुम्हाला ओळखू शकलो नाही, तेव्हा आम्हाला क्षमा करा!’’ असा खुलासा करून त्यांनी फाटकांच्या बऱ्याच नाकदुऱ्या काढल्यावर रागावलेले फाटक शांत झाले आणि त्यांची उतरण्याची सोय जेथे केली गेली होती तेथे गेले.

सायंकाळी संमेलनाचं उद्घाटन. त्यातही पुन्हा विघ्न! उद्घाटनप्रसंगी व्यासपीठावर मान्यवरांची खूपच गर्दी झाली होती. न.र. फाटक उद्घाटनपर भाषणाला उभे राहिले आणि व्यासपीठाचा मधला भाग एकदम खचला! उजवीकडे बसलेले डावीकडे आणि डावीकडचे लोक उजवीकडे फेकले गेले! सभागृहात एकच गोंधळ उडाला. स.मा. गर्ग्यांनी शांतपणे ही परिस्थिती हाताळली. जखमींच्या उपचाराची सोय केली. टेबलखुर्च्या, माईक वगैरे सर्व खाली घेतले आणि कार्यक्रमाला सुरवात करून दिली. उद्घाटनाचा कार्यक्रम संपल्यावर व्यासपीठ पुन्हा उभारण्याचं काम सुरू झालं. रात्रभर जागे राहून आपल्या निगराणीखाली गर्ग्यांनी हे व्यासपीठ पुन्हा उभं केलं. मग दुसऱ्या दिवशी सकाळपासूनचे कार्यक्रम या व्यासपीठावरच झाले. परंतु संकटं थांबण्याचं चिह्न नव्हतं.

दुसऱ्या दिवशी रात्री मो.ग. रांगणेकरलिखित ‘आशीर्वाद’नामक नाटकाचा प्रयोग होता. हे नाटक नीट तपासूनच निझाम सरकारने त्याचा प्रयोग सादर करायला परवानगी दिली होती. या नाटकाचं दिग्दर्शन भाऊंनी–

माझ्या वडिलांनी – केलेलं होतं. त्या काळात मराठवाड्यात स्त्रीभूमिका करण्यासाठी स्त्रिया मिळणं अशक्य असल्यामुळे पुरुषांनीच स्त्रीभूमिका केल्या होत्या. मेकअप सुरू असतानाच लक्षात आलं की, स्त्रीपात्रांसाठी आणले गेलेले केसांचे टोपच गायब आहेत! नाटक सुरू होण्याची वेळ झाली आणि स्त्रीपात्रं सजून तयार नाहीत. येथेही गर्ग्यांनी बिकट परिस्थिती शांतपणे हाताळली. त्यांनी आपल्या परिचित स्त्रियांना स्त्रीप्रेक्षकांत पाठवून प्रेक्षकातील स्त्रियांकडून काही गंगावनं गोळा करून आणायला सांगितलं. आपण गंगावनं वापरीत नाहीत, असंच प्रेक्षकातील स्त्रिया सांगू लागल्या. शेवटी मिनतवाऱ्या करून काही गंगावनं मिळवली! मेकअप करणाऱ्यानं या गंगावनांना कसाबसा टोपाचा आकार दिला. असे चमत्कारिक टोप चढवून आणि ते झाकण्यासाठी डोक्यावर पदर घेऊन नटांनी स्त्रीभूमिका सादर केल्या! प्रेक्षकांनीही हा हास्यास्पद प्रकार उदारपणे घेऊन हे नाटक पाहिलं.

औरंगाबादेत सार्वजनिक कामं करण्यासाठी फारसे लोक पुढे येत नसत. सरस्वती भुवन शाळेतले काही शिक्षक आणि स्वयंसेवक बनलेले काही विद्यार्थी – एवढंच मनुष्यबळ गर्ग्यांच्या हातात होतं. त्यामुळे कामाचा फार मोठा बोजा गर्ग्यांच्या खांद्यावर पडला. तो त्यांनी यशस्वीपणे सांभाळला.

संमेलन संपल्यावर परिषदेचे कार्यकर्ते माडखोलकरांना बरोबर घेऊन मराठवाडा साहित्यपरिषदेच्या शाखा स्थापन करण्यासाठी मराठवाड्यातल्या काही शहरांत, मोठ्या गावांत फिरले. यासाठी माडखोलकरांनी काही दिवसांची सवड काढली होती. मराठवाड्याभरच्या या फिरतीत माडखोलकर आणि गर्गे अधिक जवळ आले. गर्ग्यांची कार्यक्षमता तर त्यांनी संमेलनात पाहिली होतीच. या प्रवासात त्यांना गर्ग्यांचा बौद्धिक आवाकाही कळाला. त्यांनी गर्ग्यांना आपल्या वर्तमानपत्रात उपसंपादकपदासाठी आमंत्रित केलं. गर्ग्यांनीही या आमंत्रणाचा स्वीकार केला. या आमंत्रणामुळे गर्ग्यांच्या जीवनाला एक वेगळं आणि त्यांच्या वृत्तीला पोषक असं वळण प्राप्त झालं!

आतापर्यंत मी कथन केलेलं सर्व, – वयानं लहान असूनही – मी प्रत्यक्षात पाहिलेलं आहे. गर्गे जेव्हा न.र. फाटकांसंबंधीची घटना भाऊंना सांगत होते, तेव्हा मी ती ऐकलेली आहे. माझे वडील सर्व सार्वजनिक कार्यक्रमांना मला सोबत घेऊन जात. गर्ग्यांच्या नेतृत्वाखाली भरलेल्या या संमेलनाच्या प्रत्येक कार्यक्रमाला मी वडिलांबरोबर उपस्थित राहिलो आहे.

नागपूरला गेल्यानंतर राज्यशास्त्राचे एक अभ्यासक म्हणून गर्गे ओळखले जाऊ लागले. तेथे राज्यशास्त्रावरची त्यांची दोन पुस्तकं प्रसिद्ध झाली.

नागपूरला असेपर्यंत त्यांचा आणि माझ्या वडिलांचा पत्रव्यवहार होता. याच सुमारास कवी वा.रा. कांत यांचा 'रुद्रवीणा' हा काव्यसंग्रह प्रकाशक या नात्यानं भाऊंनी प्रकाशित केला. त्याची छपाई करवून घेण्यासाठी भाऊ नागपूरला गर्ग्यांकडे गेले. भाऊंचा मुक्काम त्यांच्याच घरी होता. गर्ग्यांची आणि कांतांचीही चांगलीच मैत्री होती. गर्ग्यांमुळे हा कवितासंग्रह नीटनेटका छापला गेला. काही वर्षांनी गर्गे नागपूरहून पुण्यात 'सकाळ'मध्ये गेले.तेथून ते 'विशाल सह्याद्री' दैनिकाचे मुख्य संपादक झाले. निवृत्तीनंतर त्यांनी कोशक्षेत्रात आणि इतिहासक्षेत्रात प्रचंड काम केलं. या काळात भाऊंचे आणि त्यांचे संबंध मात्र कमी कमी होत गेले.

१९४४ मध्ये औरंगाबाद सोडून गेलेले स.मा. गर्गे चाळीस एक वर्षांनी परत औरंगाबादी आले. डॉ. बाबासाहेब आंबेडकर मराठवाडा विद्यापीठाने वृत्तपत्रविद्या विभाग सुरू केलेला होता. त्याचे पहिले विभागप्रमुख म्हणून गर्ग्यांची नेमणूक केली गेली. गर्ग्यांजवळ कुठलीही पदवी नव्हती. होता तो वृत्तपत्रक्षेत्रातला दीर्घकालीन अनुभव. नव्यानं स्थापन झालेल्या या विभागाची नीट घडी बसवण्यासाठी पुस्तकी पंडिताऐवजी वृत्तसंपादनाचा आणि व्यवसायाचा दीर्घ अनुभव असणाऱ्या व्यक्तीची गरज होती. पुन्हा स.मा. गर्गे मराठवाड्याचे. त्यामुळे त्यांच्याविषयी आत्मीयता! गर्ग्यांचे तरुणपणातले अनेक मित्र औरंगाबादीच होते. मराठवाडा दैनिकाचे अनंत भालेराव, मराठीचे प्राध्यापक असलेले भगवंत देशमुख, रॉयीस्ट ग्रुपपैकी ॲड. प्रभाकरराव देशमुख या सर्वांचा सहवासही त्यांना येथे लाभणाार होता. गर्ग्यांना त्यांच्या सहवासाचंही आकर्षण असणार. स.मा. गर्ग्यांनी विद्यापीठाचं हे आमंत्रण स्वीकारलं. अनंतराव भालेरावांच्या आताच्या मित्रपरिवारात मी, नरेंद्र चपळगावकर, तु.शं. कुळकर्णी, गो.मा. पवार अशी तरुण मंडळीही होती. त्यांचे सर्व जुने मित्र आणि नवे मित्र या सर्वांची अनंत भालेरावांच्या घरी रोज सायंकाळी बैठक भरत असे. त्यात केवळ हास्यविनोदच नव्हे तर राजकारण, समाजकारण, वाङ्मय अशा सर्वच विषयांवर चर्चा होत असत. औरंगाबादी आल्यावर स.मा. गर्गेही यात सहभागी झाले. आता त्यांच्या माझ्या संबंधाचं स्वरूपही बदललं. आपला एक तरुण मित्र या नात्याने आता ते माझ्याशी वागूबोलू लागले. गर्गे औरंगाबादेत फार काळ राहू शकले नाहीत. गेली कित्येक वर्षं पुण्यात राहिल्यामुळे आता ते पुणेकर झाले होते. तरुणपणात अनुभवलेलं औरंगाबादतले जीवन, त्या वेळची मित्रमंडळी या संबंधीच्या गोड आठवणींमुळे त्यांना हे आयुष्य पुन्हा अनुभवावंसं वाटलं

असणार. पण मध्यंतरीच्या काळात सर्वच बदललेलं असतं आणि अशा झालेल्या बदलाचा स्वीकार करणं अवघड असतं. त्यामुळे गर्ग्यांना आता येथे उपरे वाटलेले असणार आणि त्यांना पुण्याची 'घरची' ओढ वाटू लागली असणार. दोन वर्षं होताच त्यांनी विद्यापीठाच्या नोकरीचा राजीनामा दिला आणि ते पुण्याला परत गेले. ते पुण्याला जरी गेले असले, तरी आम्हा मंडळींशी त्यांचे संबंध कायम राहिले. दर वर्षी अनंत भालेरावांचा हा मित्रपरिवार तीनचार दिवसांसाठी कुठल्यातरी स्थळी सहकुटुंब जात असे. तेथे दिवसरात्र विविध विषयांवर गप्पा-चर्चा होत असत. पुण्याहून गर्गेपतिपत्नी या कार्यक्रमासाठी आवर्जून येत असत. या सफरीत अनंत भालेराव आणि गर्गे या दोन पत्रकारांनी प्रचलित राजकारणावर त्यांच्या त्यांच्या भूमिकांतून केलेलं भाष्य, त्यांचे त्यामधले मतभेद हे सर्व ऐकणं ही एक बौद्धिक मेजवानीच असे. एरव्ही गंभीर असलेल्या - विशेषत: राजकारणावरील चर्चेत विशेष गंभीर असलेल्या - गर्ग्यांचं या सफरीत अधून मधून आम्हाला वेगळ्याच रूपात दर्शन होत असे. ते, मुंबईहून आलेले यशवंत कानिटकर आणि भगवंत देशमुख हे तिघे बालमित्र लहान मुलांसारखे एकमेकांशी वागायला लागत; एकमेकांच्या खोड्या काढत, 'कट्टी फू'सुद्धा घेत. अशा वेळी या सर्व ज्येष्ठ मंडळींमधल्या बालकत्वाचं विलोभनीय दर्शन घडत असे.

मराठवाड्यातल्या या महान ज्ञानसाधकाचा उचित गौरव मराठवाड्यानं केला नाही, याची खंत आम्हा मंडळींच्या मनात होती. त्यात पुन्हा गर्ग्यांनी मराठवाडा साहित्यपरिषदेच्या स्थापनेनंतरच्या प्रारंभीच्या काळात ही संस्था नीट उभी रहावी, म्हणून औरंगाबादला साहित्य संमेलन घेणं, गावोगाव फिरून संस्थेच्या शाखा स्थापन करणं यासाठी जे कष्ट घेतले; त्याचीही परतफेड झालेली नव्हती. मी अ. भा. मराठी साहित्य महामंडळावर असताना महामंडळाच्या वर्धापनदिनाचे सन्माननीय अध्यक्ष म्हणून त्यांना महामंडळाने आमंत्रित केलं. हा वर्धापनदिन त्यांची कर्मभूमी असलेल्या नागपूरमध्ये आयोजित करण्यात आला. तसेच लातूर जिल्ह्यातील शिरूर ताजबंद येथे भरलेल्या मराठवाडा साहित्य संमेलनाचे अध्यक्ष म्हणून त्यांची निवड करून मराठवाडा साहित्यपरिषदेने त्यांच्या ज्ञानसाधनेचा उचित गौरव केला.

गर्ग्यांचा समाजविज्ञान कोश पूर्ण झाला होता. 'करवीर रियासती'चं आणि सरदेसायांच्या 'मराठी रियासती'चंही काम संपलं होतं. आता त्यांच्या वयाची ऐंशी वर्षं उलटून गेली होती. पण कामाचा उत्साह कायम होता. भगवंतराव

देशमुख आणि मी त्यांना भेटायला पुण्यात त्यांच्या घरी गेलो असताना ते आम्हाला म्हणाले- 'तुम्हा दोघांची तयारी असेल, तर आपण मराठी बृहत् शब्दकोशाचा प्रकल्प हाती घेऊ या.' पण स.मा. गर्ग्यांबरोबर काम करण्याचं भाग्य मला लाभू शकलं नाही.

◈

१२.
मी

सध्या माझं वय शहाऐंशी वर्षांचं आहे. माझं बालपण निझामी राजवटीत गेलं. मी जेव्हा चौदा वर्षांचा होतो, तेव्हा हैदराबाद संस्थानावर भारत सरकारनं पोलीस ॲक्शन करून हे संस्थान भारतात विलीन केलं. जन्मापासून ते मी कळता होईपर्यंत मी या संस्थानी वातावरणातच वाढलो. माझ्या भोवतीचं हे वातावरण सांस्कृतिकदृष्ट्या मध्ययुगीन आणि शासनाच्या पातळीवर ते पक्षपाती आणि हुकूमशाहीचं होतं. दुसरं म्हणजे माझ्या वडिलांचं शिक्षण पश्चिम महाराष्ट्रात झाल्यामुळे त्यांच्या मार्गानं आधुनिक संस्कृतीच्या काही छटा माझ्या भोवतीच्या वातावरणाचा भाग बनल्या होत्या. माझ्या घरात माझी आई, आजोबा, आजी आणि माझ्या आजोळचे सर्वच निष्ठेनं परंपरा पाळणारे होते.अशा सांस्कृतिकदृष्ट्या संमिश्र वातावरणात मी लहानाचा मोठा होत गेलो. याला माझ्या घराच्या सामान्य आर्थिक परिस्थितीचीही एक बाजू होती. त्यामुळे अनेक गोष्टी ज्या माझ्या अस्तित्वाच्या संदर्भात आवश्यक होत्या, त्या मला मिळाल्याच नाहीत. त्याचाही परिणाम माझ्या व्यक्तिमत्त्वाच्या जडणघडणीवर झाला. आज मी जेव्हा त्या वेळच्या माझ्याभोवती असलेल्या वातावरणाचा विचार करतो; तेव्हा माझ्याबाबत हे सर्व अटळच असल्यामुळे त्याबद्दल तक्रार करता येत नाही, हे माझ्या लक्षात येतं.

माझी आई (तिला आम्ही 'बाई' म्हणत असू) पंधरा वर्षांची असताना वैजापूर या गावी माझा जन्म झाला. त्यावेळी माझे आजोबा वैजापूरच्या करोडगिरी नाक्यावर नाकेदार होते. तेथेच माझं बारसं होऊन माझं नाव 'प्रभाकर' ठेवलं गेलं. बाळंतपणानंतर तीन महिने वैजापूरला राहून बाई आपल्या सासरी - गांधेलीला आली. तिथं दोनएक महिने राहून ती औरंगाबादला येऊन पुन्हा संसाराला लागली. मी तीन-साडेतीन वर्षांचा

असताना बाई माझ्यासह बोधेगावी - तिच्या काकांकडे माहेरपणासाठी गेली होती. तेथे माझ्याहून तीनएक वर्षं मोठा असलेला माझा चुलत मामा होता आणि त्याला घरातले सर्वजण 'बापू' म्हणत असत. ते नाव मला का आवडलं, माहीत नाही. औरंगाबादी आल्यावर मला जर कोणी माझं नाव विचारलं, तर मी पटकन 'बापू' म्हणत असे. मग माझं घरातलं नाव 'बापू'च पडलं. बाई जेव्हा बोधेगावी जात असे, तेव्हा तेथे दोन बापू असत. मग माझ्या आजोळी माझा उल्लेख 'बाईचा बापू' असा होई.

पाच वर्षांचा असल्यापासून माझ्या वडिलांनी-भाऊंनी-मला आपल्या बरोबर न्यायला सुरवात केली. मी त्यांच्याबरोबर त्यांच्या शाळेतही जात असे आणि ते शिकवत असताना निमूटपणे मागच्या बाकावर बसून रहात असे. माझ्या वयाच्या पाचव्या वर्षी दसऱ्याच्या दिवशीच मला सरस्वती भुवन शाळेत बिगारीत प्रवेश दिला गेला. या संस्थेच्या प्राथमिक शाळेतले हेडमास्तर भाऊंचे मित्रच होते. त्यांनी मला विचारलं, 'बापू, तुझं नाव काय?' मी उत्तर देण्याआधीच भाऊ म्हणाले, 'सुधीर! सुधीर हे नाव लिहा.' हे नाव ऐकून मी गोंधळून गेलो.

भाऊंनी माझं हे नाव का ठेवलं, हे मला नंतर जेव्हा मी फडक्यांच्या कादंबऱ्या वाचू लागलो, तेव्हा कळलं. फडक्यांची 'अटकेपार' ही कादंबरी नुकतीच प्रसिद्ध झाली होती आणि तिच्यातील नायकाचं नाव भाऊंना आवडलं होतं. त्या काळात फडके हे तरुणांचे लाडके लेखक होते आणि ते भाऊंनाही अतिशय प्रिय होते.

शाळेत नाव दाखल करून आम्ही घरी परत आलो. 'माझं नाव सुधीर!' मी बाईला ओरडून सांगितलं. मग भाऊंनी आपण नाव बदलल्याचं सांगितल्यावर बाई नाराज झाली. 'हे असलं कसलं नाव? चांगलं प्रभाकर ठेवलं होतं. ते सोडून हे भलतंच नाव!' बाईनं आपली नापसंती प्रकट केली. यानंतर आम्ही जेव्हा आजोळी गेलो आणि बापूचं 'प्रभाकर' हे नाव बदलून 'सुधीर' ठेवल्याचं जेव्हा बाईनं सांगितलं, तेव्हा बाईचे नव्वदी गाठलेले आजोबा म्हणाले, 'हे कसलं नाव? आम्ही चांगलं सूर्यदेवाचं नाव ठेवलं होतं. हे सुधीर का फुदीर, हे कसलं नाव?' माझ्या या नावावर माझे सर्व नातेवाईक नाराज झाले होते!

मी शाळेत - म्हणजे बिगारीत - जाऊ लागलो. बिगारी म्हणजे केवळ मुलं कोंडून ठेवण्याचा वर्ग. कोणीतरी मास्तर छडी घेऊन वर्गात येई आणि 'गप्प बसा रे' असं ओरडून स्वतः झोप काढी. सहाएक महिने मी बिगारीत

होतो. नुसतं बसून राह्यला मुलं कंटाळायची. एक दिवस मी आणि माझा एक मित्र वर्गातून पळून गेलो. एका मोकळ्या मैदानात जाऊन बसलो. अर्धा एक तास झाला असेल. आम्हाला वाटलं, खूप वेळ झाला आहे आणि आता शाळा सुटली असेल. असं समजून घरी आलो आणि भाऊंचा मारही खाल्ला. बिगारीत आमची अक्षरओळख आणि काही आकडे करून घेतले गेले. सहा महिन्यांनी मी पहिलीत गेलो आणि माझं रीतसर शिक्षण सुरू झालं.

भाऊ चित्रं छान काढायचे. ते ड्रॉईंगच्या परीक्षाही पास झाले होते. ते जेव्हा चित्रं काढत, तेव्हा ते मलाही ड्रॉईंगपेपर आणि खडूचे रंग देत. त्यांचं पाहून मीही चित्रं काढू लागलो. याच वेळी भाऊंनी माझे देवनागरी अक्षरांचे खर्डे गिरवून घेतले होते. त्यांचं अक्षर अतिशय सुंदर होतं. त्यांच्या आजोबांनी - आईच्या वडिलांनी - त्यांच्याकडून खर्डे गिरवून घेतले होते. भाऊ माझ्यासाठी बोरू तासून आणि त्याला योग्य टोक करून ठेवत. त्यांनी तासलेल्या बोरूनं गिरवलेलं प्रत्येक अक्षर समान जाडीचं येई. याच वयात माझं वाचनही सुरू झालं होतं. बालवाङ्मयाच्या पुस्तकांबरोबरच 'आनंद', 'शालापत्रक' आणि 'मुलांचे मासिक' ही मुलांसाठीची मासिकंही ते माझ्याकडून वाचून घेत.याच काळात सानेगुरुजींची 'भेट' झाली. त्यांच्या 'गोड गोष्टीं'चे दहाही भाग मी अनेकवेळा वाचून काढले. भाऊ स्वत: गोष्टीही अतिशय रंगवून आणि साभिनय सांगत. मला वाचनाची गोडी त्यांनीच लावली. पुढेही शाळेत शिकत असताना त्यांनी 'अमुक एकच वाच, अमुक एक वाचू नकोस' असं कधी सांगितलं नाही. मी पाचवी-सहावीत असताना फडक्यांच्या चुंबनालिंगनाची वर्णनं असलेल्या कादंबऱ्या वाचून काढल्या होत्या.

सर्व काही नीट नीट चालू होतं. पहिली ते चौथीपर्यंत मी हुषार विद्यार्थी म्हणून मानला जात होतो. चौथीच्या परीक्षेत मी वर्गात दुसरा आलो. पाचवीपासून मला कमी दिसायला लागलं. पहिल्या ओळीतील बाकावर बसूनही मला फळ्यावरचं वाचता येईना. मग भाऊ म्हणाले, 'फळ्यावरचं लिहून घेण्यासाठी फळ्याजवळ खाली बसून लिहून घेत जा!' त्याची जरी मला लाज वाटत असली, तरी मी फळ्याजवळ बसून लिहून घेत असे. परंतु गणिताचे शिक्षक फळ्यावर गणित सोडवून ते समजावून सांगत. येथे फळ्याजवळ बसून लिहून घेता येत नसे. त्यामुळे मला गणित कळेनासं झालं आणि मी गणितात मागे पडू लागलो.

माडीवरच्या आमच्या घरात खोल्याच नव्हत्या. जिन्यातून वर आलो

की, एक लांबलचक पडवी दिसे. लगेच तिला जोडून दुसरी पडवी. या दोन पडव्यांना विभागणारे दोन खांब. नंतर एक भिंत. तिला मधोमध एक दरवाजा आणि दरवाजातून आत गेलं की, तिसरी पडवी. हे स्वयंपाकघर आणि येथेच जेवणही. अशी घराची रचना होती. घरात बरीच माणसं. सारखा कलकलाट चाललेला. अशा वातावरणात आम्हा मुलांना अभ्यास करावा लागत असे. अभ्यासाला हवी असणारी शांतताच मिळत नसे. विशेषत: काही मुखोद्गत करायचं असलं, तर त्यासाठी शांतता हवी असते. ती आम्हा मुलांना कधीच मिळाली नाही. मी अभ्यासात मागे पडू लागण्यामागे हीही एक कारण होते. लहानपणापासून भाऊंबरोबर मीही चित्रं काढीत असल्यामुळे माझी चित्रकला खूपच चांगली होती. शाळेत ड्रॉइंगमास्तरांनी माझी चित्रं पाहिली आणि ते भाऊंना म्हणाले की, 'याला चित्रकलेच्या परीक्षेला बसवू या.' पण लवकरच त्यांच्या लक्षात आलं की समोर ठेवलेली वस्तू पाहून तिचं चित्र काढायला मला काही जमणार नाही. तेव्हा त्यांनी माझा नाद सोडून दिला. केवळ चष्मा नसल्यामुळे माझ्या अशा संधी जाऊ लागल्या.

त्या काळात मराठवाड्यात हॉकी हा खेळ लोकप्रिय होता. सरकारी शाळांच्या हॉकीच्या टीम्स् असत. आमच्या शाळेचीही टीम होती. भाऊ या मुलांना हॉकी शिकवत.ते स्वत: उत्तम हॉकी खेळत. त्यांच्यामुळे माझे दोन्ही काका आणि मीही हॉकी खेळत असे. पण मला जसं कमी दिसू लागलं, तसं मला हॉकी खेळणं अवघड व्हायला लागलं.एकदा एका मुलानं हॉकीचा बॉल स्कूप केला.मला तो नीट दिसला नाही आणि तो माझ्या तोंडावर आदळला. माझे ओठ सुजले. मग मला हॉकीची भीती वाटायला लागली आणि माझं हॉकी खेळणंही बंद झालं.

"मला चष्मा घेऊन द्या" म्हणून मी भाऊंच्या मागे लागलो. पण तो घेऊन देण्याची केवळ आश्वासनं ते देत. अभ्यासात मी मागे पडत असल्यामुळे पाचवीपासून ते आठवीपर्यंतचा माझा वार्षिक परीक्षेचा निकाल 'प्रमोटेड' असा लागायचा. एखाद्या विषयात नापास असलेल्या विद्यार्थ्याला 'ढकलपास' करण्याची पद्धती होती. परीक्षेतल्या या कामगिरीमुळे वर्गातला एक नगण्य विद्यार्थी म्हणून मी गणला जाऊ लागलो. यामुळे माझा आत्मविश्वास प्रचंडपणे ढासळला. मी एकटा एकटा राहू लागलो. वर्गातल्या विद्यार्थ्यांना टाळू लागलो. भाऊंना भेटायला जर कोणी नवा माणूस आला, तर मी त्याच्यासमोर येईनासा झालो. आपलं अस्तित्वच कोणाच्या लक्षात

येऊ नये, अशा पद्धतीनं मी राहू लागलो. मी जेव्हा ढकलपास होऊन नववीत गेलो, तेव्हा मला भाऊंनी डोळ्यांच्या डॉक्टरकडे नेलं आणि मला चष्मा मिळाला. तीनएक वर्षांनी मी भोवतालचं जग स्वच्छपणे पहात होतो आणि पुस्तकातली अक्षरं मला किती रेखीव आणि स्पष्ट दिसत होती! चष्म्यामुळे नववी आणि दहावी या दोन वर्षांत माझा अभ्यासही सुधारला.

वाढाळू वयात मुलांना इतरांच्या डोळ्यांत भरण्यासाठी नीटनेटकं रहावंसं वाटत असतं. चांगले चांगले कपडे घालावेसे वाटत असतात. मला नीटनेटकं राहण्याचीच भीती वाटत असे. कारण माझ्याकडे त्यासाठी कपडेच नसत. लहानपणापासून ते कॉलेजात जाईपर्यंत मला दोन चड्ड्या आणि दोन सदरे फक्त दिले जात. मॅट्रिकपर्यंत मी चड्डीच वापरत असे. कॉलेजमध्ये प्रवेश घेण्यासाठी फॉर्म भरायला कॉलेजात मी चड्डीतच गेलो होतो. कपड्यांचा एकच जोड असल्याने ते काही महिन्यांतच फाटायला लागत. कपडे जर फाटले, तर ते सुईदोऱ्यानं कसे शिवावेत, हे मात्र भाऊंनी मला शिकवलं होतं. त्यासाठी सुईदोऱ्याने कोणत्या प्रकारचे टाके केव्हा घालावेत, याचेही धडे मला दिले होते. फाटलेला भाग शिवलेला सदरा किंवा चड्डी अंगावर असताना परक्या माणसांसमोर जाण्याची मला लाज वाटत असे.त्यामुळे मी इतरांना भेटायला टाळत असे. आपलं शिक्षणातलं मागासपण आणि आपले कपडे या दोन्ही गोष्टींमुळे मला एकटं एकटं रहायची, मनाशीच बोलायची सवय लागली. मला चारचौघांसमार धीटपणे बोलणं अशक्य झालं. मी व्यासीपठभयानं ग्रासलो गेलो. त्यामुळे पुढे कॉलेजात शिकवण्यासाठी मला माझ्याशीच झगडावं लागत असे. शाळेत जर मी वादविवादस्पर्धा ऐकायला गेलो; तर स्पर्धेसाठी दिलेल्या विषयावर मी काय आणि कसं बोललो असतो, कोणते मुद्दे मांडले असते, याचाच विचार करीत राही.

भाऊंच्या खर्चाच्या अग्रक्रमात जसा माझा चष्मा आणि माझे कपडे बसत नव्हते, तसेच माझी पादत्राणेही बसत नव्हती. कॉलेजला जाईपर्यंत माझ्या पायात साधी चप्पलही नसे. मी लहानपणापासून अनवाणी पायांनीच सगळीकडे वावरत असे. यामुळे माझ्या पायांचे तळवे खूपच टणक झालेले होते. गांधेली या माझ्या गावी सर्वत्र काटेच असत. जमिनीवर चुबक काट्यांचे, गोखरूंचे वेल जमिनीलगत पसरलेले असत. शेतांना बाभळीची कुंपणं असत आणि आजूबाजूला बाभळीचे काटे पसरलेले असत. पण मी मात्र त्यांची पर्वा न करता त्यांच्यावरून बिनधास्त चालत जात असे. बाभळीचा काटा बोचला, तरी तो पायात घुसत नसे. निदान एवढं तरी आपलं

खासपण आहे! याचाच मला अभिमान वाटत असे!

घरात सतत आर्थिक चणचण असे. महिनाअखेरीला तर अनेकदा भीषण परिस्थिती निर्माण होई. हे सर्व कधी बदलणार, असा प्रश्न माझ्या मनात येई. आपल्या वडिलांना आपल्यासाठी साधी चप्पलही घेता येत नाही, मला चष्म्याची तातडीची गरज असताना आपल्या वडिलांना तोही घेणं शक्य होत नाही, ही आपली आणि आपल्या कुटुंबाची अवस्था आपण बदलली पाहिजे. हा विचार सतत मनात येई. बाईच्या वडिलांचा -माझ्या आजोबांचा-बाईमध्ये अतिशय जीव होता. त्यामुळे ते वारंवार आमच्या घरी येत. ते जेव्हा आमच्या घरी येत, तेव्हा सोबत दहापंधरा किलो ज्वारी, गहू असं काही तरी घेऊन येत. मला म्हणत-'बापू, गड्या आयुष्यात कधीही मास्तर होऊ नकोस. तहसीलमध्ये चपराशी जरी झालास तरी बरं. तेथे चपराशालाही रोज पाचदहा रुपये वरकड कमाई असते!'

इंग्रजीत कच्च्या असलेल्या विद्यार्थ्यांना भाऊ शाळा संपल्यावर आणि कधी कधी रात्रीही विनाशुल्क इंग्रजी शिकवत. पुढे पुढे त्यांच्या या विनाशुल्क वर्गाला येणाऱ्या विद्यार्थ्यांची संख्या प्रचंड वाढली. अन्य शाळांतले विद्यार्थी त्यांच्या या वर्गाला येऊ लागले. या सर्वांना आपलं बोलणं ऐकू यावं, म्हणून भाऊ आवाज चढवून बोलत. याचा त्यांना थकवा येत असे. त्यांना हळद घालून दूध देत असताना बाई कुरकुरत असे-'शिकवणीचे पैसे घेतले असते, तर चार घास सुखानं खाता आले असते!' भाऊ यावर काहीही बोलत नसत.

आठवीच्या वर्गात असतानाच मी पुढे इंजिनियरची किंवा याच प्रकारची अधिक पगाराची नोकरी मिळवायचं ठरवलं. त्याशिवाय आपलं दारिद्र्य जाणार नाही, असं वाटत होतं. त्यासाठी हायस्कूलमध्ये ऐच्छिक विषय म्हणून मराठी न घेता गणित घेतलं. मॅट्रिकनंतर कॉलेजातही आर्ट्सला न जाता सायन्सकडे गेलो. मुळात मला गणिताची आणि विज्ञानाची अजिबात गोडी नव्हती. पण अभ्यास करून आपण यात नक्की यश मिळवू, अशी माझी भ्रामक समजूत होती. मी सायन्सचे वर्ग बुडवू लागलो. कॉलेजच्या ग्रंथालयात जाऊन कथा कादंबऱ्या वाचू लागलो. त्याचा मला पश्चात्ताप होई. पण पुन्हा पुन्हा वर्ग बुडवून वाचीतच राहिलो! 'नापास' हा त्याचा अंतिम परिणाम होता. नापास झाल्यानंतर इंटरची परीक्षा पास व्हायचंच, हे मी कठोरपणे ठरवून ऑक्टोबरच्या परीक्षेत इंटर (सायन्स) ही परीक्षा पास झालो. नंतर ठरवलं की, 'मास्तर' जरी झालो तरी चालेल, पण आता आपण आर्ट्सकडे जाऊन आपल्या आवडीचे विषय घ्यायचे. शिक्षण घेताना

मी एक चुकीचा निर्णय घेतला आणि नापास होऊन माझं शिक्षणाचं एक वर्ष बुडविण्याची शिक्षाही भोगली. मी घेत गेलेल्या निर्णयात भाऊंनी अजिबात हस्तक्षेप केला नाही. 'तुझे निर्णय तू घे आणि त्याचे होणारे परिणामही तूच स्वीकार.' असं ते म्हणत असत.

मग मी पदवीसाठी आर्ट्‌सकडे गेलो. मराठी हा माझ्या आवडीचा विषय मी घेतला आणि त्याच्या जोडीला तत्त्वज्ञान आणि राज्यशास्त्र हे विषय घेतले. माझी बी.ए.ची दोन वर्षं अतिशय समाधानात गेली. या दोन वर्षांत मी मराठी वाङ्मयाचं प्रचंड वाचन केलं. त्या खालोखाल मी तत्त्वज्ञानात रस घेतला. प्रा. मे.पुं. रेगे आम्हाला तत्त्वज्ञान शिकवीत. त्यांच्या शिकवण्यानं मी इतका प्रभावित झालो होतो की, आपण मराठीऐवजी तत्त्वज्ञानच मुख्य विषय म्हणून घ्यायला हवा होता, असं मला वाटून गेलं. या दोन वर्षांत मी वर्गात मागच्या बाकावरच बसत असे. मला कोणी जवळचे मित्र नव्हते. मी तसा एकटाच असे. प्राध्यापकवर्गाच्या दृष्टीने तर मला अस्तित्वच नव्हतं.

मनातल्या मनात विचार करण्याच्या सवयीमुळे मी वेगवेगळ्या काल्पनिक भूमिका घेऊन विचार करीत असे. मनातल्या मनात वेगवेगळ्या कल्पना करत असे. यात बरंचसं स्वप्नरंजन असे. शाळेत सातवीत असताना शाळेच्या हस्तलिखित मासिकात मी 'माझं वाचन' यावर एक लेख लिहिला. मला पुस्तकं वाचायचा असलेला नाद आणि आईवडिलांचा त्याला विरोध, यातून वाचनासाठी मी लढवलेल्या क्लृप्त्या याची त्यात वर्णनं होती. तो लेख सर्वच शिक्षकांना अतिशय आवडला. त्यामुळे माझा थोडासा आत्मविश्वास बळावला.

कॉलेजमध्ये बी.ए.ला असताना म.ना. वानखडे या इंग्लिशच्या प्राध्यापकांनी 'नागरीकरणाचे परिणाम' या विषयावर इंग्रजीमधून निबंध लिहायला सांगितला होता. नागरीकरणामुळे माणूस हा निसर्गापासून कसा तुटणार आहे, मुलांना जर प्रश्न विचारला की, 'दूध कुठून येतं?' तर 'दूध बाटलीतून येतं'; असं ते सांगायला लागतील, इत्यादी गोष्टींचं वर्णन मी त्यात केलं होतं. एक दिवस वानखडे सर सर्वांचे निबंध वर्गात घेऊन आले. वर्गात त्यांनी माझं नाव पुकारलं आणि 'हा तुझा निबंध सर्व निबंधात चांगला आहे, पण तुझं इंग्लिश मात्र अजून सुधारलं गेलं पाहिजे.' असं ते बोलले. ही घटनाही माझा आत्मविश्वास काहीसा उंचावून गेली. ही घटना घडली त्याच वर्षी प्राचार्य चिटणिसांनी वर्गात विद्यार्थ्यांना असं आवाहन केलं की, 'या वर्षीच्या कॉलेजच्या वार्षिक अंकासाठी आपण जे भोगलं,

ते प्रामणिकपणे सांगणाऱ्या कथा घ्यायच्या आहेत. तुमच्यातले जे लिहू इच्छितात, त्यांनी आपल्या अनुभवांवर लिहावं.' मिलिंद महाविद्यालयाच्या या वार्षिकापासूनच दलित वाङ्मयाला प्रारंभ झाला. यातूनच नंतर 'अस्मिता' आणि तिचं नामांतर होऊन 'अस्मितादर्श' हे मासिक आकाराला आलं. इंग्रजी निबंधामुळे आपल्याला लिहिता येतं, असं मला वाटू लागल्यामुळे या अंकासाठी मीही एक कथा लिहिली. यानंतर 'प्रतिष्ठान'मध्येही माझी एक कथा छापून आली. पण आपल्याला कथा लिहिता येत नाहीत, हे लवकरच माझ्या लक्षात आलं आणि येथून पुढे कथा लिहिण्याचा प्रयत्न करायचा नाही, असं मी ठरवलं.

माझी बी.ए.ची दोन वर्षं समाधानात संपली. या दोन वर्षांत मी फक्त प्राचार्य म.भि. चिटणीस, मे.पुं. रेगे आणि म.ना. वानखडे यांच्या परिचयाचा विद्यार्थी झालो. बाकी कोणीही मला ओळखत नसत. बी. ए. अंतिम वर्षाचा विद्यापीठीय परीक्षेचा निकाल लागला. मी बी.ए. परीक्षा दुसऱ्या श्रेणीत पास झालो होतो. मी कॉलेजात गेलो. नोटीस बोर्डावर माझ्या अभिनंदनाचा मजकूर असलेला कागद डकवलेला होता. मराठी विषयात एकूण विद्यापीठात मी दुसरा आलो होतो आणि आमच्या कॉलेजातून बी.ए. अंतिम परीक्षेला बसलेल्या सर्व विद्यार्थ्यांत मी पहिला आलो होतो. माझ्या या यशामुळे कॉलेजतर्फे माझं अभिनंदन करण्यात आलं होतं. त्याच क्षणी मराठीत एम्.ए. करण्याचा मी निर्णय घेतला.

हैदराबादच्या उस्मानिया विद्यापीठातून मी प्रथम श्रेणीत पहिला क्रमांक मिळवून एम्.ए. झालो. माझ्यात असलेल्या आत्मविश्वासाच्या अभावामुळे आणि घरच्या परिस्थितीच्या दबावामुळे माझे इंटरव्ह्यू चांगले होत नसत. त्यामुळे मी नाकारला जात असे. शेवटी माझे गुरू भगवंत देशमुख यांनी मला औरंगाबादच्या गव्हर्नमेंट कॉलेजात मराठीच्या लेक्चररपदी लोकल अपॉइंटमेंट देवविली. ते वर्ष आनंदात गेलं. मार्च उजाडला आणि मला जूनमध्ये पुन्हा लोकल अपॉइंटमेंट देण्याचं आश्वासन दिलं गेलं. माझ्याबरोबर लोकल अपॉइंटमेंट दिले गेलेले इतर विषयांचे आणखी तीन लेक्चरर होते. जूनमध्ये मी वगळून या तिघांनाही पुन्हा नोकरीवर घेतलं गेलं. कॉलेजचे प्राचार्य असलेल्या ग.ना. थत्ते यांनी मराठीच्या जागेची या कॉलेजला गरज नसून त्याऐवजी आम्हाला संस्कृतचा लेक्चरर देण्यात यावा असा प्रस्ताव, ते स्वत: सेवानिवृत्त होत असताना, शिक्षणखात्याच्या डायरेक्टरांकडे पाठवून दिला. त्यामुळे मराठीऐवजी संस्कृतसाठी लेक्चररची जागा दिली गेली. आता

कॉलेजात मराठी विषयाची जागाच नव्हती. त्यामुळे नोकरी नसल्यामुळे मी बेकार झालो!

माझा मित्र चंद्रकांत भालेराव माझ्या मदतीला धावून आला. तो ज्या हायस्कूलमध्ये शिक्षक होता, त्या हायस्कूलचे मु.ज्ञा. भोसले हे मुख्याध्यापक होते. ते मलाही चांगले ओळखत. चंद्रकांत म्हणाला की, "भोसले गुरुजी आणि शाळाखात्याचे डायरेक्टर अप्पासाहेब पवार यांचे चांगले संबंध आहेत. आपण भोसले गुरुजींकडे जाऊ. बघू. ते काही मदत करतात का?" आम्ही त्यांना भेटून सर्व परिस्थिती सांगितली. "अहो, हे काम तर फार सोपं आहे. मी उद्याच पुण्याला जातो. अप्पासाहेब पवार तुमचं हे काम नक्की करतील. तुम्ही पहाच." ते अतिशय आत्मविश्वासानं बोलत होते. दोन दिवसांनी मु.ज्ञा. भोसले परत आले. मला बोलावून घेतलं आणि म्हणाले, "झालं बरं का तुमचं काम!" दोन दिवसांनी मी कॉलेजात गेलो. त्यावेळी जिलानी हे इंग्रजीचे प्राध्यापक प्राचार्यांचं काम बघत होते. शिक्षणखात्याच्या डायरेक्टरकडून आलेल्या पत्रात असं म्हटलं होतं की, "गत वर्षी मराठीच्या व्याख्यातापदी स्थानिक नेमणूक केलेल्या सुधीर रसाळांना संस्कृतचे लेक्चरर म्हणून नेमणूक देऊन त्यांना मराठी शिकवण्याचे काम देण्यात यावे. लवकरच डायरेक्टरचे कार्यालय संस्कृतची दिलेली जागा रद्द करून ती मराठीसाठी देईल." माझ्या दृष्टीनं मला काम देण्यात कसलीच अडचण नव्हती. परंतु प्रा. जिलानी म्हणाले, "हे सर्व बेकायदेशीर आहे आणि मी तुमची नेमणूक करू शकत नाही!" मी निराश होऊन पुन्हा मु.ज्ञा भोसल्यांकडे गेलो. ते म्हणाले, "काळजी करू नका. सर्व ठीक होईल. मी अप्पासाहेबांशी फोनवर बोलतो." फोनवर बोलल्यानंतर चंद्रकांततर्फे त्यांनी पुन्हा काम झाल्याचं मला कळवलं. मी दुसऱ्या दिवशी कॉलेजात गेलो आणि भगवंतरावांना भेटलो. त्यांनी काय घडलं, हे सर्व मला सांगितलं. "अप्पासाहेबांनी स्वत: जिलानींना फोन केला आणि सांगितलं की, मी दिलेल्या लेखी हुकुमाप्रमाणे तात्काळ कार्यवाही करा. तो बेकायदेशीर आहे की नाही, हे ठरवत बसू नका. ते काम मी करीन." मग मी जिलानींना भेटलो. 'तुमचे तर वरपर्यंत लागेबांधे आहेत!' असं ते म्हणाले आणि त्यांनी तयार ठेवलेली माझी ऑर्डर माझ्या हातात दिली. मी ती स्वीकारून तेथेच तात्काळ कामावर रुजू झालो. मु.ज्ञा. भोसल्यांचं आणि अप्पासाहेबांचं काय नातं आहे, असं जेव्हा मी चंद्रकांतला विचारलं तेव्हा तो म्हणाला, "अप्पासाहेब पवार हे राजाराम कॉलेजात भोसल्यांचे गुरू होते. १९४२च्या आंदोलनात मु.ज्ञा. भोसल्यांचा

सहभाग होता. त्यांच्या अटकेचं वॉरंट निघाल्यावर ते अप्पासाहेबांच्या घरीच लपून रहात होते. त्यांचे अतिशय प्रेमाचे संबंध आहेत.'' पुढे अप्पासाहेब पवार शिवाजी विद्यापीठाचे कुलगुरू झाले. एकदा अप्पासाहेब औरंगाबादेत आले असताना मु.ज्ञा. भोसले त्यांना साहित्यपरिषदेत घेऊन आले. ते येणार असल्यामुळे आम्ही सर्वजण परिषदेत जमलो होतो. आल्यावर त्यांनी विचारलं, ''रसाळ कोण आहेत?'' मी उभे राहून त्यांना नमस्कार केला. ते हसले आणि म्हणाले, ''आता ठीक आहे ना?''

गव्हर्नमेंट कॉलेजात लेक्चरर म्हणून मी नवखाच होतो. त्यातही माझ्यातला आत्मविश्वासही कमजोर होता. भगवंत देशमुख हे मराठवाडाभर गाजलेले फर्डे वक्ते होते. शिवाय रसिकतेनं शिकवत. या कॉलेजात ते अतिशय लोकप्रिय होते. त्यांचं व्याख्यान ऐकायला इतर विषयाचे विद्यार्थीही गर्दी करीत. माझ्या ठिकाणी त्यांच्यासारखं वक्तृत्व नव्हतं. त्यांचं बोलणं वेगात होत असे. त्यांचा आवाजही वजनदार आणि वरच्या पट्टीतला होता. त्यांचं शिकवणं सुरू झालं की, शेजारी सुरू असलेल्या वर्गातल्या मुलांपर्यंत त्यांचा आवाज पोचत असे. मी संथपणे, एकाच स्वरात बोलत असे. त्यामुळे ते विद्यार्थ्यांना कंटाळवाणं वाटत असे. तेव्हा भगवंत देशमुख ज्या वर्गांना शिकवत, त्या वर्गातल्या विद्यार्थ्यांना मी नको असे. भगवंतरावांनी त्यांचे काही वर्ग आणि ते शिकवत असलेली पुस्तकं मला दिली. त्या वर्गातल्या मुलांना हा त्यांच्यावरचा अन्याय वाटला. 'सर, तुम्ही त्या वर्गाला मात्र शिकवणं चालू ठेवलं, आमच्याच वर्गावरचं बंद केलं.' अशा तक्रारी विद्यार्थी करू लागले. विद्यार्थी तक्रार घेऊन आले की, भगवंतराव त्यांच्यावर रागावत आणि त्यांना हाकलून लावत. सिनियर बी. ए.च्या वर्गावरचे काही तास मला दिले गेले, म्हणून ते विद्यार्थी फारच नाराज होते. मग त्यांनी माझ्या मराठी वाङ्मयाच्या ज्ञानालाच आव्हान द्यायचं ठरवलं. मला अडचणीचे प्रश्न विचारायचे, मला निरुत्तर करायचं आणि मग पुराव्यासह माझ्याविरुद्ध तक्रार करायची – अशी एक योजना त्यांनी आखली असावी. मी वर्गात शिकवत असताना एक विद्यार्थी उभा राहिला आणि म्हणाला, 'आम्हाला वास्तववाद समजून सांगा, सर.' मग मी उरलेला तास वास्तववादावर बोललो आणि उरलेलं विवेचन दुसऱ्या दिवशी पुन्हा एक तास केलं. पाश्चात्त्य वाङ्मयात वास्तववाद केव्हा आणि का आला, वास्तववादाची तत्त्वं कोणती होती, आधीच्या रोमँटिसिझमपेक्षा तो कोणकोणत्या बाबतीत वेगळा आहे, त्यामुळे कादंबरी आणि नाटक यांचं स्वरूप कसं बदललं. या वाङ्मयप्रकारात नवं काय आलं,

फ्लॉबेर, एमिल झोला यांचं वास्तववादी वाङ्मय, इब्सेनची नाटकं आणि या नाटकांनी रंगभूमीचं बदलवून टाकलेलं स्वरूप, या विवेचनाबरोबरच विज्ञानजन्य वास्तववाद या संबंधीचं विवेचन मी या वर्गावर दोन तास करत होतो. सर्व विद्यार्थी निमूट बसले होते. या घटनेनंतर या वर्गानंच नव्हे तर कुठल्याही वर्गानं मला त्रास दिला नाही. तसंच माझ्याबद्दल तक्रारही केली नाही. आपण ललित वाङ्मयाबरोबरच सैद्धांतिक आणि उपयोजित समीक्षाही भरपूर वाचली आहे, आपण आत्मविश्वासानं वर्गात शिकवलं पाहिजे, असं मी मलाच समजावीत असे.

भगवंतरावांचा 'आलोक' हा ललित लेखसंग्रह बी.ए.च्या अभ्यासक्रमात नेमलेला होता आणि त्यांनी तो मला शिकवायला दिला होता. खरं म्हणजे मी तो घेऊ इच्छीत नव्हतो. भगवंतराव माझे गुरू आहेत, आता ते माझे वरिष्ठ सहकारी आहेत, हा विचार मी बाजूला ठेवला आणि एका अनामिक लेखकाच्या पुस्तकावर जसे तटस्थपणे आणि निर्भीडपणे बोलतो, तसेच भगवंतरावांच्या 'आलोक' या ललितलेख संग्रहावरही बोलू लागलो. त्यात अर्थातच माझी या पुस्तकावर टीकाही होऊ लागली. वर्गातल्या मुलांना मी करीत असलेली टीका चमत्कारिक आणि गैर वाटली असावी.शेवटी काही मुलं भगवंतरावांकडे गेली आणि 'रसाळसर तुमच्या पुस्तकावर टीका करत असतात' अशी तक्रार त्यांनी भगवंतरावांकडे केली! 'शिकवताना प्राध्यापकाने पुस्तकातले गुणदोष दाखवायलाच हवेत. रसाळ योग्यच करीत आहेत आणि पुन्हा अशा तक्रारी घेऊन माझ्याकडे येत जाऊ नका!' भगवंतरावांनी मुलांना अशी समज दिली!

गव्हर्नमेंट कॉलेजमधल्या माझ्या तिसऱ्या वर्षाच्या सुरवातीला माझा मुंबईला रीतसर इंटरव्ह्यू झाला. डॉ. वि.भि. कोलते यांनी तो घेतला आणि मी सरकारी नोकरीत कायम झालो. याच वर्षी नोव्हेंबरमध्ये मराठवाडा विद्यापीठातील मराठीच्या लेक्चररच्या जागेसाठी माझा इंटरव्ह्यू होऊन माझी निवड केली गेली. परंतु विद्यापीठातल्या लेक्चररपदासाठी एम्.ए.ला प्रथम श्रेणी असलेल्याला पदवी पातळीवरच्या शिकवण्याचा तीन वर्षांचा अनुभव आवश्यक असल्याची अट असल्यामुळे मी ही अट पूर्ण केल्यावरच माझी विद्यापीठात नेमणूक करण्यात यावी; असा ठराव घेण्यात आला. त्याप्रमाणे गव्हर्नमेंट कॉलेजातल्या माझ्या नोकरीची तीन वर्षं पूर्ण करून मी १९६०च्या जूनपासून विद्यापीठात रुजू झालो.

मला कधीही उपदेश न करणाऱ्या भाऊंनी या वेळी मात्र मला एक उपदेश

केला. ते म्हणाले, ''आता तुला खूप चांगली नोकरी लागली आहे. तू विद्यापीठशिक्षक झाला आहेस. शिक्षकी पेशा ही नोकरी नाही. ते ज्ञानदानाचं एक व्रत आहे. तेव्हा आपण विद्यार्थाला ज्ञानच देतो आहोत ना – असं स्वतःल सतत विचारत जा. त्यासाठी तू स्वतः नेहमीच ज्ञानवंत असला पाहिजेस. दुसरं असं की हे व्रत घेणाऱ्याने पैसा आणि वरची पदं यांचा मोह सतत टाळला पाहिजे. कारण ते या व्रताच्या पालनापासून व्यक्तीला वंचित करीत असते.'' मी हे व्रत पाळण्याचा आपल्या परीने प्रयत्न केला असला; तरी मी ते किती परिपूर्णपणे पाळलं, हे सांगता येत नाही!

मी विद्यापीठात आलो खरा; पण गव्हर्नमेंट कॉलेजातलाच प्रश्न येथेही होताच. तेथे भगवंतराव हे विद्यार्थ्यांत प्रिय असलेले प्राध्यापक होते, तर येथे खुद्द वा.ल. कुळकर्णी! वाङ्मयजगतात ज्यांचा मोठा दबदबा होता, असे समीक्षक. ते ज्या विद्यार्थ्यांना शिकवत त्या विद्यार्थ्यांसमोर आपणही बोलायचं, याचं सहाजिकच दडपण येत असे. परंतु एम्.ए.च्या विद्यार्थ्यांनी माझं शिकवणं सहन केलं, असं म्हटलं पाहिजे. एम्.ए.ला शिकवण्यासाठी मी प्रचंड वाचन केलं. विद्यापीठाचं ग्रंथालयही अतिशय संपन्न होतं. त्यामुळे ज्या पुस्तकाची मला गरज असे, ते तात्काळ उपलब्ध होई. या नोकरीला लागल्यावर मी ज्या वर्षी 'आधुनिक वाङ्मयाचा इतिहास' हा विषय शिकवला त्या वर्षी मी एकोणिसाव्या शतकातलं ललित वाङ्मय प्रचंड प्रमाणात वाचलं. खरं म्हणजे त्यातून मी माझा इतिहासच वर्गात शिकवला. मी मांडलेली मतं कुठल्याही पुस्तकातली नव्हती. ते मी केलेल्या ऐतिहासिक आकलनातून बनलेली होती. परंतु मी मात्र यावर लेखन करू शकलो नाही.

या काळात मी जरी खूप वाचन केलेलं असलं, तरी मी लेखन मात्र फारसं करू शकलो नाही. याच काळात मी मराठवाडा साहित्यपरिषदेच्या 'प्रतिष्ठान' मासिकाचा संपादकही होतो. त्या मासिकासाठी मी बरेच छोटेमोठे फुटकळ लेख लिहिले. परंतु मी एखादा गंभीर स्वरूपाचा वाङ्मयीन प्रकल्प घेऊन त्यावर दीर्घ स्वरूपाचं लेखन मात्र करू शकलो नाही. मी कॉलेजात आणि नंतर विद्यापीठात लेक्चरर झालो, तरी आमचं हेच घर कायम होतं. त्यामुळे बी.ए., एम्.ए.च्या वर्गांना शिकवण्यासाठी तयारी करणं आणि गंभीर स्वरूपाचं समीक्षात्मक लेखन करणं माणसांनी गजबजलेल्या आणि निवांतपणे लिहिता वाचता येण्याची सोय नसलेल्या या घरात शक्य नसे. जेव्हा मी विद्यापीठात गेलो, तेव्हा तेथे मला स्वतंत्र खोली दिली गेली असल्यामुळे माझं वाचन आणि शिकवण्याची तयारी मी तेथेच करीत असे.

विद्यापीठात गेल्या गेल्या मी पीएच्.डी.साठी अभ्यास सुरू केला. माझ्या विषयाचं स्वरूप सैद्धांतिक असल्यामुळे माझं वाचन केवळ इंग्रजीतल्या समीक्षाग्रंथांचं होत असे. त्यासाठी मला वेळही खूप द्यावा लागत असे. मी हे वाचन विद्यापीठातल्या माझ्या खोलीत बसून केलं.

माझ्या जुनाट घरी लेखनवाचन करणं शक्यच नव्हतं. त्यामुळे मी काहीच करीत नाही, मी एक आळशी प्राध्यापक आहे, अशी अनेकांची समजूत झाली. विद्यापीठात मला स्वतंत्र खोली असल्यामुळे मी तेथे लेखन करू शकलो असतो. परंतु त्या वेळी मी पीएच्. डी.साठी अभ्यास करीत असल्यामुळे मी त्यासाठी वाचन करण्यातच गुंतलो! एकदा पोस्टानं विद्याधर पुंडलिकांकडून मला एक पाकीट आलं. त्यात त्यांनी एका कागदावर फक्त एकच ओळ लिहिली होती, 'सुधीर रसाळ माझ्या कथेवर विस्तारानं लिहितो, असं म्हणाले – हे मी पत्रातून वा.लं.ना कळवल्यावर मला आलेली त्यांची प्रतिक्रिया–' वा.लं.नी पुंडलिकांना लिहिलेलं कार्ड पुंडलिकांनी याच पाकिटात घालून मला पाठवलं होतं. त्या कार्डावर वा.लं.नी एकच ओळ लिहिलेली होती, 'रसाळ तुमच्या कथेवर विस्तारानं लिहिणार आहेत? तुम्ही विनोद करीत आहात! आपला वा.ल. कुळकर्णी.' खरं म्हणजे त्यावेळी विभागप्रमुख असलेले वा.ल. माझ्या पलीकडे असलेल्या एका खोलीतच बसत होते. पण त्यांनी मला विद्याधर पुंडलिकांच्या पत्राबद्दल सुगावा लागू दिला नाही. त्या वेळी मी अनेकांच्या दृष्टीनं एक आळशी प्राध्यापक होतो. वा.ल. कुळकर्णी, गंगाधर गाडगीळ मला आळशीच समजत आणि त्यांचं हे मत ते स्पष्टपणे ऐकवतही. खरं म्हणजे मी १९६०पासून वाङ्मयसमीक्षा करीत आलो. माझे हे फुटकळ लेख असत. पण या लेखांची पुस्तकं करावीत, असं माझ्या मनात आलंच नव्हतं. शेवटी माझे विद्यार्थी असलेल्या नागनाथ कोत्तापल्ल्यांनी माझे कवितेवरचे काही लेख एकत्र करून त्याचं 'काही मराठी कविता : जाणिवा आणि शैली' हे पुस्तक १९८४मध्ये प्रसिद्ध करवलं.

मी विद्यापीठात गेल्यानंतर तीन वर्षांनी माझं लग्न झालं. माझी पत्नी सुमती ही मुंबईची. भाऊंच्या मामेभावाच्या पत्नीची ती बहीण. म्हटलं तर नात्यात असलेली. प्रथम मी तिला नगरला एका लग्नात पाहिलं. मला ती आवडली. पण ती नुसतीच आवड होती. तिच्या वडिलांचं ठाकुरद्वार रोडवर सोन्याचांदीचं दुकान होतं. मी साधा मध्यमवर्गीय महिन्याच्या अखेरीस एक पैही खिशात नसताना महिना कसाबसा पूर्ण करणारा. तिच्या घरात नोकरचाकर. त्यांच्या आणि आमच्या कुटुंबाच्या आर्थिक स्थितीत प्रचंड

अंतर होतं. तेव्हा सुमती मला आवडली, या गोष्टीला काहीच अर्थ नव्हता. काही कामासाठी मी मुंबईला गेलो असताना मी तिच्याच घरी उतरलो. तिनं मला मुंबईची दोनतीन प्रेक्षणीय स्थळं दाखवली. मला ती अधिकच आवडली. काही दिवसांनी भाऊंचे मामेभाऊ औरंगाबादला आले असताना मला म्हणाले, 'सुमतीशी लग्न करतोस का? तिच्या वडिलांची तशी इच्छा आहे.' मी विचार करून म्हटलं की, 'मी यावर विचार करून नंतर तुम्हाला कळवतो.' ही श्रीमंत घरातली मुलगी माझ्या घरात टिकेल का? लग्नानंतर जर तिच्यामुळे घरात कटकटी होऊ लागल्या, तर हे घरच टिकणार नाही; काहीही झालं, तरी मला ज्येष्ठ मुलाची जबाबदारी टाळता येणार नाही; माझे दोन भाऊ शिकत आहेत आणि माझ्या तीन बहिणींची लग्नं व्हायची आहेत; ही एवढी मोठी जबाबदारी ती स्वीकारायला तयार होईल? मुळात मला तिच्याबद्दल काहीही वाटत असलं; तरी तिला काय वाटतं, हे मला माहीतच नव्हतं. मी जरी होकार दिला, तरी ती होकार देण्याची शक्यता मला कमी वाटत होती. अशा 'हो नाही'च्या अवस्थेत बरेच दिवस गेले. शेवटी पुढे काय होईल ते तेव्हा पाहू, असा विचार करून मी माझा होकार कळवला. माझा होकार आल्यावर माझ्यासारखेच प्रश्न तिलाही पडले. आपण अशा घरात निभावले जाऊ का? आपल्याला औरंगाबादसारख्या भल्या मोठ्या खेड्यात रहाणं जमेल का? असे प्रश्न तिलाही पडले. शेवटी तिनेही होकार दिला. हे लग्न झालं, पण तिच्या काही नातेवाइकांना माझं स्थळ पसंत नव्हतं. माझ्या या जुनाट, तीन पडव्यांच्या आणि एकांतासाठी एकही खोली नसलेल्या घरात लग्न होऊन सुमती आली आणि तिनं माझ्या साऱ्या जबाबदाऱ्या स्वीकारून त्या पारही पाडल्या. यात खरी किंमत तिलाच चुकवावी लागली, मला नव्हे. एका सुखवस्तू कुटुंबातून एका सामान्य मध्यमवर्गीयाच्या घरात येऊन त्यासारखं जगावं लागणं, याची कल्पनाही करता येत नाही. तिच्या सहकार्यामुळेच मी माझं बौद्धिक जीवन कसल्याही कौटुंबिक कटकटींशिवाय निवांतपणे जगू शकलो.

पुढं मी जुन्या घरातून विद्यापीठाच्या निवासस्थानात रहायला गेलो, माझ्या घरातली माणसंही कमी झाली. मला नव्या निवासस्थानी स्वतंत्र खोली आणि शांततापूर्ण वातावरण मिळालं. नंतर माझं स्वतःचंच घर झालं, तेथेही मला हवं असलेलं वातावरण होतं. या दोन घरांत असताना –विशेषतः माझ्या स्वतःच्या घरात गेल्यावर माझ्या हातून बरंचसं गंभीर आणि तात्त्विक स्वरूपाचं लेखन झालं. आता माझा 'आळशी' असा लौकिक आहे की

नाही, ते मात्र मला माहीत नाही.

एम्.ए.ला शिकवत असताना वा.ल. कुळकर्णी आणि मी दोघेही पहिला तास घेत असू. 'पहिल्या तासात विद्यार्थी ताजेतवाने असतात; त्यामुळे आपल्या शिकवण्यावर ते आपलं लक्ष केंद्रित करू शकतात.' असं वा.लं.चं मत होतं. पहिला तास घेण्याचा सल्ला त्यांनीच मला दिला. काही तास असेही असत की, वा.लं.च्या नंतर माझा तास असे. बेल झाल्याबरोबर मी वर्गापुढे जाऊन उभा राही. वा.लं.चा तास सुरू असे आणि दरवाजा लावून घेतलेला असे. शिकवताना वा.ल. रंगात आलेले असत. त्यांचा तास संपून दहा पंधरा मिनिटं झालेली असली, तरीही वा.लं.चं शिकवणं चालूच असे. मी इकडे अस्वस्थ होऊन जाई. वा.ल. प्रसन्न चेहऱ्यानं बाहेर येत. आपण दुसऱ्याच्या तासाचा वेळ घेतला, याची त्यांना जाणीवही होत नसे. मी वर्गात गेल्याबरोबर माझ्या विवेचनाला प्रारंभ करीत असे आणि तास संपल्यावर बोलत असलेलं वाक्य पूर्ण करून तास सोडत असे.

एकदा प्रथम श्रेणीत एम्.ए. झालेला माझा एक विद्यार्थी माझ्या खोलीत आला. म्हणाला, ''सर, मला अमुक एका कॉलेजमध्ये नोकरी लागली.'' मी त्याचं अभिनंदन केलं. पुढे तो तक्रारीच्या स्वरात म्हणाला, ''सर, तुमचं 'कविता आणि प्रतिमा' हे पुस्तक प्रसिद्ध झाल्याचं तुम्ही आम्हाला सांगितलंच नाही. माझी मोठी पंचाईत झाली. आमचा इंटरव्ह्यू घ्यायला पुणे विद्यापीठातले आर्ट्सचे डीन वाय.पी. कुळकर्णी आले होते. तुम्हाला शिकवायला कोण कोण होते, असं त्यांनी विचारलं. मी तुमचं नाव सांगितल्यावर त्यांनी विचारलं, रसाळांचं अलीकडे कोणतं पुस्तक प्रसिद्ध झालं आहे? मला सांगताच येईना. ते म्हणाले, असे कसे तुम्ही रसाळांचे विद्यार्थी? सर, मला तेव्हा फारच लाजल्यासारखं झालं होतं.'' मी त्याला म्हणालो, ''तुम्ही फर्स्ट क्लास मिळवलेले विद्यार्थी, खरं म्हणजे तुम्ही-मराठीच्या प्रत्येक विद्यार्थ्यानं-सर्व वाङ्मयीन मासिकं, साप्ताहिकं पहायला, वाचायला पाहिजेत. कोणकोणती नवी पुस्तकं बाजारात आली, हे तुम्ही जाणून घेतलं पाहिजे. त्यात कोणतं पुस्तक वाचणं गरजेचं आहे, हे तुम्हाला ठरवता यायला हवं. तुम्हाला हे सर्व करण्याची जर सवय असती, तर माझं पुस्तक प्रसिद्ध झाल्याचं तुम्हाला कळलं असतं. लेखकानंच आपल्या पुस्तकाची जाहिरात करावी, अशी अपेक्षा तुम्ही कशी करता?''

अभ्यासविषय सोडून मी विद्यार्थ्यांशी बोलत नसे. मी कधीही विद्यार्थ्याची वैयक्तिक चौकशी केली नाही. मी आणि विद्यार्थी यांच्यात फक्त ज्ञानसंलग्नच

नातं मी कायम ठेवलं. त्यामुळे माझे कोणत्याही विद्यार्थ्याशी भावनिक संबंध प्रस्थापित झाले नाहीत. माझ्या या स्वभावामुळे माझ्या खोलीत यायला विद्यार्थी बिचकत असत. तरीही एखाददुसरा विद्यार्थी माझ्या या स्वभावाकडे दुर्लक्ष करून माझ्या खोलीत येऊन माझ्याशी अघळपघळ गप्पा मारीत असे. अशा विद्यार्थ्यांशी हळूहळू माझे प्रेमाचे संबंध कायम होत आणि नंतर ते टिकूनही रहात, पण असे विद्यार्थी संख्येनं कमीच.

प्रत्येक तासात जे काही शिकवायचं असेल, त्याची परिपूर्ण तयारी करूनच वर्गात जाण्याची शिस्त मी आयुष्यभर पाळली. मी वर्गात शिकवण्याच्या विषयापलीकडे एक अक्षरही बोलत नसे. माझ्या शिकवण्यात एकही विनोद येत नसे. वर्गात मी कधीही अवांतर गप्पा मारल्या नाहीत. तसंच मी स्वत:बद्दल वर्गात एक अक्षरही उच्चारीत नसे. त्यामुळे माझा वर्ग 'अवैयक्तिक' होत असे! वर्गात जे शिकवायचं असे, त्याचे मुद्दे नोंदवलेला कागद माझ्यासमोर असे. त्याच्या आधारे मी विषयाची मांडणी जास्ती जास्त तर्कशुद्ध आणि मुद्देसूद करण्याचा प्रयत्न करीत असे. त्यामुळे माझ्या विवेचनावर दीर्घकाळ आपलं लक्ष केंद्रित करणं विद्यार्थ्यांना कदाचित जड जात असेल. तरीही माझ्या वर्गाला कमीत कमी अनुपस्थिती असे.

एकदा दलित विद्यार्थ्यांची शिष्यवृत्ती वाढवून देण्यासाठी आंदोलन सुरू होतं. विद्यार्थी एकही वर्ग होऊ देत नसत. एम्.ए. फायनलचे काही विद्यार्थी माझ्याकडे आले, यात आंदोलनात भाग घेणारे दलित विद्यार्थीही होते. आलेले विद्यार्थी म्हणाले की, 'सकाळी दहापासून आमचं आंदोलन सुरू होतं; तेव्हा तुम्ही जर सकाळी नऊलाच आमचा तास घेत असाल, तर आम्ही सारे सकाळी नऊला येऊ.' तेव्हा मी विद्यापीठपरिसरात रहात असे. मी हे मान्य केलं आणि सकाळी नऊ ते पावणेदहा असा माझा वर्ग सुरू झाला. 'विद्यापीठात फक्त रसाळांचे वर्ग सुरू.' अशी बातमी एका वर्तमानपत्रात आली आणि आंदोलनकर्त्यांनी माझा वर्ग बंद पाडला. मग हे विद्यार्थी पुन्हा माझ्याकडे आले आणि म्हणाले की, 'आपण विद्यापीठपरिसराच्या बाहेर कुठे तरी वर्ग घेऊ.' शेवटी मराठवाडा साहित्यपरिषदेच्या सभागृहात मी त्यांचे वर्ग घेतले.

आणखी एक घटना माझ्या शिक्षकी जीवनात घडली. एका वर्गाचे सर्वच विद्यार्थी माझ्या खोलीत आले आणि त्यांनी माझ्याच एका सहकारी प्राध्यापकाबद्दल तक्रार करायला सुरवात केली, ''अमुक एक प्राध्यापक वर्गात तुमच्या विरोधात बोलले. तुम्ही कलावादी आहात; तुम्हाला बहुजनसमाजाचं

आणि दलितांचं वाङ्मय पसंत नाही; तुम्ही या वाङ्मयाची टिंगलटवाळी करत असता; तुमची जात अमूक अमूक आहे; तुमच्या क्लासवर आम्ही बहिष्कार टाकावा, आंदोलन उभं करावं – असं त्यांचं म्हणणं आहे.'' पुढे ते विद्यार्थी म्हणाले, ''तुमची जात काय, याच्याशी आमचा संबंध नाही. तुमचं शिकवणं आम्हाला उपयोगी पडतं; तेव्हा आम्ही तुमच्या विरोधात काहीही करणार नाही.'' ''ते हे सर्व गमतीनं बोलले असतील, ते तुम्ही गंभीरपणे घेऊ नका.'' असं जरी मी बोललो असलो, तरी या घटनेनं मी अस्वस्थ मात्र झालो होतो. माझ्या शिक्षकी जीवनात मला कधीही जातपातीचा त्रास झाला नाही. मीही सर्व विद्यार्थ्यांना समान वागणूक दिली. जरी मी विद्यार्थ्यांना जवळ येऊ दिलं नसलं, तरी विद्यार्थ्यांच्या माझ्याशी होणाऱ्या वर्तनातून माझ्याबद्दलचा आदरभाव प्रकट होत असे.

शिक्षकी जीवनातल्या एकाच गोष्टीबद्दल मला खंत आहे. मी चांगले संशोधक तयार करू शकलो नाही. माझ्याकडे पीएच्.डी.साठी विद्यार्थी यायला उत्सुक नसत. माझ्याकडे जर संशोधन करायचं असेल, तर त्याला दीर्घकाळ लागतो; त्यामुळे पीएच्.डी.चा आर्थिक फायदा – दोन वेतनवाढीचा फायदा – लवकर मिळत नाही आणि त्यामुळे नुकसान होतं – असं विद्यार्थ्यांचे मत होतं. संशोधनासाठी घेतलेल्या विषयावर सर्व उपलब्ध संदर्भ आणि त्या विषयाला न्याय देण्यासाठी आवश्यक असणारे संलग्न आणि पूरक विषयही अभ्यासायचे, असं मी विद्यार्थ्याला सांगत असे. विद्यार्थ्याला मार्गदर्शन करता यावं याच्यासाठी मीही हा सर्व अभ्यास करीत असे.या पद्धतीने मी दोन विद्यार्थीच तयार करू शकलो. डॉक्टरेट मिळाल्यावरही त्यांनी महत्त्वाचं संशोधन केलं. प्रथम उत्साहानं माझ्याकडे नोंदणी करणारे विद्यार्थी माझी मार्गदर्शनपद्धती पाहून आपला गाईड बदलून घेत आणि दोनतीन वर्षांत डॉक्टरेट मिळवून आर्थिक फायदाही पदरात पाडून घेत. मी जेव्हा सेवानिवृत्त झालो, तेव्हा माझ्याकडे पीएच्.डी.साठी नोंदवल्या गेलेल्या चारएक विद्यार्थ्यांची नोंदणी मी रद्द करून टाकली.

माझ्या शिक्षकी जीवनाच्या उत्तरार्धात केवळ नाइलाजापोटी मराठीत एम्.ए. करणाऱ्यांची संख्या वाढली. नोकरी मिळत नसल्यामुळे बेकार असलेले विद्यार्थी अधिकची डिग्री मिळवण्यासाठी मराठी एम्.ए.ला येत. त्यांना ज्ञानार्जनाऐवजी डिग्रीतच रस असे. मी विद्यापीठ शिक्षक झालो, तेव्हा वर्गात हुषार विद्यार्थी असायचे. नाही म्हटलं तरी प्राध्यापकावर त्यांचं दडपण असायचं. अशांच्या उपस्थितीत बोलताना विशेष काळजी घ्यावी लागायची.

पण शिक्षकी जीवनाच्या उत्तरार्धात माझा शिकवण्यातला रसच कमी झाला. त्यामुळे सेवानिवृत्त होताना मला तरी बरंच वाटलं.

विद्यापीठातून सेवानिवृत्त झाल्यावर मी एका कॉलेजात एम्.ए.चे तास घ्यायला जात असे. परीक्षा जवळ आलेली असतानाच्या काळात माझा तास चालू असताना एक विद्यार्थी उभा राहून म्हणाला, ''सर, परीक्षेच्या दृष्टीने महत्त्वाचं तेवढंच शिकवा.'' मग मी येथून पुढे शिकवणार नाही – असं त्या कॉलेजच्या प्राचार्यांना कळवून टाकलं आणि अध्यापनातून कायमचा मुक्त झालो.

मी सेवानिवृत्त झाल्यावर माझं वाचन विस्कळीत झालं. वाङ्मयाभ्यासासाठी वाचनही विशिष्ट पद्धतीनं करावं लागतं. एक लेखक जर घेतला, तर त्याचं वाङ्मय लेखनाच्या कालानुक्रमानं वाचावं लागतं. त्यासाठी वाचनालय नव्हे तर ग्रंथालय उपलब्ध असावं लागतं. ग्रंथालयात ग्रंथसंग्रह करून ठेवणं याला महत्त्व असतं. एखादं पुस्तक वर्षानुवर्षं वाचलं गेलं नसलं, तरी त्याचं जतन करावं लागतं. वाचनालयात वाचकाच्या गरजांप्रमाणे ग्रंथसंग्रह केला जातो. जे वाचलंच जात नाही, ते वाचनालयातून बाहेर काढलं जातं. औरंगाबादमध्ये ग्रंथालयं नाहीत. येथे कॉलेजातही ग्रंथालयं नाहीत; वाचनालयं आहेत. त्यामुळे जे पुस्तक उपलब्ध झालं आहे तेच वाचायचं, याच पद्धतीनं वाचन करावं लागतं. समीक्षा आणि कविता यांना वाचकांची मागणी नसल्यामुळे वाचनालयात ही पुस्तकं सहसा घेतली जात नाहीत. समीक्षेची आणि कवितेची पुस्तकं मी स्वत: खरेदी करतो, पण त्यालाही मर्यादा पडतात.

सेवानिवृत्तीनंतर मी एका संस्थेत नाव नोंदवून रीतसर संगणकीय शिक्षण घेतलं, आपण संगणकाबाबत निरक्षर राहू नये – ही त्यामागे भूमिका होती. संगणकवर्गात सर्व विशीच्या आतली मुलं. मी फक्त साठी ओलांडलेला म्हातारा! सर्वजण मला 'आजोबा' म्हणत. या वयात विद्यार्थी होणंही मजेचं होतं. मी संगणकावर मराठी टंकलेखनही शिकलो. माझं बरंचसं समीक्षालेखन सेवानिवृत्तीनंतर झालं. त्या सर्वाचं टंकलेखन मी केलं.

आयुष्याच्या उत्तरकालात मी जेव्हा माझ्या समीक्षालेखनाचा विचार करतो; तेव्हा आपण अभ्यासासाठी कविता हा वाङ्मयप्रकार का निवडला, असा प्रश्न मला पडतो. लहानपणापासून नाटक मला सर्वाधिक आवडायचं. यालाही भाऊच जबाबदार होते. आकाशवाणीसाठी ते स्वत: नाटिका लिहीत आणि स्वत:च बसवीत. या नाटिकांच्या घरीच होणाऱ्या तालमी पहाणं मला खूप आवडे. मी स्वत: वयाच्या पंधरा वर्षांपर्यंत आकाशवाणीवर मुलांच्या

नाटिकांतून काम करीत असे. औरंगाबादमध्ये नाटकमंडळ्या क्वचित येत. त्यामुळे नाटकं पहायला मिळत नसत. येथे हौसेखातर जी काही नाटकं बसवली जात, त्यात भाऊंचा सहभाग असे आणि त्याच्या तालमीला ते मलाही घेऊन जात. या सर्वांमुळे मला नाटकांची गोडी लागली. मी नाटकंच अधिक प्रमाणात वाचत असे. 'काव्यप्रतिमेवर मराठीत काहीच नाही, तू यावर पीएच्.डी. कर.' असा सल्ला मी विद्यापीठात आल्यावर माझे गुरू म.भि. चिटणिसांनी दिला; तेव्हा मी कवितेवर काम करू शकेन का, असा प्रश्न माझ्याही समोर होता. कारण मी कविता फारशी वाचलेलीच नव्हती. पौगंडावस्थेतले अनेक नवतरुण जशी कविता लिहू लागतात, तसं माझ्याबद्दल काही घडलेलंच नव्हतं. तरीही मी चिटणीस सरांचा हा सल्ला मानला. याचं कारण माझा कवितेचा अभ्यास जरी नसला, तरी भगवंत देशमुखांच्या कवितेच्या रसिक अध्यापनामुळे आणि कहाळेकरांच्या कवितेच्या चिकित्सक विश्लेषणपद्धतीमुळे काव्यास्वाद कसा घ्यावा आणि काव्यचिकित्सा कशी करावी, हे मला चांगलंच उमगलेलं होतं. तेवढ्या बळावर मी कवितेची समीक्षा करू लागलो.

मी मराठी भाषेवरही खूप लिहिलं. हैदराबाद संस्थानात मराठीच्या होणाऱ्या गळचेपीचा तो परिणाम आहे. या गळचेपीमुळे संस्थानातला मराठी समाज दुखावला गेला होता. त्यातून मराठी भाषेबद्दलची तीव्र आस्था माझ्यातही निर्माण झाली असावी. आता मराठी माणसांनीच मराठी संस्कृतीची आत्मघातकी उपेक्षा सुरू केली आहे. एक पोषाख काढून दुसरा घालावा, त्याप्रमाणे एक संस्कृती टाकून दुसरी स्वीकारता येत नाही. असं करायचा जर प्रयत्न केला, तर तो समाज संस्कृतिविहीन होऊन जातो. आपला मराठी समाज याच दिशेनं चालला असल्याचं मला जाणवतं. यामुळे मी सातत्यानं मराठी भाषा आणि संस्कृती टिकण्याच्या आणि टिकवण्याच्या दृष्टीने मराठीवर लिहीत आलो.

मला स्वत:ला संस्कृत भाषा अजिबात येत नाही. हीही आमच्यावर निझाम सरकारची कृपा. येथे जर संस्कृतचं शिक्षण मुक्त केलं, तर येथल्या बहुसंख्य हिंदूसमाजाचं नातं त्याच्या परंपरेशी कायम राहील आणि आपल्या राज्याचं इस्लामीकरण करण्याचं आपलं कार्य कधीही यशस्वी होणार नाही – या भूमिकेतून खाजगी शाळांना संस्कृत हा विषय ठेवायला परवानगी दिली जात नव्हती. पण आपलं धोरण किती उदार आहे, हे दर्शविण्यासाठी प्रत्येक जिल्ह्यातल्या सरकारी हायस्कूलमध्ये मात्र संस्कृत शिकवलं जात

असे. मला संस्कृत येत नसल्यामुळे भारतीय साहित्यशास्त्राचा मला मुळातून अभ्यास करता आला नाही. हे साहित्यशास्त्र पाश्चात्त्य समीक्षेला समर्थ पर्याय आहे आणि ते पुन्हा सक्रिय केलं पाहिजे आणि त्यात उपयोजित समीक्षाही लिहिली गेली पाहिजे, असं मला वाटतं. पण या दिशेनं जाण्यासाठी आवश्यक असलेलं संस्कृत मला येत नाही, ही माझ्यात मोठीच उणीव आहे, असं मला वाटतं.

माझ्या पूर्वायुष्यात मी काही चुका केल्या आणि त्याचे परिणामही सहन केले. परंतु योग्य मार्गावर येऊन मी माझं जीवन घडवलं. ज्यात मला आनंद वाटेल, तेच मी माझ्या आयुष्यात केलं. माझ्यात आयुष्यभर आत्मविश्वासाची कमतरता राहिली. त्यामुळे मी स्वतःच्या मतांबद्दल, मी घेत असलेल्या निर्णयाबद्दल साशंकच रहात आलो. वाङ्मयाभ्यास या ज्ञानक्षेत्रात मी काम करीत आलो. हे ज्ञानक्षेत्र असं आहे की, ज्यात अंतिम आणि अपरिवर्तनीय असं काहीही सांगता येत नाही. कुठल्याही अभ्यासकाचे निष्कर्ष कायम टिकणारे नसतात. वाङ्मयाबद्दल आपल्याला जे जाणवतं, तेच आणि तेवढंच त्यात असेल – असं मानता येत नाही. म्हणूनच मी माझ्या वाङ्मयविचारांबद्दल साशंक असतो. माझ्यातल्या आत्मविश्वासाच्या कमतरतेची ही विधायक बाजू आहे! जर कोणी माझ्या विवेचनातील त्रुटी, विसंगती दाखवून दिल्या; तर मला त्याचा राग येत नाही, ते मी स्वीकारतो आणि माझ्या निष्कर्षाचा नव्याने विचार करू लागतो. परंतु त्याबरोबरच आपण चुकलोच कसे, आपण बुद्धीचा, तर्काचा नीट उपयोग कसा केला नाही, याची फक्त खंत वाटते.

मी रेखाटलेल्या माझ्या या व्यक्तिचित्राबद्दलही मी साशंक आहे.मला जसा 'मी' दिसतो, तसा मी खरोखर आहे का? मला खात्री देता येत नाही. माणूस हाही वाङ्मयकृतीसारखाच आहे. या दोहोंबद्दल अंतिम, निर्णायक असं विधान करता येत नाही. आपण कसे आहोत, हे सांगताना विंदा करंदीकरांनी 'असा मी...तसा मी...कसा मी कळेना;। – स्वतःच्या घरीं दूरचा पाहुणा मी' असं जे म्हटलं आहे, ते मात्र अंतिम सत्य आहे!

◈

लोभस

सुधीर रसाळ

माणसाची स्वत:ची कहाणी त्याच्या एकट्याची नसते.
त्याच्या जीवनाचा भाग बनलेल्या व्यक्तींची अन् सभोवतालच्या परिसराचीही ती कहाणी असते.

मराठवाड्यात जन्मलेल्या, लहानाचा मोठा झालेल्या
एका संवेदनशील वाङ्मय-अभ्यासकाची ही कहाणी.
त्याची एकट्याची नाही, तर मराठवाड्याची अन् तिथल्या माणसांची कहाणी.

एका बाजूला निजामी राजवटीचं मध्ययुगीन वातावरण,
दुसरीकडे उर्वरित मराठी मुलखापासून नाळ तुटलेली.
तरीही दीर्घ काळापासून चालत आलेल्या आपल्या सांस्कृतिक अन्
वाङ्मयीन परंपरांचा वारसा अभिमानानं जपणारा मराठवाडा अन् तिथले मराठीभाषक.

लेखकाच्या निमित्तानं साकारलेली त्याच्या जगाची ही कहाणी.

राजहंस प्रकाशन

समीक्षक भालचंद्र नेमाडे

सुधीर रसाळ

ज्ञानपीठ-पुरस्कारप्राप्त डॉ. भालचंद्र नेमाडे यांचा केवळ कादंबरीकार म्हणूनच नव्हे तर देशीयतेचा सिद्धांत मांडणारे समीक्षक असाही मराठी वाङ्मयजगतात दबदबा आहे. मराठी लेखकांच्या साठोत्तरी पिढ्यांतील अनेक लेखकांचे ते एक श्रद्धास्थान आहेत. त्यांच्यावर कितीही प्रतिकूल टीका झाली, तरी या लेखकांची श्रद्धा अढळ राहते. साठोत्तरी मराठी वाङ्मयक्षेत्रावर असा अभूतपूर्व प्रभाव पाडणारे ते एकमेव लेखक आहेत. त्यामुळे त्यांच्यावर लिहिल्या गेलेल्या वा लिहिल्या जाणाऱ्या अनुकूल वा प्रतिकूल लेखनाला आपोआपच भावनिक रंग चढलेले दिसून येतात.

डॉ. सुधीर रसाळ यांनी डॉ.भालचंद्र नेमाड्यांच्या वाङ्मयविषयक भूमिकेची तटस्थ, अवैयक्तिक आणि वस्तुनिष्ठ चिकित्सा या ग्रंथात केली आहे.

मराठी वाङ्मयात समीक्षक नेमाड्यांच्या समीक्षालेखनाचे मूल्य काय आणि 'एक समीक्षक' या नात्याने मराठी समीक्षेत डॉ. नेमाड्यांचे स्थान काय, याची शास्त्रशुद्ध, तर्कबद्ध मीमांसा अन् मूल्यमापनात्मक समीक्षा.

राजहंस प्रकाशन

'राजहंस बुक क्लब' सभासद योजना ऑनलाइन उपलब्ध

www.rajhansprakashan.com

सभासद होण्याकरिता **बुक क्लब** लिंकला भेट द्यावी.
सभासदत्वाच्या नूतनीकरणासाठी **माझे खाते** लिंकला भेट द्यावी.

विशेष सूचना : 'राजहंस ग्रंथवेध' हा अंक मिळवण्यासाठी सभासदत्वाचे नूतनीकरण आवश्यक.

'राजहंस बुक क्लब' योजना – नवीन सभासद नोंदणीसाठी :

१) नवीन सभासद होण्यासाठी आपण **बुक क्लब** या लिंकवर क्लिक करा.
२) तेथे आपणास तीन पर्याय दिसतील. त्यातील आपणास हवा तो पर्याय निवडा.
३) **सभासद व्हा**, या बटनावर क्लिक करा.
४) Proceed to checkout बटनावर क्लिक करा.
५) Billing detail मध्ये आपली संपूर्ण माहिती पिनकोडसहित भरा.
६) Place order बटनावर क्लिक करून ऑनलाइन पैसे भरा.
७) आपण सभासद झाल्याची मेल आपल्याला आल्यावर पुस्तक खरेदी करा म्हणजे सभासद योजनेची सूट आपल्याला पुस्तक खरेदी करताना मिळेल.

'राजहंस बुक क्लब' योजना – जुन्या सभासदत्वाच्या नूतनीकरणासाठी :

१) जुन्या सभासदांनी सर्वप्रथम माझे खाते (Login) वर क्लिक करा.
२) Register पानावर ई-मेल टाकून Register बटनावर क्लिक करा.
३) Register पान उघडल्यावर Account Details या बटनावर क्लिक करा.
४) आपली माहिती भरून password तयार करा.
५) आपली संपूर्ण माहिती पिनकोडसहित भरा.
६) आपला ई-मेल आयडी व सभासद क्रमांक आपण आमच्या ऑफिसला ८३७८८३६८३६ या नंबरवर व्हॉट्सअप करा किंवा info@rajhansprakashan.com या मेल-अॅड्रेसवर मेल करा.
७) आपण सभासद झाल्याची मेल आपल्याला आल्यावर पुस्तक खरेदी करा म्हणजे सभासद योजनेची सूट आपल्याला पुस्तक खरेदी करताना मिळेल.

राजहंस प्रकाशन प्रा. लि.

www.ingramcontent.com/pod-product-compliance
Lightning Source LLC
LaVergne TN
LVHW060626051026
849519LV00002B/769
* 9 7 8 9 3 9 1 4 6 9 0 4 7 *